शुद्धिपत्र

स्वतंत्र सामाजिक कादंबरी

राजेन्द्र बनहट्टी

सकाळ प्रकाशन

सकाळ प्रकाशन

Shuddhipatra

शुद्धिपत्र

९४२२६५६०३०, ६७६५०१८३

प्रथम आवृत्ती	:	६ डिसेंबर २०२४
प्रकाशक	:	सकाळ मीडिया प्रा. लि. ५९५, बुधवार पेठ, पुणे ४११ ००२
मुखपृष्ठ	:	शिवदास मोरे
मांडणी	:	स्वरूप क्रिएशन्स, पुणे
मुद्रणस्थळ	:	विकास प्रिंटिंग अॅण्ड कॅरिअर्स प्रा. लि. प्लॉट नं. ३२, एमआयडीसी, सातपूर, नाशिक
ISBN	:	978-93-48048-17-2
संपर्क	:	०२०-२४४० ५६७८ / ८८८८८ ४९०५०
		sakalprakashan@esakal. com

'शुद्धिपत्र' या कादंबरीच्या निर्मितीत सौ. प्रीती बनहट्टी यांचे उत्स्फूर्त आणि अनमोल सहकार्य लाभले आहे.

'शुद्धिपत्र' ही संपूर्णतः काल्पनिक कादंबरी असून कादंबरीचे कथानक, त्यातील पात्रे, प्रसंग, घटना, संवाद इत्यादी सर्व मजकूर हा संपूर्णतः काल्पनिक आहे. त्याचे वास्तवाशी साम्य आढळल्यास तो केवळ योगायोग आहे.

पितृचरणी...

माझे वडील श्री. ना. बनहट्टी
यांच्या विद्वत्तेचा वारसा मला लाभला नाही.
पण त्यांच्या प्रतिभेच्या प्रकाशात
मी वावरलो आहे.

आम्हां घरी धन शब्दांचीच रत्नें ।
शब्दांचीच शस्त्रें यत्न करूं ॥

शब्दचि आमुच्या जीवाचें जीवन ।
शब्दें वांटूं धन जनलोकां ॥

तुका म्हणे पहा शब्दचि हा देव ।
शब्देंचि गौरव पूजा करूं ॥

- संतश्रेष्ठ तुकाराम

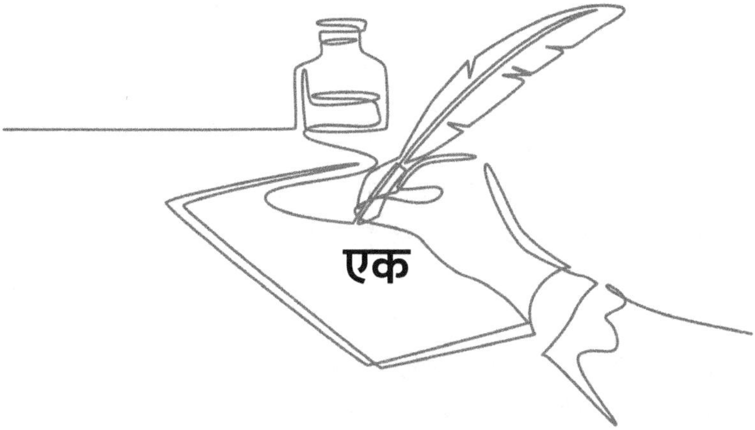

एक

प्रबोधन महाविद्यालय हे शहरातले दर्जेदार आणि प्रमुख महाविद्यालय म्हणून प्रख्यात होते. महाविद्यालयाचे मध्यवर्ती सभागृह त्या दिवशी खचाखच भरले होते. खरेतर, महाविद्यालयात शास्त्र, कला, आणि वाणिज्य या तीन शाखांची वेगवेगळी सभागृहे होती. तेथे त्या शाखांशी संबंधित कार्यक्रम होत. मध्यवर्ती सभागृहात मात्र सर्व महाविद्यालयाचे एकत्रित समारंभ होत असत. उदाहरणार्थ, वार्षिक स्नेहसंमेलन, महाविद्यालयाच्या स्थापनादिनाचा उत्सव किंवा एखाद्या अतिमहत्त्वाच्या व्यक्तीचे व्याख्यान, पण कुठल्याही कार्यक्रमाला कधी झाली नव्हती इतकी विलक्षण गर्दी त्या दिवशी झाली होती. कारण शास्त्र, कला आणि वाणिज्य या शाखांचे झाडून सारे विद्यार्थी तसेच प्राध्यापक, इतकेच नव्हे तर, कर्मचारीसुद्धा त्या दिवशी एकत्र जमले होते. त्यामुळे सभागृहात बसायला तर सोडाच, पण पाय ठेवायला सुद्धा जागा नव्हती. फक्त व्यासपीठावरच्या दोन खुर्च्या तेवढ्या रिकाम्या होत्या, त्यापैकी एक खुर्ची अर्थातच महाविद्यालयाचे प्राचार्य मोदगी यांच्यासाठी होती आणि दुसरी होती मराठी आणि इंग्रजीचे प्राध्यापक अंगद माणकेश्वर यांच्यासाठी. कारण त्या दिवशी प्रा.माणकेश्वर यांचा निरोप समारंभ होता.

महाविद्यालयाचे मध्यवर्ती सभागृह त्या दिवशी विद्यार्थी, अध्यापक इतकेच

नव्हे तर संस्थेचे कर्मचारी यांनी सुद्धा ओतप्रोत होते, ही घटना अपूर्व असली तरी आश्चर्यकारक नव्हती. कारण प्रा. माणकेश्वर हे त्या महाविद्यालयातले सर्वप्रिय प्राध्यापक होते. सर्वप्रिय म्हणायचे कारण ते केवळ विद्यार्थ्यांचेच नव्हे तर प्राचार्यांपासून समस्त अध्यापकांचे, इतकेच नव्हे तर कार्यालयीन अधिक्षकांपासून ते थेट शिपायांपर्यंत सगळ्या कर्मचाऱ्यांचे आवडते होते. त्या सर्वांशीच त्यांचे वर्तन हे सदैव सौहार्दाचे आणि त्यांचे संबंध सतत सलोख्याचे राहिले होते. सर्व विद्यार्थीवर्गात ते प्रिय होते. कारण ते इंग्रजी आणि मराठी या दोन्ही विषयांचे अध्यापन करीत असत. त्यामुळे शास्त्र आणि वाणिज्य या शाखांच्या विद्यार्थ्यांना ते इंग्रजी आणि कला-वाङ्मयाच्या विद्यार्थ्यांना ते मराठी शिकवत होते. दुसरे असे की, त्यांची शिकवण्याची पद्धत ही अत्यंत आकर्षक आणि मूलगामी, पण तितकीच सुगम होती. त्यामुळे विषय समजावून सांगण्यात त्यांचा हातखंडा होता. बाहेरच्या महाविद्यालयातील विद्यार्थीही त्यांच्या तासाला वर्गात येऊन बसत. त्यांना वर्गात बसायला जागा नसायची, म्हणून ते वर्गाच्या खिडक्यांच्या पाळीवर बसत, नाहीतर चक्क मागे कोपऱ्यात तिष्ठत उभे राहून प्रा.माणकेश्वर यांचे शिकवणे ऐकत. यावरून त्यांचे शिकवणे विद्यार्थ्यांना किती उपयुक्त होते आणि किती मोहित करत होते, याची कल्पना येते.

समारंभाच्या आरंभी प्रत्येक शाखेचा एक याप्रमाणे तीन विद्यार्थ्यांची प्रा. माणकेश्वर यांच्यावर आदरपूर्वक स्तुतिसुमने उधळणारी भाषणे झाली. त्यानंतर प्रत्येक शाखेतले एक याप्रमाणे तीन सहकारी प्राध्यापक गुणगौरवपर बोलले आणि शेवटी प्राचार्यांनी प्रा. माणकेश्वर यांची मनसोक्त प्रशंसा केली. ते म्हणाले, "प्रा. माणकेश्वर यांच्या मौलिक अध्यापनाचा फायदा गेली सुमारे पस्तीस वर्षे या महाविद्यालयाच्या विद्यार्थ्यांना झालेला आहे. यापुढेही त्यांच्या उत्कृष्ट शिकविण्याचा लाभ विद्यार्थ्यांना होत राहावा, यासाठी अभ्यासक्रमात सध्या नेमलेल्या आणि यापुढेही वेळोवेळी नेमल्या जाणाऱ्या पुस्तकांच्या सटीप आवृत्त्या जर त्यांनी संपादित केल्या तर ते विद्यार्थ्यांना उपकारक ठरेल. कारण त्यांच्या अध्यापनाच्या अप्रतिम हातोटीचा केवळ याच महाविद्यालयाच्या नव्हे तर, सर्वच महाविद्यालयांच्या विद्यार्थ्यांना पिढ्यान्‌पिढ्या अनुभव घेता येईल."

ही सगळी भाषणे समारंभाला साजेशी, काहीशी औपचारिक असली तरी प्रा. माणकेश्वर यांच्याबद्दल असलेल्या सार्वत्रिक मनःपूर्वक आपुलकीचे प्रत्यंतर देणारी होती. त्यामुळे ती संपल्यावर दरवेळी श्रोत्यांच्या टाळ्यांचा कडकडाट झाला.

पण उत्तरादाखल प्रा. माणकेश्वर यांनी केलेले वक्तव्य हे मात्र श्रोत्यांना काहीसे गोंधळात टाकणारे होते. त्यांनी सुरुवातीला सगळ्या वक्त्यांनी व्यक्त केलेल्या स्नेहभावाबद्दल त्यांचे हार्दिक आभार मानले. तसेच गेली अनेक वर्षे प्राचार्य, सहकारी अध्यापक, महाविद्यालयीन कर्मचारी आणि विद्यार्थी यांनी केलेल्या सहकार्याबद्दल कृतज्ञता प्रदर्शित केली. इथपर्यंत सारे ठीक होते. प्रथेला अनुसरून चालले होते. मात्र यानंतर प्रा.माणकेश्वर जे बोलले ते अनपेक्षित तर होतेच, पण थोडेसे अप्रासंगिकही होते. ते म्हणाले, "प्राचार्यांनी अपेक्षांचं भलंमोठं ओझं माझ्या खांद्यावर ठेवलेलं आहे, ते अर्थातच विद्यार्थ्यांच्या तसेच माझ्याही भल्यासाठी आहे, याची मला जाणीव आहे. पण अपेक्षांचं हे गाठोडं मी स्वीकारू शकत नाही, कारण मी ते पूर्ण करणार नाही, याबद्दल मला क्षमा करावी. मी गेली पस्तीस वर्षं या महाविद्यालयात इंग्रजी आणि मराठी या भाषांचं अध्ययन आणि अध्यापन केलेलं आहे. त्यामुळे असेल, पण या दोन्ही भाषांवर आणि त्यातील शब्दसंपत्तीवर माझं अतोनात प्रेम जडलं आहे." इथपर्यंतही गाडी जरा तरी रुळावर चालली होती. पण यानंतर त्यांनी कहरच केला. त्यांच्या भाषणाने असे काही विलक्षण वळण घेतले की, जे विचित्र तर होतेच पण विक्षिप्तही. श्रोत्यांपैकी काहींना संशय आला की, प्रा. माणकेश्वर यांचा तोलच गेला असावा. त्यांच्या नेहमीच्या सुश्राव्य आणि आर्जवी स्वरात त्यांचे नादमय रेखीव शब्द त्या सभागृहात आरपार घुमले.

"इंग्रजी आणि मराठी या दोन्ही भाषांतील शब्दांनी मला मोहित केलं आहे, कारण मित्रहो, शब्द ही एक मोठी शक्ती आहे. फार मोठी शक्ती. आवाजाला अर्थ प्राप्त होताच शब्द तयार झाला. ओंकारापासून शब्द अस्तित्वात आला. या शब्दातून अनंत शब्दांचा जन्म झाला. त्या शब्दांशी, त्यांच्या उदंड भिन्न भिन्न अर्थच्छटांशी, त्या शब्दांच्या तुलनात्मक अपरिमित अर्थभेदांशी, त्यातून निर्माण होणाऱ्या नवनवीन शब्दांशी खेळण्यात मी रममाण होतो. हा शब्दांचा शब्दांशी होणारा खेळ मला अतिशय प्रिय आहे. तो खेळण्याची पुरेशी सवड आणि मोकळीक मला माझ्या अध्यापकाच्या व्यवसायामुळे आजवर मिळत नव्हती, पण आता व्यवसायाच्या चाकोरीतून मुक्त झाल्यामुळे माझ्या आवडत्या शब्दक्रीडेत मी मनसोक्त रमणार आहे. हा शब्दांचा मनोरम खेळ मी मन:पूत खेळणार आहे. हा खेळ कशा प्रकारचा आहे, हे मी उघड करणार नाही. कारण तो केवळ माझा आणि माझ्यापुरता आहे. पण या शब्दांच्या समुद्रात मी पुरेपूर आणि यथेच्छ पोहणार आहे आणि त्यात आजन्म आणि आकंठ डुंबणार आहे, हे निश्चित."

अंगदराव माणकेश्वर भाषण संपवून खाली बसले तेव्हा त्यांचा चेहरा नेहमीसारखा सस्मित होता. पण सारे सभागृह त्यांच्या भाषणाने स्तिमित झाले होते आणि विस्मितही. भाषण संपल्यावर सर्वांनी टाळ्या वाजवल्या पण त्या बहुतांशी उपचारादाखल. प्रा.माणकेश्वर हे शब्दांचा खेळ खेळणार म्हणजे नेमके काय करणार, हे अगदी प्राचार्यांसह कोणालाही कळले नाही. महाविद्यालयाच्या कर्मचाऱ्यांना आणि विद्यार्थ्यांना तर नाहीच नाही. बहुतेक जण निरनिराळे तर्कवितर्क करीतच सभागृहाबाहेर पडले. कोणी अनुमान बांधले की, ते शब्दकोडी सोडवणार असतील, कोणी अंदाज केला की ते शब्दकोडी तयार करणार असतील, पण कुठलेही महत्त्वाचे लेखन, संशोधन किंवा संपादनाचे काम न करता शब्दकोड्यांसारखी सामान्य आणि क्षुल्लक गोष्ट त्यांच्यासारख्या विद्वानाने उत्तरायुष्यात का करावी, इतकेच नव्हे तर ती जाहीरपणे मोठ्या उत्साहाने सांगावी याचे सगळ्यांनाच कोडे पडले होते.

चकित झाली नव्हती आणि कोड्यात पडली नव्हती अशी अवघ्या भरगच्च सभागृहात एकच व्यक्ती होती आणि तिचा पुष्पगुच्छ देऊन प्राचार्यांनी सत्कारही केला होता, ती व्यक्ती म्हणजे पहिल्या रांगेतल्या पहिल्या खुर्चीत बसलेल्या अंगदरावांच्या पत्नी, सुनंदा माणकेश्वर!

सुनंदाबाईंनी गेल्या पस्तीस वर्षांच्या संसारात अंगदरावांचा शब्दांचा खेळ अधूनमधून वारंवार अनुभवला होता. कधी कौतुकाने तर कधी कंटाळ्याने, बरेचदा वैतागाने, तर क्वचित रागानेही. अंगदरावांना सुनंदाबाईंच्या या प्रतिकूल प्रतिक्रियेची आणि थंड प्रतिसादाची जाणीव होती आणि कदरही; पण त्यांचा नाईलाज होता. त्यांचा शब्दच्छलाचा छंद हा 'जित्याची खोड' म्हणतात तसा प्रकार झाला होता. महाविद्यालयीन शिक्षण घेत असताना विद्यार्थीदशेतच ते मराठी आणि इंग्रजी भाषेतील शब्दांच्या प्रेमात पडले होते. प्राध्यापकी पेशात या दोन्ही भाषांचे आणि त्यातील वाङ्मयप्रकारांचे अध्यापन करताना त्यांचे शब्दांवरचे प्रेम उत्तरोत्तर वाढत गेले होते. आणि शेवटी फावल्या वेळात त्यांना शब्दांशी खेळण्याचा नादच लागला होता. कालांतराने त्या नादाचे व्यसनात परिवर्तन झाले होते. सवड मिळताच त्यांच्या व्यक्तिमत्त्वाचाच नव्हे तर अवघ्या अस्तित्वाचा ताबा घेऊन ते व्यसन, त्यांच्या सर्व वृत्ती, कृती आणि अनुभूती इतकेच नव्हे तर त्यांचे सारे भानच बधीर करत होते. तात्पुरते का होईना, पण संपूर्ण!

●

त्या दिवशी समारंभ आटोपून घरी आल्यावर सुनंदाबाई गप्प-गप्पच होत्या. 'मौनम् सर्वार्थ साधनम्' म्हणतात. पण त्यांच्या मौनाचा अर्थ अंगदरावांच्या ध्यानात आला नाही, तसेच त्याचे कारणही. ते आपले आपल्याच नादात. अखेरीला जेवताना सुनंदाबाईंना राहवले नाही.

"तुमचं शब्दांचं वेड निरोपाच्या समारंभात कशाला जाहीर केलं?"

"का बरं? मी काय करावं, हे प्राचार्यांनी सांगितलं. मी काय करणार आहे, हे मी सांगितलं. काय चुकलं त्यात?" अंगदरावांनी थोडेसे चमकून सुनंदाबाईंकडे पाहिले.

"लोकांना चमत्कारिक वाटलं ते. त्यांना माहीत नाही तुमचा हा जगावेगळा नाद." सुनंदाबाईंचा रुसवा कायम होता.

"नसू दे. तुम्हाला तर माहिती आहे नं. मग झालं तर." अंगदरावांनी विषय हसण्यावारी नेला.

सुनंदाबाई त्यावर काहीच बोलल्या नाहीत. ओठ घट्ट आवळून त्या मुकाट्याने पोळी लाटू लागल्या आणि झपाट्यानेही.

अंगदरावांनी तो त्यांचा रणरागिणीचा अवतार बघताच एक दीर्घ सुस्कारा सोडला. "हंऽऽऽ! एकंदर मामला गंभीर दिसतो आहे. चला, पेन्शनरीची सुरुवात तर चांगली झाली."

"मामला?" सुनंदाबाईंनी मागे वळून न बघताच विचारले, "कसला मामला?"

"तुमचा मामला."

"माझा मामला? म्हणजे?" यावेळी सुनंदाबाईंनी लाटणे उगारून डायनिंग टेबलाशी जेवणाऱ्या अंगदरावांकडे नजर टाकली.

"म्हणजे तुमची एकूण परिस्थिती हो."

"झालं तुमचं सुरू! मामला, परिस्थिती. बसा शब्दांशी खेळत." त्या कौतुकमिश्रित उसन्या रागाने म्हणाल्या.

"छान. परिस्थिती, अवस्था फारच सीरिअस दिसते आहे." अंगदराव पुन्हा चेष्टेच्या सुरात बोलले.

"वाटलंच मला. अवस्था, परिस्थिती! आता घ्या 'परिस्थिती' शब्द. बसा त्याच्याशी खेळत. चांगला जाईल रिटायरमेंटचा पहिला दिवस. भाषणात मघाशी सांगितलंत ते लगेच आचरणात आणा. त्याशिवाय जेवण सुचणार नाही. करा सुरू!" सुनंदाबाईंनी लाटणे पोळपाटावर आपटले.

"बरं बाईसाहेब, मी नाही खेळत. तुम्ही सांगा परिस्थितीला इंग्रजी पर्यायी शब्द." सुनंदाबाईंच्या सरबत्तीला अंगदरावांनी खिलाडूपणे आव्हान दिले.

"अहो, सोप्पं आहे. सिच्युएशन!" स्वत:वर खुश होत सुनंदाबाईंनी पोळी तव्यावर टाकली.

"संपलं? फक्त सिच्युएशनच?"

"मग आणखी काय हवं? परिस्थिती म्हणजे सिच्युएशन." सुनंदाबाईंनी गरमागरम पोळी अंगदरावांच्या पानात टाकली.

लहान मुलाच्या उत्तराला हसावे तसे सोशिक हसू चेहऱ्यावर खेळवत अंगदराव म्हणाले, "अहो, आणखी कितीतरी शब्द आहेत. 'सिच्युएशन'वर थांबता येणार नाही. त्यात सगळी 'परिस्थिती' कव्हर होत नाही."

"आणखी शब्द? कोणते?"

'अहो, 'सरकमस्टन्स' आहे. 'ॲटमॉस्फिअर' आहे, 'स्टेट' आहे, 'कंडिशन' आहे, 'पोझिशन' आहे, 'लोकेशन' आहे, 'प्लेसमेंट' आहे." अंगदरावांनी नुसती शब्दांची फुलझडी लावली.

"बाई बाई बाई! चालू ठेवा तुमची मशीनगन, पण पानातली पोळी गार होत आहे, ही 'सिच्युएशन' तेवढी लक्षात ठेवा." लटक्या वैतागाने बोलत सुनंदाबाई तव्यावरची पोळी शेकू लागल्या.

"हे बघा, मला आता पोळी नको. तुम्ही आटपा आणि जेवायला या." अंगदरावांनी विषयच बदलला. तसा सुनंदाबाईंनी गॅस बंद केला. त्या जेवायला बसल्या. न बोलताच जेवणे आटोपली.

अंगदराव बेसिनमध्ये हात धुवून टॉवेलने हात, चेहरा पुसत खोलीत गेले. थोड्याच वेळात सुनंदाबाई स्वयंपाकघरातील झाकपाक करून, सगळे आवरून आल्या. अंगदराव रोजच्या सवयीप्रमाणे पाठीमागे हात बांधून शतपावली करत होते. सुनंदाबाई त्यांच्या झुलत्या खुर्चीवर बसल्या होत्या. स्वत:च्याच तंद्रीत, फक्त त्यांच्या गौरवर्ण चेहऱ्यावर दिवसभराचा शीण असला तरी, अंगदरावांना गरम पोळ्या आवडत, त्या करून वाढल्याचे रोजचे समाधान होते.

बाहेर दाटता अंधार नि खोलीत रात्रीचा वाढता सन्नाटा होता.

अंगदरावांनी येरझारा मध्येच थांबवल्या. सुनंदाबाईंची तंद्री आणि शांतता भंग करीत विचारले, "पण एकूण समारंभ कसा झाला?"

“समारंभ चांगला झाला. सगळ्यांची भाषणं आवडली.”

“फक्त माझं सोडून.” अंगदराव स्वत:शीच हसत पुन्हा फिरू लागले.

“तुमचं भाषण म्हणून चांगलं झालं. फक्त शब्दांच्या खेळाचं सांगायला नको होतं. ते तुमचं रामायण लोकांच्या डोक्यावरून गेलं असणार. रामाची सीता कोण हे त्यांना शेवटपर्यंत कळलं नसणार.” सुनंदाबाई खुर्चीत झुलत होत्या.

“मला हे कळत नाही की त्यात न कळण्यासारखं काय आहे? शब्दांचा खेळ हा काही जुगार नाही की सट्टेबाजी नाही. फार तर कुणी त्याला शब्दच्छल म्हणेल. पण सगळं अगदी सोपं आहे. शब्दांचे समानार्थी, विरुद्धार्थी, द्वयर्थी, अनेकार्थी, पर्यायी शब्द, त्यांच्या विविध अर्थच्छटा, सूक्ष्मातिसूक्ष्म अर्थभेद, त्या अर्थभेदातून निर्माण झालेल्या शब्दांचे वेगवेगळे अर्थ, त्याचे बारीकसारीक पापुद्रे, त्यांचे पुन्हा समानार्थी शब्द असा शब्दांचा हा खेळ अनंत आहे, अखंड न संपणारा आहे. त्याला शेवट नाही. म्हणूनच शब्द हा अनादी, अनंत आहे. शब्द कधीही नि:शब्द होत नाही. कारण नि:शब्द हा सुद्धा एक शब्दच आहे.” अंगदराव हातवारे करीत काहीसे पोटतिडिकीने आणि उद्वेगाने पण आपल्याच धुंदीत बोलत होते. सुनंदाबाईंना उद्देशून, पण खरे म्हणजे स्वत:शीच! त्यांच्या शब्दात आवेश होता तशीच तळमळही.

सुनंदाबाई भारल्यासारख्या ऐकत राहिल्या. त्यांचे डोळे अंगदरावांच्या उत्तेजित चेहऱ्यावर खिळले होते. नकळत त्यांची खुर्ची झुलायची थांबली.

थोडा वेळ पुन्हा खोलीत स्तब्धता होती. कोणीच बोललं नाही. फक्त अंगदरावांच्या फेऱ्या चालू होत्या, बाहेरच्या खोलीतील घड्याळातल्या लंबकासारख्या इकडून तिकडे यंत्रवत आणि अविरत.

मग एकदम भानावर येऊन सुनंदाबाई खुर्चीत सावरून बसल्या. त्यांच्या तोंडून हळूवार शब्द गेले, “जाऊ द्या, पुरे करा ते आता शब्दपुराण. डोकं गरगरायला लागलं अगदी. कळलं मला शब्दांचं महत्त्व.”

सुनंदाबाईंनी परत खुर्चीत झुलत संवादाला वेगळीच कलाटणी दिली, मजेदार आणि हलकीफुलकी.

“आणखी एक मला तुमचं नाही आवडलं.”

“आणखी काय आता?” अंगदरावांच्या फेऱ्या पुन्हा थांबल्या.

“प्राचार्यांसोबत हाय-टी होता. त्यावेळी सुद्धा तुम्ही मला ‘अहो-जाहो’ म्हणत

होता." सुनंदाबाईंच्या शब्दात लडिवाळ तक्रार होती, ती खरी की उसनी हे कळत नव्हते.

"मग त्यात काय झालं? नेहमी म्हणतोच आपण एकमेकांना अहो-जाहो!" अंगदरावांच्या कपाळावर आठी उमटली.

"पण ते घरात. लोकांसमोर कशाला म्हणायला हवं? त्यांना पटत नाही ते. विचित्र वाटतं."

"विचित्र म्हणजे?"

"त्यांना वाटलं असेल मी म्हणजे कोणीतरी कजाग बाई आहे. नवऱ्याला धाकात ठेवणारी. छळवादी झांटीपी सारखी." सुनंदाबाई नाखुशीने म्हणाल्या.

"झांटीपी?" अंगदरावांनी सुनंदाबाईंकडे प्रश्नार्थक बघितले.

"हो. सॉक्रेटिसची बायको."

अंगदरावांना एकदम हसू फुटले. "हे बघा, मी काही सॉक्रेटिस नाही आणि तुम्ही काही झांटीपी नाही." ते पुढे गंभीर स्वरात बोलले, "आपण दोघं समानतेने राहणारे पतीपत्नी आहोत. लोकांना काय वाटायचं ते वाटू दे. त्याची पर्वा आपण करू नये. आपल्याला जे पटतं, योग्य वाटतं ते आपण करावं. पहिल्या रात्री पस्तीस वर्षांपूर्वी आपण काय ठरवलं? आठवतंय ना तुम्हाला?" अंगदरावांनी आठवणींच्या डोहात बुडी मारली. पाठोपाठ सुनंदाबाईंनीही, सहजपणे आणि अनायासे.

सुनंदाबाईंना लग्नानंतरच्या पहिल्या रात्रीची कथा आठवली, बरीचशी सुरस आणि थोडीशी चमत्कारिक. तसाच त्या रात्रीचा पहिला संवादही. बराचसा लाजरा बुजरा, पण थोडासा परखड!

●

पहिल्या रात्री बावरलेल्या सुनंदाबाईंची हनुवटी तर्जनीने नाजूकपणे उचलत अंगदरावांचा कुजबुजता प्रश्न -

"मी तुम्हाला पसंत नाही का?"

"नाही." सुनंदाबाईंचा अस्फुट नकार.

"नाही?"

"तुमचं बोलणं पसंत नाही."

"बोलणं? असं काय बोललो मी?"

"तुम्ही मला 'तुम्ही' म्हणालात."

"मग काय म्हणू?"

"तू म्हणायला हवं."

"म्हणेन. पण एका अटीवर."

"कोणती अट?"

"तुम्ही सुद्धा मला 'तू' म्हणायचं."

"इश्ऽऽऽ! ही कसली अट? मला नाही जमणार."

"मग राहिलं. आपण एकमेकांना 'तुम्ही' म्हणत जाऊ."

"लोक हसतील." सुनंदाबाईंनी ओठाला पदर लावला.

"हसू द्या. पण 'तू' म्हणून मी तुम्हाला माझ्यापेक्षा कमी लेखणार नाही." अंगदरावांचे स्पष्ट उत्तर.

अंगदरावांच्या म्हणण्यात तथ्य होतेच. सुनंदाबाई तशा कमी नव्हत्याच, कोणत्याही दृष्टीने! त्या सुस्वरूप तर होत्याच, पण त्याही पदवीधर होत्या. चांगल्या एम्.ए., एम.एड्.. शाळेत शिक्षिका होत्या. भाषेच्या नव्हे तर शास्त्राच्या. आठवी ते दहावीला शिकवत होत्या, ते सुद्धा इंग्रजी माध्यमातून. महाविद्यालयात त्या प्राध्यापिका होऊ शकल्या असत्या. पण शाळेतल्या मुलांना शिकविण्याची त्यांना मनापासून आवड होती आणि इच्छाही. म्हणून प्राध्यापकाची चालून आलेली नियुक्ती त्यांनी अव्हेरली होती.

नवराबायकोतला 'अहो जाहो' आणि 'अगं तुगं' चा प्रश्न अंगदराव आणि सुनंदाबाई यांनी परस्परांत मिटवला असला तरी कालांतराने त्यांची मुले वैभव आणि वैजयंती थोडी मोठी झाली, शाळेत जाऊ लागली तेव्हा तो प्रश्न मुलांसमोर अटळपणे उभा राहिला. आजूबाजूच्या मित्रमैत्रिणींचे वडील त्यांच्या आईला 'अगं, तुगं' म्हणत असताना आपले वडील आपल्या आईला 'अहो जाहो' का म्हणतात, हे कोडे मुलांना पडले. एके दिवशी त्यांनी ते उलगडण्याचा प्रयत्न केला. वैभवने ती शंका अंगदरावांना विचारलीच -

"बाबा, तुम्ही आईला 'अहो जाहो' का म्हणता? बाकीच्या वडिलांसारखे 'अगंतुगं' का म्हणत नाही?"

"अरे, सरळ आहे. ती मला 'अहो जाहो' म्हणते म्हणून मी सुद्धा तिला 'अहो जाहो' म्हणतो." अंगदरावांच्या उत्तरात नाही म्हटले तरी थोडे कौतुक होते.

"पण शेजारच्या वीणाची आई तिच्या बाबांना 'अहो' म्हणते तरी ते मात्र तिला

'अगं' म्हणतात." वैजयंतीने वैभवच्या शंकेचे शेपूट आणखी वाढवले.

"अगं वैजू, ते काय म्हणतात तो त्यांचा प्रश्न आहे. आम्ही ठरवलंय एकमेकांना 'अहो जाहो' म्हणायचं. समजलं?" अंगदरावांनी थोडा आवाज चढवून प्रश्न निकालात काढला. पण मुलांच्या दृष्टीने तो निकालात निघाला नव्हता.

"आम्ही सुद्धा आईला 'अहो' म्हटलं तर चालेल?" वैभवने विचारले.

"अरे, ती तुला 'अहो' म्हणते का 'तू' म्हणते?" अंगदरावांनी डाव उलटवायचा प्रयत्न केला तसा वैभव गोंधळात पडला.

" 'अहो' नाही म्हणत. आम्हाला 'तू' म्हणते." वैजयंतीने वैभवची बाजू उचलून धरली.

"बरोबर." अंगदराव समंजस हळूवार स्वरात म्हणाले, "हे बघा, वैभू आणि वैजू, माझे आईशी जे नाते आहे ते वेगळे आहे. तुमचे तिच्याशी नाते वेगळे आहे. तुम्ही तिची मुलं. तिच्या हाडामासातून, रक्तातून निर्माण झालात. तुम्ही तिचाच भाग आहात. जसं पानं, फुलं, फळं झाडाला येतात, ती झाडाचाच भाग असतात; तसं तुमचं नातं आहे, मायलेकराचं. जगातलं सर्वांत जवळचं नातं."

"पण आम्ही तिला 'अहो' म्हटलं तर काय झालं? त्यानं नातं थोडंच बदलणार आहे?" वैभवने पुन्हा उचल खाल्ली.

"बदलेल. कारण तुमचं नातं ममतेचं आहे. आमचं समतेचं आहे. तुमचं नातं अद्वैताचं आहे. आमचं नातं द्वैताचं आहे. म्हणून आमच्यात 'अहो जाहो', तुमच्यात 'अगं तुगं'." अंगदरावांचे तात्त्विक उत्तर ऐकून दोन्ही मुले कोरसमध्ये ओरडली, "म्हणजे काय हो बाबा? आम्हाला नाही कळत तुमचं दैत्य, अदैत्य का काय ते."

"शहाण्यांनो, दैत्य नव्हे द्वैत. द्वैत म्हणजे 'डिव्हिजन', 'डिस्टन्स', 'डिफरन्स', 'ड्युॲलिटी', 'सेपरेशन'. अद्वैत म्हणजे 'वननेस', 'युनिटी', 'युनिफॉर्मिटी', 'टुगेदरनेस', 'इंटीमसी'." अंगदराव स्वतःच्या तंद्रीत पुटपुटत शब्दक्रीडेत रमले. फेऱ्या मारत तेच तेच शब्द मनात घोळवू लागले. ते नकळत हातवारे करत होते. ओठांची अजाणता उघडझाप चालू होती. बाबांचे ते विचित्र वागणे पाहून मुले बावरली. "आई, आई" करत तिथून घाबरून जी पळाली, ती थेट आईपाशी स्वयंपाकघरात. "बाबा, पहा कसे करतायेत!"

सुनंदाबाई भाजी परतत होत्या. त्या दारातून बाहेर डोकावल्या. त्यांनी

ओळखले. स्वारीला शब्दांची नशा चढली आहे. मान उडवून त्या परत आत वळल्या. भाजी परतू लागल्या. निर्वेध आणि निवांत.

●

निवृत्तीच्या त्या पहिल्या रात्री अंगदराव आणि सुनंदाबाई त्यांच्या खोलीत पूर्वायुष्यातील मधुर स्मृतींची अवीट गोडी चघळत मुग्ध बसले होते. त्यांचे बोलणे केव्हा आणि कसे थांबले, हे त्यांना कळले नाही. शब्द केव्हा आणि कसे संपले हे जाणवले नाही. दोघेही स्वतःकडे बघत होते आणि मधूनच एकमेकांकडेही. हळूहळू त्या दंपतीच्या चेहऱ्यावर अजाणता हास्य उजळले. अबोल, प्रसन्न हास्य! मात्र दोघांच्याही हास्याची स्मरणे वेगवेगळी होती. सुनंदाबाईंच्या लाजऱ्या स्मिताची खुशी पहिल्या रात्रीच्या अलवार आठवणींची होती, तर अंगदरावांच्या मनी गदगदणारी सुप्त सुखसंवेदना मुलांशी झालेल्या मुक्त संवादाची होती. पण दोघांची खुशी तृप्त संसाराच्या संतुष्ट अनुभूतीची होती आणि त्या अनुभूतीत होती, परिपक्व सहजीवनाची प्रफुल्लित फलश्रुती.

रात्री अंथरुणावर पडल्या पडल्या सुनंदाबाईंना आठवलं, "गडबडीत एक सांगायचं राहिलं."

"काय?"

"सकाळी शिकागोहून वैभव आणि जयश्रीचा फोन आला होता आणि दुपारी नागपूरहून वैजूचा आणि श्रीकांतरावांचा मेसेज."

"काय म्हणतात मुलं?"

"रिटायरमेंटच्या शुभेच्छा दिल्यात. सगळ्यांनी आग्रह केला."

"कशाचा?"

"त्यांच्याकडे येऊन राहण्याचा."

"हंऽऽऽ" अंगदरावांच्या तोंडून दीर्घ हुंकार उमटला. समाधानाचा आणि साफल्याचा. तेवढाच आवाज. त्यानंतर फक्त हॉलमध्ये घड्याळात अकराचे टोल घुमले आणि रस्त्यावरून दूर भरारत जाणाऱ्या वाहनाची एकाकी साद.

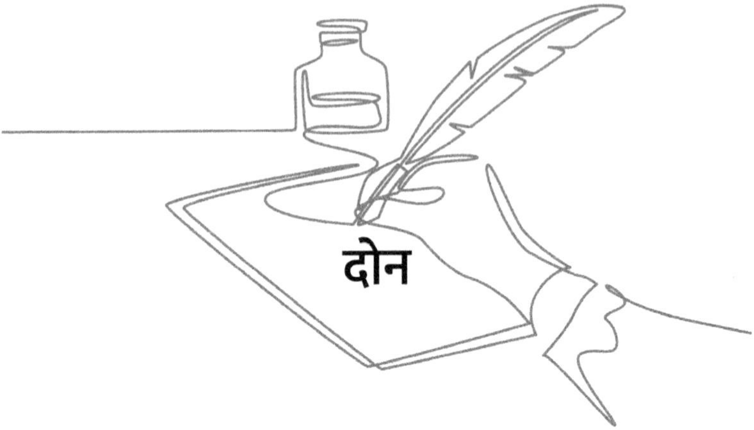

दोन

"काय माळीबुवा! आम्ही यावे काय?"

अंगदराव अंगणातल्या बागेत झाडांना पाणी घालत होते. त्यांनी मनगटाचे घड्याळ बघितले. मागे वळून पाहिले. समोरच्या बंगल्याच्या व्हरांड्यात वामनराव सपकाळ उभे होते. पायजमा, टी-शर्ट, हातात सिगारेट.

"अरे ये ना. विचारतोस काय? नेहमीची वेळ होऊन गेली आहे. सहा दहा झालेत." अंगदरावांनी पाण्याची रबरी नळी गुंडाळून ठेवली.

"आलोच. हातातली सिगरेट संपवून येतो."

"हो. पण लगेच ये. दुसरी पेटवू नकोस. नाहीतर दुसरी पेटवशील." अंगदरावांनी तंबी दिली.

"नाही रे बाबा. मला माहीत आहे, तुझ्या घरात 'नो स्मोकिंग झोन' आहे. गेली पस्तीस वर्षं धूम्रपानबंदी सहन करतोय, तुझी आणि सुनंदावहिनींची." वामनरावांनी हातातली सिगरेट शेवटचा झुरका घेऊन विझवली. ते व्हरांड्याच्या पायऱ्या उतरले.

'पस्तीस वर्षं या वामन्याचं अग्निहोत्र चालू आहे! कमाल आहे!' अंगदरावांनी नवलाने खांदे उडवले.

वामनराव सपकाळ हे अंगद माणकेश्वर यांचे केवळ सख्खे शेजारी नव्हते,

तर ते त्यांचे बालपणीचे खेळगडी, तरुणाईतले सवंगडी आणि आता प्रौढावस्थेतले जिवलग दोस्त होते. शाळेत असताना त्यांच्यात रुजलेले स्नेहाचे बीज हे पदवीपर्यंत एकत्र शिकताना घनदाट वृक्षासारखे बहरले होते. पदवीनंतर वामनराव कायद्याकडे वळले, वकील झाले. अंगदराव कला विषयाकडे गेले. इंग्रजी आणि मराठीत एम.ए., पीएच्.डी. होऊन प्राध्यापक झाले. त्या दोघांच्या जीवनाची गाडी भिन्न-भिन्न रुळांवरून धावू लागली, तरी समांतर रुळांसारखी त्यांची संगत कधी सुटली नाही. दोघांनीही एकाच सोसायटीत प्लॉट घेऊन एकमेकांसमोर बंगले बांधले आणि ते कायमचे शेजारी झाले.

यथावकाश त्या बंगल्यामध्ये शेजारी शेजारी दोघांचेही व्यवसाय वाढले. संसार विस्तारले. उच्च-मध्यमवर्गीय नमुनेदार संसार! सुखी आणि समृद्ध. अंगदरावांच्या पत्नी सुनंदाबाई या शाळेत शिक्षिका होत्या. मुलगा वैभव डिझाइन इंजिनियर म्हणून शिकागोला एका अमेरिकन कंपनीत कामाला होता. सून जयश्री ही डॉक्टर. तिने तिथेच क्लिनिक थाटले होते. अंगदरावांची मुलगी वैजयंती लग्न होऊन नागपुरास स्थायिक झाली होती. ती तेथील शासकीय इस्पितळात बालरोगतज्ज्ञ म्हणून कार्यरत होती. त्याच इस्पितळात त्यांचे जावई श्रीकांत हे प्रशासकीय अधिकारी होते.

वामनरावांचा मुलगा कौशिक आय.पी.एस. होऊन पोलीस खात्यात अधिक्षकाच्या हुद्द्यावर काम करीत होता. त्यांच्या पत्नी सरिताबाई पाच वर्षांपूर्वी हृदयविकाराने कालवश झाल्या होत्या. सून अनघा जी.डी.आर्ट झाली होती. घरचा कारभार सांभाळून संध्याकाळी चित्रकलेचे वर्ग घेत होती. अंगदराव आणि वामनराव या दोघांनाही नातवंडे झाली होती. मित्रद्वयांच्या जीवनात मध्यमवर्गीय सुखवस्तू, सुशिक्षित माणसांच्या आयुष्यात होणारे लहानमोठे अपरिहार्य चढउतार झाले होते. मात्र या सगळ्या उण्यापुऱ्या अर्धशतकाच्या प्रदीर्घ पण निकटच्या प्रवासात दोघांच्या दोस्तीचा धागा दोरखंडासारखा अधिकच घट्ट, बळकट, मजबूत झाला होता आणि म्हणूनच अतूट राहिला होता, तसाच अखंडही. केवळ त्या दोघांमध्येच नव्हे तर दोघांच्या कुटुंबांमध्येही जिव्हाळ्याचा घरोबा होता. इतका की अंगदरावांची मुले वामनरावांना 'काका' म्हणत तशीच वामनरावांची मुलेही त्यांना 'काका' म्हणू लागली. दिवसभर दोघेही आपापल्या व्यवसायात व्यस्त असले तरी संध्याकाळी दोघांची भेट आणि तास-दीडतास बुद्धिबळाचा डाव मांडून

मनमोकळ्या गप्पा हा वर्षानुवर्षांचा परिपाठ अटळ झाला होता. आलटून पालटून आळीपाळीने एकमेकांकडे संध्याकाळची बैठक रंगत असे. पण पाच वर्षांपूर्वी सरितावहिनी गेल्यापासून आणि अनघाने संध्याकाळचे वर्ग सुरू केल्यापासून वामनरावच अंगदरावांच्या दारात सहाच्या सुमारास दत्त म्हणून उभे राहत होते.

त्या दिवशी समोरच्या बैठकीच्या खोलीत प्रवेश करताच वामनराव म्हणाले, "अरे अंगद, तू तुझ्या नावाच्या पाटीवर आणखी एक डिग्री लाव."

"आणखी डिग्री? आता कोणती?" अंगदरावांनी टीपॉयवर बुद्धिबळाचा पट उलगडला.

"अरे, एम.ए., पीएच्.डी. आहे ना? त्याच्यापुढे आर.पी." वामनरावांनी दारावरच्या पाटीवर बोटाने आर.पी. ही अक्षरे गिरवली.

"आर.पी.? हे काय नवीन?" पटावर सोंगट्या मांडता-मांडता अंगदराव थांबले.

"अरे, तू आता रिटायर्ड प्रोफेसर म्हणून आर.पी., हो की नाही वहिनी?" आतून कॉफीचे कप घेऊन आलेल्या सुनंदाबाईंकडे बघत वामनरावांनी डोळे मिचकावले. त्यांच्या गमतीदार सूचनेवर कोणीच हसले नाही. पण खेळीमेळीच्या गप्पांना तोंड फुटले.

"मग तू सुद्धा बी.ए. एल्.एल्.बी. ॲडव्होकेट आर.पी. लावणार आहेस का? आर.पी. म्हणजे रिटायर्ड प्रॅक्टिशनर?" अंगदरावांनी उलट प्रश्न केला.

"पण मी कुठे रिटायर झालोय?"

"अरे, झाला नाहीस तर होशील उद्या-परवा."

"नो चान्स!"

"नो चान्स? म्हणजे?"

"अरे बाबा, आम्हा वकिलांना रिटायरमेंट नाही. जोपर्यंत कायदा आहे आणि तो मोडणारे लोक आहेत, तोपर्यंत वकिलाला निवृत्ती नाही." वामनरावांनी टीपॉयच्या कोपऱ्यावर हात आपटला.

"पण तू आता पासष्टीचा. किती वर्षं आणखी कज्जेदलाली करणार?" अंगदरावांनी कॉफीचा कप तोंडाला लावला.

"जमेल तेवढी वर्षं. जोपर्यंत डोकं, तोंड आणि हातपाय चालताहेत तोपर्यंत. आमच्या बारमध्ये देशमाने म्हणून एक सीनियर ॲडव्होकेट आहेत. किती वय असेल त्यांचं?" वामनरावांनी कॉफीचा घोट घेत विचारलं.

"किती? ऐंशी?"

"नाईंटी थ्री. त्र्याण्णव!"

"सांगतोस काय?"

"अरे परवाच आमच्या बारमध्ये त्यांच्या करियरचा हीरकमहोत्सव समारंभ साजरा झाला, प्रॅक्टिसला साठ वर्षे झाली म्हणून. डायमंड ज्युबिली! यू सी. आहेस कुठे?" वामनरावांनी कॉफी संपवून कप बाजूला ठेवला.

"इथंच आहे. चल, चाल कर." अंगदरावांनी पटावरचे प्यादे पुढे सरकवत विषय संपवला.

कॉफीचे रिकामे झालेले कप शेजारच्या स्टुलावर ठेवून दोघे बुद्धिबळात रमले. पण सुनंदाबाई नेहमीप्रमाणे कॉफीचे कप उचलून आत गेल्या नाहीत. का कोण जाणे, त्या तिथेच बाजूला बैठकीतल्या सोफ्यावर बसून राहिल्या. काही न बोलता. खेळणाऱ्या त्या दोघा मित्रांकडे बघत. त्यांचे डोळे त्या दोघांवर खिळले होते. एकटक नि शोधक. जणू त्या दोघांना पहिल्यांदाच बघत होत्या. नव्यानेच निरखत होत्या. दोघेही खेळात मग्न होते. मधूनच 'हे तुझं प्यादं गेलं', 'हा तुझा उंट गेला', 'हत्ती सांभाळ तुझा', 'वजीर हलव', 'हा बघ तुझा घोडा गेला', असे उद्‌गार निघत होते. पण त्यातले बहुतेक वामनरावांचेच होते. ते मधूनच बैठक बदलत होते. चाल खेळल्यावर स्वत:शीच खुशीत गुणगुणत होते. मान डोलवत होते. मध्येच सुनंदाबाईंकडे बघून उगाच हसत होते. खिडकीबाहेरच्या सायंकाळच्या सरत्या उजेडाकडे नजर फेकत होते. सहज, निर्हेतुक.

पण याउलट अंगदराव ओठ घट्ट मिटून शांत बसले होते. फक्त त्यांच्या ओठांच्या कोपऱ्यात मिस्किल स्मित खेळत होते. हात हलत होता, पटावर सोंगटी फिरवत होता. यंत्रवत हालचाल. जाणीवपूर्वक केलेली पण अजाणता घडलेली. दृष्टी पटावर रोवलेली. एकाग्र नि विचारमग्न. डोळे मधूनच बारीक तर मधूनच मोठे होताना दिसत होते. पापण्यांची तेवढी उघडझाप. सूक्ष्म नि तरल. बाकी ते लेण्यातल्या मूर्तीसारखे स्तब्ध होते. निश्चल पण निश्चयी.

त्या दोघांकडे बघताबघता सुनंदाबाईंना पहिल्यांदाच एकदम जाणवले की, हे दोघे इतके जिवलग मित्र असूनही किती वेगळे होते. स्वरूपात आणि स्वभावातही!

अंगदराव हे खुर्चीत ताठ बसले होते. त्यांची मान सरळ होती. ते उंच नसले तरी त्यांचा बांधा सडसडीत आणि प्रमाणबद्ध असल्याने उंच भासत होते. त्यांचा

रंग गोरा नसला तरी उजळ गव्हाळी होता. चेहरा काहीसा उभट पण उमदा आणि सतेज होता. काळे कुरळे केस दाट असले तरी कानापाशी पांढरा कलप लावावा तसे शुभ्र झाले होते. सरळ नाकावर धारदार निर्धार होता. डोळे स्वप्नाळू असले तरी त्यात हसरे कुतूहल होते. साधा रेघांचा पांढरा हाफशर्ट नि पायजमा घालूनच ते बसले होते. पण त्यांच्या बसण्यात, हालचालीत, हावभावात आणि शरीराच्या एकंदर ठेवणीत एक देखणा रुबाब होता. त्यांच्या नेहमीच्या बोलण्यात, हसण्यात नि वागण्यातही मजेदार सहिष्णु संयम होता, खानदानी सौजन्य होते.

याउलट वामनराव खुर्चीत ऐसपैस सैलसर पाय पसरून बसले होते. त्यांच्या बोलण्यात नि वागण्यात उत्साह होता, तसाच उतावीळ उल्हासही. ते उंच नि गोरेपान होते. रुंद खांदे, भरीव छाती, आडवा बांधा, त्यामुळे उंची जाणवत नव्हती. चेहरा गोल गरगरीत. गाल फुगीर. डोक्यावर टकलाचा चमकदार चांदवा. कान मोठे टवकारलेले. नजर भिरभिरती नि भेदक. आवाज मोकळा खणखणीत. बोलणे मसालेदार नि परखड, पण दिलखुलास. एकंदर असामी मस्तमौला आणि भारदस्त. आक्रमक तरीही आकर्षक आणि आपलीशीही.

बुद्धिबळात बुडालेल्या या दुकलीच्या व्यक्तिमत्त्वात जमीन-अस्मानाचा भेद असूनही ही जोडगोळी गेले अर्धशतक अभेद्य राहिली होती. ती कशामुळे? त्याचे उत्तर अंगदरावांशी विवाह झाल्यापासून गेल्या पस्तीस वर्षांत सुनंदाबाईंना सापडले नव्हते. त्या दिवशी सुद्धा ते उत्तर विस्फारलेल्या नेत्रांनी त्या शोधत होत्या. त्यांच्या गोऱ्या कपाळावर भुवयांच्या मधोमध आठी उमटली होती. उभी आणि प्रश्नार्थक.

"शह!" वामनरावांनी पुकारा केला. दोन्ही हात विजयी वीराप्रमाणे उभारून ते जागेवरून उठलेच.

"अहो 'शहा'जीराव, चाललात कुठे? हा तुमचा राजा मारला ना माझ्या वजिराने?" अंगदरावांनी मागे रेलत वामनरावांकडे सस्मित बघितले.

"खरंच की लेका अंगद, तुला हरवणं अशक्य आहे बाबा!" पटावर डोकावून बघत वामनराव म्हणाले. त्यांच्या शब्दात शरणागती होती, तसेच अंगदरावांचे सानंद कौतुकही.

"अशक्य नाही. कठीण आहे. नॉट इम्पॉसिबल बट डिफिकल्ट." अंगदराव शांतपणे उत्तरले.

"बरं बाबा डिफिकल्ट. झालं? तुझ्याशी कोण वाद घालणार? तू शब्दप्रभू."

वामनरावांनी टाळीसाठी हात पुढे केला. अंगदरावांनी टाळी दिली नाही. पण त्या दोघांच्या तेवढ्या संवादानेही बाजूला बसलेल्या सुनंदाबाईंची तंद्री मोडली.

"चलतो रे अंगद. येतो वहिनी. आता उद्या संध्याकाळी याच वेळी, नेहमीप्रमाणे. ओके?" वामनरावांनी सुनंदाबाईंचा निरोप घेतला. नेहमीसारखाच.

"उद्या सकाळी या ना भाऊजी" सुनंदाबाईंचे अनपेक्षित आमंत्रण.

"सकाळी? काय विशेष? एनी थिंग स्पेशल?" वामनराव दाराकडे जाता जाता थबकले.

"काही नाही. बुद्धिबळ खेळायला."

"सकाळी?"

"दुपारीसुद्धा या. चार वाजता."

"दुपारी कशासाठी?" वामनरावांनी चमकून सुनंदाबाईंकडे बघितले.

"बुद्धिबळ खेळायला." सुनंदाबाई पुन्हा सहजपणे म्हणाल्या.

"म्हणजे सकाळ, दुपार, संध्याकाळ बुद्धिबळ? काय सांगता काय वहिनी? आमच्या बुद्धीत एवढं बळ आहे का?" वामनरावांनी कोटी केली, पण ते कोड्यात पडले होते. काय प्रकार काय आहे, त्यांना कळेना.

"आहे. भरपूर बुद्धीचा स्टॉक आहे तुमच्यापाशी, आणि बळही. सकाळी आणि दुपारीही येत चला." सुनंदाबाईंनी आग्रह केला. अंगदराव गप्प होते.

वामनराव जागीच उभे राहिले. त्यांनी सुनंदाबाई आणि अंगदराव यांच्याकडे आळीपाळीने बघितले.

अंगदराव निमूटपणे बुद्धिबळाचा डाव आवरत होते. सोंगट्या शिस्तशीर डब्यात मांडत होते. त्यांचे मौन कायम होते. ते जणू त्या गावचेच नव्हते.

"पण वहिनी, दिवसा कसं जमणार? सकाळी अकराला कोर्टात जावं लागतं. परतायला दुपारचे पाच होतात. तुम्ही बघताच." वामनरावांनी सबब सांगितली.

"भाऊजी, आता बस करा की कोर्ट! ह्यांच्यापेक्षा तुम्ही पाच वर्षांनी मोठे. तुम्हाला कम्पलसरी रिटायरमेंट नाही. पण तुम्ही आता स्वेच्छानिवृत्ती घ्या." सुनंदाबाईंच्या बोलण्यात आर्जव होते, तशीच हुकुमतही.

वामनराव नाही म्हटले तरी जरा चपापले. इतक्या असोशीने सुनंदाबाई त्यांच्याशी कधी बोलल्या नव्हत्या.

"पण अंगद तयार आहे का? त्याची इच्छा आहे का? त्याला वेळ आहे का?"

वामनरावांनी खोडा घालायचा प्रयत्न केला. पण तो सपशेल असफल ठरला. एकदम बांध फुटावा तसा सुनंदाबाईंच्या शब्दांचा ओघ उसळला.

"वेळ नसायला काय झालं? आता रिटायर होऊन महिना झाला. मी पाहते तर मोकळ्या वेळात आपला सतत शब्दांशी खेळ करत असतात. शब्दांचा कीस पाडतात अगदी. एक मराठी शब्द डोक्यात आला की त्याचे शेकडो इंग्रजी शब्द शोधत बसतात. मनातल्या मनात घोळवत राहतात. तास न् तास. दुसरा उद्योग नाही. भरपूर वेळ आहे त्यांना."

"म्हणजे शब्दाचा नाद अजून चालू आहे त्याचा? मला वाटलं, आता शिकवणं संपलं तर ते भूत उतरलं असेल." वामनराव काहीसे चकित झाले होते.

"छे हो! आता रिटायर झाल्यावर तर कहर झाला आहे नुसता. शब्दाचं भूत जे मानगुटीवर बसायचं ते आता अंगात संचारतं. शब्दांचे अर्थ शोधताना स्वत:शीच बोलतात काय, फेऱ्या मारत हातवारे करतात काय, त्यांचं त्यांनाच काही कळत नाही. झपाटल्यासारखे होतात ते कधी कधी. मला तर भीती वाटतेय कुठं त्यांच्या मनावर परिणाम तर होणार नाही? मी काही म्हटलं तर माझं बोलणं हसण्यावारी नेतात." सुनंदाबाईंच्या चेहऱ्यावर काळजी, शब्दात कळकळ आणि आवाजात कातरता होती.

वामनराव गंभीर मुद्रेने पुस्तक चाळत खुर्चीत बसलेल्या अंगदरावांकडे बघत राहिले.

"अंगद, अरे काय हे? तुझं शब्दांचं खूळ अजून कायम आहे?"

"खूळ नाही रे खेळ. शब्दांचा खेळ. मला आवडतो तो." अंगदराव उठून उभे राहिले. निवांत कोऱ्या चेहऱ्याने पहिल्यांदाच बोलले.

"अजब आहे तुझा खेळ. कुणी बॅडमिंटन खेळतं, कुणी पत्ते खेळतं, कुणी टेनिस. आपण आता बुद्धिबळ खेळतो, पण तू आपला शब्दांशीच खेळतोस! तो सुद्धा स्वत:शीच! हा वेडेपणा नाही का?" वामनरावांच्या शब्दांत जरब होती, तशी चिंताही.

"अरे शहाण्या, यात वेडेपणा तो कसला? जन्मभर इंग्रजी आणि मराठी भाषा कॉलेजात शिकवली. दोन्ही भाषांचा नुसता पिट्ट्या पाडला. त्यांचा अभ्यास करता करता एका मराठी शब्दाचे अनेक इंग्रजी पर्याय मी शोधू लागलो. तो छंदच जडला मला. एक मराठी शब्द सुचला की, त्याचे अनेक इंग्रजी अर्थ

डोक्यात पिंगा घालू लागले. भुईनळ्यातून प्रकाशाचे रंगबेरंगी तुषार उडतात, तसे एका मराठी शब्दातून इंग्रजी शब्दांचे बहुरंगी स्फुल्लिंग उडू लागले. ही म्हणते ते खरंय. त्या शब्दांचे झगमगते कारंजे बघताना मी खरोखर बेहोश होऊ लागलो. बेभान!" अंगदराव हात एकमेकांवर चोळत जागीच उभे होते. पण अस्वस्थ. त्यांचे डोळे वामनराव आणि सुनंदाबाई यांच्यावर लागले होते. पण ते त्या दोघांकडे बघत नव्हते. ते स्वत:कडे बघत होते. अंतर्यामी उसळणाऱ्या अजब अनुभवाकडे. आणि बोलत होतेही स्वत:शीच. आंतरिक आवेगाने आणि तन्मयतेनेही, पण स्पष्टपणे नि संथपणे. मात्र स्वगत. अंगदरावांच्या त्या अनोख्या अंतरंगी आत्माविष्काराने वामनराव आणि सुनंदाबाई दोघेही दिपल्यासारखे झाले होते. जागच्या जागी खिळून उभे होते. तटस्थ तरीही तल्लीन. थोडा वेळ कोणीच काही बोलले नाही.

सुनंदाबाईंच्या तोंडून शब्दही फुटला नाही. पण वामनराव फार वेळ गप्प राहणे शक्य नव्हते. ते पहिल्यांदा भानावर आले. कितीही झाले तरी ते कसलेले वकील होते. कोणतीही गोष्ट त्यांना पुराव्यांशिवाय पटणे कठीण होते आणि पचणेही. त्यांच्या अंगी मुरलेला वकिली बाणा खडबडून जागृत झाला. तसा त्यांनी अंगदरावांना शब्दात पकडण्याचा प्रयत्न केला.

"अरे अंगद, तू म्हणतोस ते सगळं खरं असलं तरी तो तुझा वैयक्तिक अनुभव झाला. त्याला पुरावा काय?"

"काय पुरावा हवा तुम्हाला वकील महाशय?" अंगदरावांनी थेट वामनरावांच्या संशयी डोळ्यांत आपली नजर खुपसली. तसे वामनराव म्हणाले, "आता आपण हा बुद्धिबळाचा डाव खेळतो. राईट?"

"राईट."

"तू म्हणतोस तू शब्दांचा खेळ खेळतोस, ठीक?"

"ठीक."

"मग 'खेळ' हाच शब्द घे ना! 'खेळ' या शब्दाशीच तुझा शब्दार्थांचा खेळ खेळून दाखव. त्याचे इंग्रजीत काय अर्थ सुचतात तुला? फारतर 'गेम' आणि 'प्ले'. दुसरे काय?" वामनरावांनी 'जीतम् मया' अशा फुशारकीने सुनंदाबाईंकडे बघितले.

"अरे वामन 'गेम' आणि 'प्ले' हे लहान मुलांनी सांगायचे अर्थ झाले, बिगरीतल्या. पण हा लहान मुलांचा खेळ नाही यार. इट इज नॉट अ चाईल्डस् प्ले.

आणखी कितीतरी अर्थ आहेत 'खेळ' या शब्दाचे." अंगदराव किंचित उपहासाने हसले.

"कितीतरी? मग सांग ना आणखी कोणते ते." वामनरावांच्या शब्दात उघड आव्हान होते.

अंगदरावांनी क्षणभर डोळे मिटले. पण त्यांचे ओठ लगेच उघडले. त्यांची उघडझाप होऊ लागली. भराभर शब्द बाहेर पडू लागले. बंदुकीतून गोळ्या सुटाव्या तसे. वेगात आणि नेमके. "गेम आणि प्ले हे तर आहेतच, पण त्याशिवाय स्पोर्ट, पास्टटाइम, टाईमपास, परफॉर्मन्स, एन्टरटेनमेन्ट, शो, डॅलिअन्स, लाईट ॲक्शन, जेस्ट, मूव्ह."

अंगदरावांच्या तोंडून बाहेर पडलेल्या शब्दांची फैर वामनराव आणि सुनंदाबाई यांच्या डोक्याची चाळण करून गेली. नुसता भुगा!

पण अंगदराव थांबले नव्हते आणि संपलेही नव्हते. "याशिवाय खेळ या शब्दातून निघणारे निरनिराळे शब्द आहेत ते वेगळेच. खेळकर म्हणजे प्लेफुल, स्पोर्टिव्ह; खेळखंडोबा - फिॲस्को, बॅड मेस; खेळगडी - प्ले मेट; खेळणी - टॉईज, खेळी - स्ट्रॅटेजी; खेळीमेळी - जॉली इंटिमसी, हॅपी जेस्टिंग; खिलाडू - स्पोर्टिव्ह; खेळाडू - स्पोर्ट्समन, प्लेअर; खेळाडूपणा - स्पोर्ट्समनशिप."

'खेळ' या छोट्याशा शब्दाभोवती अंगदरावांनी क्षणार्धात घातलेले शब्दार्थांचे तांडव बघून वामनराव आणि सुनंदाबाई चकितच नव्हे तर अवाक् झाले होते. त्यातून प्रथम वाचा फुटली ती अर्थातच वामनरावांना.

"अरे अंगद, तू शब्दांशी खेळत असतोस त्यांचे वेगवेगळे अर्थ शोधण्यात रमतोस. पण ते सगळं केवळ तुझ्यापुरतं राहतं. गड्या, तू तर शब्दांची टांकसाळ आहेस. शब्दांचा कारखाना आहेस. त्या कारखान्यातून प्रॉडक्ट तयार कर ना." वामनरावांचे शब्द अमाप कौतुकातून स्फुरलेले, पण मनापासून आले होते. त्यात प्रामाणिक आणि कळकळीची इच्छा झळकत होती. पण अंगदरावांना त्यांचा लगेच अर्थबोध झाला नाही. त्यांनी भुवया उभारून विचारले,

"प्रॉडक्ट? कसले प्रॉडक्ट?"

"अरे, शब्दकोश तयार कर. मराठी शब्दांचे इंग्रजी अर्थ देणारा शब्दकोश!"

"वामन्या, मी ओळखली तुझी चलाखी."

"चलाखी? काय बोलतोस?"

"माझी स्वत:शी चालणारी बडबड बंद करण्याचा चांगला उपाय शोधलास तू." अंगदरावांनी चुटकी वाजवली.

"हो. बडबड बंद. पण बंद म्हणजे पुस्तकात बंद. फक्त पुस्तकाच्या पानांत बंद. तिथं ती चालूच राहणार. शेकडो, हजारो लोक तो शब्दकोश वापरणार. त्यांच्याशी तू बोलत राहणार, ते तुझी बडबड ऐकत राहणार. कायमची!" वामनराव हातवारे करत आवेशाने बोलले. पण तरी अंगदरावांना त्यांचे म्हणणे पटत नव्हते. त्यांनी हसत हसत पण संशयी शेरा मारला,

"छान! मला कायमचा मुका करण्याचा डाव दिसतोय तुझा."

"मुका करायचा डाव? तो कसा?"

"अरे, शब्दकोशाची व्याख्या अशी आहे, की ज्याच्यात खूप शब्द असतात, पण ते सगळे मुके असतात, तोंडी नसतात, छापील असतात, म्हणून शब्दकोशात हजारो शब्द असूनही तो बोलू शकत नाही." अंगदराव त्यांच्या खास प्राध्यापकी शैलीत नि थाटात बोलले.

"वाऽरे तुझी शब्दकोशाची व्याख्या! मला नाही पटत." वामनरावांनी नकारार्थी मान उडवली.

"का नाही? अरे, शब्दकोश म्हणजे काय तर अखेरीला It is a thing full of words, which never speaks. It is mute, dumb, speechless. समजलं?" अंगदरावांनी तर्जनी वामनरावांवर पिस्तुलासारखी रोखली. पण वामनरावांनी हात वर केले नाहीत. आपला हेका सोडला नाही आणि आग्रहही. ते अंगदरावांच्या जवळ गेले. त्यांच्या खांद्यावर हात ठेवून हट्टी मुलाची समजूत घालावी तशा सोशिक पण रोखठोक शब्दात म्हणाले, "चुकतोस तू अंगद. अरे, उलट तुझा शब्दकोश हजारो लोकांशी बोलत राहणार. वर्षानुवर्षं, पिढ्यान्‌पिढ्या, अखंड. It is not a dumb and mute thing. It is a book that talks forever. आता तर काय ऑडिओ बुक्सही परदेशात कुठे कुठे निघत आहेत. आपल्याकडेही ती तयार होऊ लागतील. मग तुझा शब्दकोश बोलू लागेल. त्या शब्दकोशातून तू बोलशील. तुला शब्दांचा प्रचंड नाद आहे, वेड आहे, प्रेम आहे. त्या शब्दप्रेमाचा सगळीकडे प्रसार होईल. घराघरात, गावागावात, देशादेशात. आहेस कुठे? अरे यार, यु विल बी फेमस. सेकंड पाणिनी!"

वामनरावांनी पाणिनीचा उल्लेख केल्यावर अंगदरावांच्या अंगावर थरार उठला. अवघा देह रोमांचित झाला. पाणिनी हा त्यांचा आदर्श होता, नव्हे जमीन हुंगत येणारा वाघ प्रत्यक्ष पाहून 'घ्रा जिघ्रती व्याघ्रः' असा व्याघ्र या शब्दाचा अर्थ लावताना वाघाच्या भक्ष्यस्थानी पडणारा पाणिनी, हे त्यांचे दैवत होते. त्या दैवताचे नाव ऐकताच अंगदरावांना नकळत स्फुरण चढले. काहीतरी दिव्य, अचाट करण्याची ऊर्मी अंतरंगात दाटून आली. पण ती ऊर्मी, ते स्फुरण त्यांच्या शब्दातून प्रकटले नाही. काहीसे हतबल स्वरात ते उत्तरले,

"वामनराव, अरे गड्या, शब्दकोश म्हणजे जोक नाही. ते फार कष्टाचं, जिकीरीचं, जबाबदारीचं काम आहे. शब्दकोश तयार करणं सोपं नाही."

"हो, पण अंगद, तुला ते सोपं आहे."

"अरे बाबा वामन, फार किचकट, तपशीलाचं वेळकाढू असं खटलं आहे ते."

"अरे ते इतरांसाठी अंगद, तुझ्यासाठी नाही."

"अतिशय बारकाईचा, कटकटीचा आणि डोकेदुखीचा उद्योग आहे तो वामन." अंगदरावांनी पुन्हा समजावले.

"अरे पण तुला तो सोपा आहे, का म्हणून विचार." पालुपद परत गिरवत वामनरावांनी सवाल केला.

"का?"

"कारण तुझा शब्दकोश तयार आहे. तुझ्यापाशीच आहे." वामनरावांनी अंगदरावांच्या खांद्यावर थाप मारली.

"माझ्यापाशी? कुठे?" अंगदराव गोंधळले.

"अरे वेड्या, तुझ्या डोक्यात!"

"डोक्यात? वामन, काहीतरीच काय?"

"अरे यार, इतका कसा काय तू अडाणी अंगद? अरे, तू स्वतः चालता बोलता शब्दकोश आहेस. तो आता फक्त लिहिता वाचता करायचा. त्याला वेळ लागेल तो डोक्यातला शब्दकोश कागदावर उतरवण्यापुरताच. सहज जमेल तुला. काय! तुझ्या डाव्या हाताचा मळ आहे तो. बाएं हाथ का खेल!" इथे वामनरावांनी चुटकी वाजवली, ती मात्र उजव्या हाताने.

आता निरुत्तर होण्याची पाळी अंगदरावांची होती. ते काहीच बोलले नाहीत. वामनरावांच्या तुफान गोलंदाजीपुढे ते निष्प्रभ झाले होते. त्यांची विकेट पडली नाही.

पण त्यांना बॅटिंग सुधरेना. शब्दप्रभू असूनही उत्तरासाठी शब्द सुचेनात. शब्दांशी खेळायचा त्यांचा नाद त्यांच्या अंगाशी आला होता. शब्दांचा धनी निर्धन झाला होता.

त्या दोघा मित्रांची जुगलबंदी भारावून बघत गप्प बसलेल्या सुनंदाबाई कॉफीचे रिकामे कप घेऊन उठल्या. त्यांच्याकडे बघून वामनराव खुशीत हसले.

"उद्या येतो वहिनी. बुद्धिबळ खेळण्यासाठी. पण नेहमीच्या वेळी, संध्याकाळी. आता दिवसभर शब्दांचा खेळ बंद. शब्दकोशाचे काम चालू. याला सोडू नका. मी सुद्धा सोडणार नाही. पिच्छा पुरवणार त्याचा. एक मोठं उपयुक्त काम होईल बघा."

सुनंदाबाईंनी मुकाट्याने मान हलवली. होकारार्थी नाही आणि नकारार्थी नाही. केवळ उभी. सहमतीची. वामनराव अंगदरावांना हातानेच 'बाय' करून गेले. पण अंगदराव जागचे जराही हलले नाहीत. त्यांना पोचवायला नेहमीप्रमाणे फाटकापर्यंत जाऊन तेथे पुन्हा बोलत राहिले नाहीत. इतकेच नव्हे तर दारापर्यंतही गेले नाहीत. त्यांच्या तोंडून 'शुभरात्री, सी यू टुमारो' हे नेहमीचे शब्दही उमटले नाहीत. उलट ते परत खुर्चीवर जाऊन बसून राहिले. निमूट नि नि:शब्द.

वामनरावांनी टाकलेला शब्दकोशाचा किडा अंगदरावांच्या डोक्यात त्या दिवशी रात्रभर वळवळत होता. पहाटे पहाटे तो कोशातून बाहेर पडला नि त्याला रंगीबेरंगी पंख फुटले. त्यासरशी ते एकदम उठून बसले. शेजारी सुनंदाबाई जाग्याच होत्या. त्यांनी दचकून विचारले, "काय झालं हो?"

"शब्दकोश करायचा ठरलंय!"

"खरंच?" सुनंदाबाईंच्या त्या एका शब्दात आश्चर्य मावत नव्हते, तसाच हर्षही.

"हो. उद्यापासूनच सुरू करू. शुभस्य शीघ्रम्."

"मी तुम्हाला सर्व मदत करीन. लागेल ती सर्व." सुनंदाबाईंच्या बोलण्यातून उत्साह ऊतू जात होता.

"प्रश्नच नाही. तुमची मदत तर अटळच आहे आणि मोलाचीही."

त्या पहाटे ते प्रौढ दाम्पत्य एकमेकांच्या मिठीत विसावले ते सकाळी दूधवाल्याची घंटी वाजेपर्यंत. निवांत नि निर्धास्त.

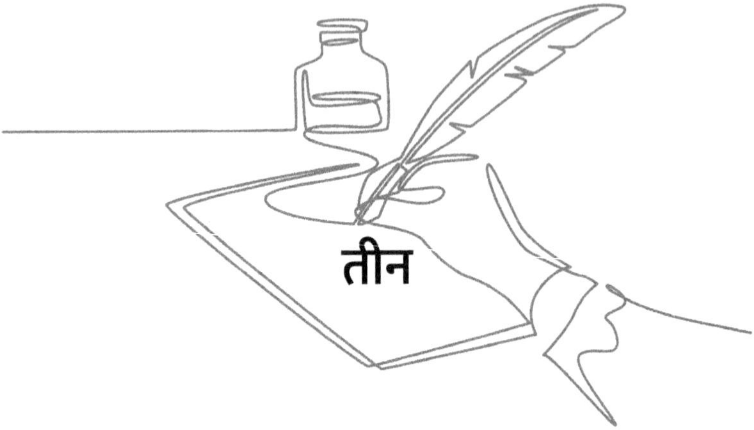

तीन

कोणतेही काम करायचे ठरवले की ते तत्काळ हाती घेऊन शक्य तितक्या त्वरित उत्तमप्रकारे एकाग्रतेने पूर्ण करायचे, ही अंगदरावांची प्रवृत्ती होती, तसेच पद्धत आणि परिपाठही.

दुसऱ्या दिवशी नित्यकर्मे आटोपल्यावर शुचिर्भूत होऊन त्यांनी नेहमीची स्तोत्रे म्हटली आणि लगेच शब्दकोशाच्या लेखनाचा ओंकार केला. खरे तर त्यांनी 'अकार' केला. कारण मराठीतला पहिला शब्द 'अ' आहे. म्हणून अभ्यासिकेत त्यांच्या लांब-रुंद टेबलाशी बसून त्यांनी दोनशे पानी वहीमध्ये पहिला शब्दार्थ लिहिला.

अ - The first Marathi vowel. A prefix (indicating) showing negation, such as अमराठी - non-Marathi; अकुशल - unskilled; अकारण - without reason; अयोग्य - Improper.

ही त्यांच्या शब्दकोशातील पहिली नोंद होती. ती निरखून बघत ते थोडावेळ थांबले. त्यांचे हस्ताक्षर वळणदार असले, तरी धावते होते. तसेच किरटेही. छपाईच्या दृष्टीने सुटे, स्पष्ट, सोपे आणि सोयीस्कर नव्हते. ती शंका येताच ते क्षणभर घोटाळले. हनुवटीवर तर्जनी ठेऊन विचारात गढले, तेवढ्यात स्वयंपाकीण

आणि घरकामाच्या बाई यांना सुतीपाती सांगून सुनंदाबाई तेथे आल्या. टेबलाशी वाकून बघत त्यांनी आनंदाश्चर्याने विचारले, "अगोऽबाई! झाली शब्दकोशाला सुरुवात?"

"हो. पहिली नोंद झाली. पण एक अडचण आहे."

"कसली?"

"माझं अक्षर."

"पाहू. काय झालं अक्षराला? छान तर आहे." सुनंदाबाईंनी वहीतली पहिली नोंद बारकाईने पाहिली.

"अहो, दिसायला चांगलं आहे. अगदी एकसारखं. पण छापायला अवघड पडेल. सहज कळणार नाही." अंगदरावांनी खुलासा केला तशा सुनंदाबाई उत्साहाने उद्‌गारल्या,

"अहो, मी आहे ना! तुम्ही मला डिक्टेट करा. मी लिहीत जाईन."

"पण तुम्ही कशा? तुम्हाला शाळा नाही का?"

"आज मी रजा काढली आहे."

"ते आजचं झालं. एका दिवसात थोडंच काम संपणार आहे? उद्याचं काय? कोणीतरी चांगल्या हस्ताक्षराचा लेखनिक बघायला हवा. माझ्या विद्यार्थ्यांपैकी पाहतो कोणी..."

"काही नको. मी करीन सगळं शेवटपर्यंत." सुनंदाबाईंच्या बोलण्यात निश्चय होता.

"पण तुम्हाला कसं जमणार सगळं घरचं दारचं करून?"

"अहो ऐका माझं, मी सगळा प्लॅन केला आहे. माझी दीड महिना रजा साठली आहे ती पहिल्यांदा मी घेणार आणि नंतर व्हॉलंटरी रिटायरमेंटचा अर्ज देणार." सुनंदाबाई घायकुतीने बोलत होत्या.

"पण व्हॉलंटरी रिटायरमेंट कशाला?" अंगदराव सुनंदाबाईंच्या चेहऱ्यावरचा निर्धार बघतच राहिले.

"अहो, आता एक वर्ष तर राहिलंय सर्व्हिसचं. कशाला हवी जा-ये. तुमचं पेन्शन मिळेल. माझं पेन्शन मिळेल. सगळं तर आहे आपल्यापाशी. दोघांचा तर संसार. काय कमी आहे आपल्याला? दिवसभर शब्दकोशाचं काम करता येईल. नाहीतर तुम्ही घरी एकटे, मी बाहेर. त्यापेक्षा एकमेकांच्या सोबतीनं निवांतपणे

काम करू. कसा आहे प्लॅन?" सुनंदाबाईंच्या शब्दाचा धबधबा संपला. त्या टेबलावर हात टेकून उभ्या होत्या. एक पाऊल मागे, एक पुढे. त्यांची बांधेसूद आकृती डोळ्यांत साठवताना अंगदरावांच्या तोंडून नकळत शब्द गेले,

"प्लॅन छान आहे. पण पेन्शनीला आलात तुम्ही? तुमची साठी होणार! विश्वास बसत नाही. अजूनही तुम्ही तशाच दिसता." अंगदरावांच्या डोळ्यांत कौतुक होते.

अंगदरावांना सुनंदाबाईंचा प्रौढपणा जाणवत नव्हता. पस्तीस वर्षांपूर्वी लग्न झाल्यावर अंतरंगात रेखलेले सुनंदाबाईंचे चित्र तसेच त्यांच्या डोळ्यांसमोर उभे होते. ताजे आणि प्रसन्न. तीच कमनीय काया, तेच हसरे डोळे, तोच आर्जवी आवाज, तीच गौरवर्ण चर्या, तोच प्रदीर्घ सहवासाने परिपक्व झालेला, हसण्या बोलण्यातून प्रकटणारा, अबोल प्रीतीचा मधुर आविष्कार.

"तशाच म्हणजे?" सुनंदाबाईंनी अंगदरावांना पूर्वस्मृतीतून जागे केले.

"तशाच सुंदर!"

"अहो, सुंदरता ही पाहणाऱ्याच्या नजरेत असते, हे तुम्हाला का सांगायला हवं?" सुनंदाबाईंची नजर संकोचाने खाली वळली, तशीच काहीशी लज्जेनेही. पण लगेच त्यांनी हाताचे घड्याळ बघण्याचा बहाणा केला.

"पण काळ कोणासाठी थांबत नाही. हा बघा वेळ कसा चालला आहे. अर्धा तास गेला बोलण्यात. चला, कामाला लागूयात."

सुनंदाबाईंनी बोलता-बोलता दुसरी खुर्ची समोर ओढली. टेबलाच्या एका कडेला त्या बसल्या. अंगदरावांसमोरची वही घेऊन त्यांनी पहिल्या नोंदीच्या वरती मधोमध कपाळावर टिळा लावावा, तसे 'श्री' हे अक्षर लिहून दोन्ही बाजूला दंड काढले. शब्दकोशाच्या कामाचा जणू 'श्रीगणेशा' केला.

अंगदरावांनी पुढच्या नोंदी सांगण्यास आरंभ केला. प्रथम अकारविल्हे मराठी शब्द. नंतर इंग्रजीत त्याचे कंसात व्याकरण, त्यापुढे त्या मराठी शब्दाचा समानार्थी इंग्रजी शब्द, त्याशिवाय त्यापुढे आवश्यक तिथे त्या मराठी शब्दापासून निर्माण झालेले अन्य मराठी शब्द किंवा वाक्प्रचार आणि त्यांचा समानार्थी इंग्रजी शब्दात अर्थ अथवा स्पष्टीकरण असा साधारण नोंदींचा क्रम आणि स्वरूप होते. सुनंदाबाईंनी केलेल्या नोंदी अंगदरावांनी मधेच थांबून पाहिल्या आणि एकदम संतोषाने मान डोलवली. "वा! काय छान हस्ताक्षर आहे. सुंदर!"

सुनंदाबाईंचे अक्षर खरेच सुटे, सुस्पष्ट, टपोरे शिवाय सुरेख होते. मुद्रणप्रतीसाठी आदर्श आणि छपाईसाठी अगदी नमुनेदार आणि सोयीस्कर.

त्यादिवशी दुपारी बारा वाजेपर्यंत दोघेही टेबलाशी बसली होती. अंगदराव नोंद सांगत होते. त्यांचे ओठ हलत होते. सुनंदाबाई खाली मान घालून लिहीत होत्या. त्यांची बोटे हलत होती. बाराच्या ठोक्याला 'अखेर' या शब्दाची नोंद अंगदरावांनी सांगितली.

"अखेर (*adv*) Finally, (*adj*) Finished; Concluded; (*f*) End, conclusion, limit."

सुनंदाबाईंनी ती नोंद वहीत लिहून पूर्ण केली आणि अंगदराव उठले. त्यांनी दोन्ही हात वर ताणून बोटे एकमेकांत गुंतवून झकास आळस दिला.

"चला जेवण करू आणि पुन्हा बसू थोड्यावेळाने. तुमच्या बोटांना जरा विश्रांती हवी."

जेवणे आटोपल्यानंतर तास-दीडतास विसावा घेऊन दोनच्या सुमारास ती पतीपत्नीची जोडी अभ्यासिकेत टेबलाशी परत स्थानापन्न झाली.

टेबलाच्या एका टोकाशी अंगदराव. हातात लेखणी आणि समोर वही घेऊन दुसऱ्या टोकाला सुनंदाबाई. एका टोकाकडून शब्दांचा उच्चार, दुसऱ्या टोकाला त्याचे टिपण, हे शब्दांचे टेबलटेनिस चालू झाले, ते थेट संध्याकाळी सहाच्या सुमारास वामनरावांची हाक येईपर्यंत. आणि पुन्हा रात्रीच्या जेवणानंतर पती-पत्नीची शब्दक्रीडा सुरू झाली ती अकराला झोपायची वेळ होईपर्यंत. आणि मग शब्दकोशाच्या या खेळाचे दिवसभराचे सुमारे आठ तासांचे हे वेळापत्रक ठरूनच गेल्यासारखे झाले. त्यात सहसा खंड पडत नव्हता. सकाळी, दुपारी आणि रात्री निवांत वेळी शब्दकोश शब्दाशब्दाने, पानापानाने आकार घेऊ लागला. नियमित आणि निर्वेध.

वामनराव म्हणाले होते त्याप्रमाणे शब्दकोशाचे काम अंगदरावांसाठी खरेच सोपे होते, कारण एकतर अंगदरावांचे मराठी आणि इंग्रजी या दोन्ही भाषांवर अतोनात प्रेम होते, तसेच प्रकांड प्रभुत्वही. त्या भाषांमधल्या शब्दांशी खेळण्याची त्यांना मनापासून आवड होती. शब्दार्थांच्या विविध छटांमध्ये रमण्यात रुची होती. त्यामुळे बहुतेक सर्व उपलब्ध शब्दकोश त्यांच्या वैयक्तिक संग्रहात होते. सर्व प्रकारचे आणि सर्व प्रचलित भाषांचे. मराठी, इंग्रजी, हिंदी, संस्कृत अगदी उर्दूदेखील आणि

फारसी सुद्धा! प्रदीर्घ काळपर्यंत केलेल्या भाषांच्या अध्ययन-अध्यापनामुळे त्यांना शब्दकोशांचा वारंवार नियमित वापर आणि उपयोग करण्याची सवय जडली होती. अनायासेच त्यांचा विभिन्न शब्दकोशांचा परिपूर्ण अभ्यास झालेला होता. त्यामुळे शब्दकोशाची रचना आणि मांडणी, इतकेच नव्हे तर त्याचे तंत्र आणि मंत्र ते कोळून प्यायले होते. थोडक्यात, शब्दकोशाचे संपूर्ण शास्त्र त्यांना आमूलाग्र अवगत होते.

विशेषत: मराठी-इंग्रजी शब्दकोश सिद्ध करण्याच्या पद्धतीचे ज्ञान त्यांच्या अंगी पुरेपूर भिनलेले होते. मोल्सवर्थ आणि कँडी यांचा १८३१ साली प्रसिद्ध झालेला आणि १८३७ आणि १८६२ साली सुधारित केलेला, तसेच १९११ साली छापलेला दिघे यांचा मराठी-इंग्रजी शब्दकोश हे दोन्ही ग्रंथ अंगदरावांना जवळपास मुखोद्गत होते. कारणपरत्वे त्यांनी त्या शब्दकोशांचे अगणित वेळा निरीक्षण केलेले होते. त्यावेळी त्या शब्दकोशांमधल्या त्रुटी आणि अपुरेपणा तशीच त्यांची कालबाह्यता ही वैगुण्ये त्यांच्या वेळोवेळी अनुभवास आली होती, इतकेच नव्हे तर त्यांच्या मनात सलत होती. अर्थात ही वैगुण्ये आणि उणीवा कालांतराने शब्दकोशांमध्ये निर्माण होणे हे साहजिक आणि अपरिहार्य आहे, हे देखील त्यांना कळत होते. कारण शब्दकोश ही काही स्थिर, स्थायी आणि स्थितीशील निर्मिती नाही. तर ती एक सतत चालू राहणारी, काळानुसार बदलणारी प्रगतिशील प्रवाही प्रक्रिया आहे, याची ओतप्रोत जाणीव अंगदरावांना होती.

भाषा ही काळानुसार बदलत असते. भाषेतील शब्द परिस्थितीनुसार नवीनवी रूपे घेत असतात. नवे-नवे शब्द भाषेत येत असतात, कारण अखेरीला भाषा ही मानवी जीवनाचा उद्गार आहे. जीवनात नव्यानव्या घटना घडत असतात, नवे शोध लागत असतात, नित्यनूतन वस्तू आणि व्यवसाय निर्माण होत असतात, नवनवीन कल्पना उदयाला येतात; तसेच शास्त्र, तंत्रज्ञान, साहित्य, कला, क्रीडा, वाणिज्य या समस्त मानवी व्यवहारातही अभिनव ज्ञानाची सतत भर पडत असते. हे सगळे स्थित्यंतर, हे सर्व बदल सामावून घेताना भाषेत साहजिकच नवीन शब्दांची उत्पत्ती होत असते. अलीकडच्या काळात असे असंख्य नवीन शब्द मराठी भाषेत प्रचलित झाले आहेत. अशा शब्दांची पुढील उदाहरणे नमुन्यादाखल अंगदरावांच्या नजरेसमोर तरळत होती.

वातानुकूलित - Airconditioned

हवाईसुंदरी - Air Hostess

सौंदर्य प्रसाधन - Make-up

संचिका - Album

शीतोष्ण पात्र - Thermos Flask

दूरचित्रवाणी/दूरदर्शन - Television

दूरध्वनी/टेलिफोन - Telephone

भ्रमणध्वनी/मोबाईल - Mobile Phone

अभियंता - Engineer

अनुदान - Grant-in-Aid

शीतपेटिका - Refrigerator

संगणक - Computer

आंतरजाल - Internet

यांसारख्या असंख्य नवीन शब्दांचा अंतर्भाव, पूर्वीपासून मराठी भाषेत रुळलेल्या आणि समाजमनात वर्षानुवर्षे बद्धमूल झालेल्या शब्दांबरोबरच, शब्दकोशात झाला तर तो सर्वांगीण आणि अद्ययावत होईल, असा ठाम विश्वास अंगदरावांना होता. थोडक्यात, शब्दकोशकर्त्यांची भूमिका यशस्वीपणे पार पाडण्यासाठी अंगदराव ही अतिशय सुयोग्य, सुसज्ज आणि समर्थ असामी होती.

शब्दकोशकार म्हणून अंगदरावांच्या ठायी वसणाऱ्या या सामर्थ्याला सुनंदाबाईंच्या सुजाण आणि समर्पित सहकार्याची साथ लाभली होती. त्यामुळे शब्दकोशाच्या कार्याचे गलबत सुरळीत आणि झोकात चालले होते. तसेच वेगातही, अविरत.

दिवसांमागून दिवस लोटत होते. रात्री मागून रात्री सरत होत्या. शब्दांमागून शब्द वहीच्या पानांवर उतरत होते. पानांमागून पाने उलटत होती. अंगदराव त्या अखंड शब्दौघात मनसोक्त डुंबत होते. सुनंदाबाई त्यांना मन:पूत संगत करीत होत्या. मध्येच केव्हातरी लिहून-लिहून दुखणारी बोटे सुनंदाबाई मोडत असत तेव्हा अंगदराव उठून त्यांची दुखरी बोटे हळुवार हाताने कुरवाळत होते. त्यावेळी सुनंदाबाईंच्या गालावर अजाणता गुलाब फुलत होते आणि अंगदरावांच्या अंगावर आपोआप रोमांच! त्या नि:शब्द नाजूक स्पर्शातून दोघांच्या शरीरात अनासक्त सुखसंवेदना सळसळत होती आणि अर्धोन्मीलित नजरेतून 'शब्देवीण संवादिजे' असे अबोल तरीही बोलके संभाषण स्फुरत होते.

दिवसभर अंगदराव सुनंदाबाईंसह शब्दकोश-निर्मितीच्या अनोख्या नशेत विहरत होते. फुलपाखरासारखे अल्लद, मुक्त आणि स्वच्छंद. संध्याकाळी वामनरावांबरोबर त्यांचा बुद्धिबळाचा डाव रंगत होता. नवल म्हणजे वामनराव कधीही शब्दकोशाचा विषय काढत नव्हते. अंगदरावही मूग गिळून गप्प होते. पण मध्येच केव्हातरी एक दिवस अंगदराव बुद्धिबळाचा पट मांडण्यात मशगुल असताना वामनरावांनी अचानक विचारले, "अरे अंगद, तुझं ते बुद्धिबळ राहू दे जरा. तुम्हा राजाराणीचा शब्दकोशाचा खेळ कुठपर्यंत आला आहे?"

"वामन, अरे कमाल आहे तुझी!"

"कमाल? कसली?"

"योगायोगाची."

"योगायोग?" वामनरावांना काही उमजेना.

"अरे, तू बुद्धिबळ राहू दे म्हणतोस आणि नेमकं आजच 'बुद्धिबळ' आटोपून मी इथे येऊन बसलो आहे. आहे की नाही गंमत!" अंगदरावांनी वामनरावांना आणखीनच भोवऱ्यात टाकले.

"बुद्धिबळ आटोपून म्हणजे?" यावेळी वामनरावांचे तोंड उघडे पडले.

"अरे, आत्ताच आम्ही शब्दकोशातील 'बुद्धिबळ' या शब्दाची नोंद पूर्ण केली. त्याचबरोबर बुद्धिबळातले पट, मोहरे हे शब्दही लिहिले. आता बोल!"

अंगदरावांचा उलगडा ऐकताच वामनरावांच्या कपाळावरचे आठ्यांचे जाळे मिटले. कौतुकाने त्या दोघा पती-पत्नींकडे बघत ते म्हणाले, "अरे अंगद, बोलायचं काय! 'बु' अक्षरापर्यंत आलात तुम्ही, म्हणजे बराच पल्ला गाठलात. जवळपास पाऊण काम उरकलं म्हणायचं. ब्रेव्हो!"

"अरे, सुनंदाबाई जोडीला आहेत, त्यामुळेच अगदी मजेत भराभर गाडी पुढे चाललीय. कंटाळा म्हणून येत नाही." अंगदरावांनी सुनंदाबाईंकडे कृतज्ञ कटाक्ष टाकला.

"चला! उगाच हरभऱ्याच्या झाडावर चढवू नका मला. सुरू करा तुमचा डाव. शब्दकोशातलं 'बुद्धिबळ' आटोपलं, पण इथलं तसंच राहिलं आहे. मी कॉफी आणते." सुनंदाबाई उठून आत गेल्या. त्यांच्या चालीत उल्हासाचे उधाण होते.

वामनरावांप्रमाणेच शब्दकोशाच्या प्रगतीची उत्सुकता बाळगणारे आणखी दोघेजण होते. एक शिकागोचा वैभव आणि दुसरी नागपूरची वैजयंती. अंगदरावांच्या

निवृत्तीनंतर त्यांनी आणि सुनंदाबाईंनी आपल्याकडे येऊन विश्रांतीसाठी राहावे, असे दोघांचेही पूर्वीपासूनच आग्रहाचे आमंत्रण होते. आता कॉलेजच्या कामाचा धबडगा मागे नाही तेव्हा चांगले वर्ष-सहा महिने आरामात राहावे, असा दोघांचाही हट्ट होता. वास्तविक पूर्वी वेळोवेळी अंगदराव आणि सुनंदाबाई आपल्या मुलांकडे जाऊन राहिले होते. त्या दोघांचा सुखी संसार बघूनच नव्हे, तर प्रत्यक्ष अनुभवून आले होते. गेल्या तीन-चार वर्षांत मात्र त्यांचे जाणे झाले नव्हते. कारण वैभव आणि वैजू हेच वर्षाआड दिवाळीसाठी आईवडिलांकडे आले होते. म्हणून या वर्षी आईवडिलांनी आपल्याकडे यावे, अशी दोघांची इच्छा नव्हे, अट्टहास होता. गेल्या वर्षभरात त्याची त्या दोघांनी, दरवेळी फोन झाला की, आठवण करून दिली होती. त्यामुळे अंगदरावांनी शब्दकोशाचे काम करायला घेतले हे कळल्यावर त्या दोन्ही मुलांची बरीच निराशा झाली होती.

वैभव वैतागून सुनंदाबाईंना फोनवर म्हणाला होता, "आता कशाला बाबांनी या वयात हे शब्दकोशाचं झेंगट गळ्यात घेतलं आहे? आता हे किचकट काम केव्हा पूर्ण होणार कोण जाणे. डॅम इट!" वैजयंतीने मात्र "हे फार चांगले करता आहात तुम्ही. अशा शब्दकोशाची आज फार गरज आहे. पहा, धो-धो खपेल तुमचा हा शब्दकोश. पैज आपली!" असे प्रोत्साहनपर पत्र अंगदरावांना पाठविले होते. उत्तरादाखल अंगदराव आणि सुनंदाबाईंनी दोन्ही मुलांना पक्के आश्वासन दिले होते की, शब्दकोशाचे काम पूर्ण होऊन तो प्रसिद्ध झाला की आम्ही दोघेही निश्चित तुमच्याकडे आळीपाळीने येणार. तुम्ही म्हणाल तितके दिवस राहणार, प्रॉमिस! पहिल्यांदा कोणाकडे जायचे हे तुम्ही आपसात टॉस करून ठरवा. शब्दकोश तयार होण्यास फार तर वर्ष लागेल. तेव्हा तेवढा धीर धरा. बी पेशंट, इंतजार का फल मीठा होता है!

आश्चर्य म्हणजे खरोखरच शब्दकोशाचे लेखन वर्षभरात पूर्ण झाले. एके दिवशी दुपारी अंगदरावांनी सांगितलेला शेवटचा शब्द वहीत लिहून सुनंदाबाईंनी शब्दकोशाची इतिश्री केली. तो शब्द होता -

ज्ञेयवाद (*m*) The doctrine that man can attain knowledge divine through his reason, as against अज्ञेयवाद which maintains that the full knowledge of God and spiritual mysteries cannot be attained through intellectual operations.

त्या दिवशी संध्याकाळी वामनराव बुद्धिबळ खेळायला आले तेव्हा अंगदरावांनी पट टेबलावर मांडला नाही. शब्दकोशाच्या मुद्रणप्रतीच्या सहा वह्यांचा गठ्ठा त्यांच्यासमोर ठेवला.

“वकीलसाहेब, हा घ्या! वर्षभरापूर्वी तुम्ही आज्ञा केली होती, त्याप्रमाणे हा तुमचा शब्दकोश. इट इज ऑल रेडी. एकदम तयार आहे.”

अंगदरावांच्या काहीशा नाटकी आविर्भावाकडे दुर्लक्ष करत वामनराव मनापासून बोलले, “झाला शब्दकोश पूर्ण? अरे अंगद, अभिनंदन तुझं आणि वहिनींचंही. केवढं मोठं काम केलं तुम्ही, तेही केवळ वर्षभरात!” वामनरावांचे मोठाले डोळे आनंदाने नि आश्चर्याने अधिकच विस्फारले होते.

“It is your baby now. याचं काय करायचं ते पहा.” अंगदरावांनी हात झटकल्यासारखे फिरवले.

“अरे करायचं काय! या बेबीला आता उत्तम स्थळ पाहायचं. ते मी अगोदरच पाहिलं आहे.” अंगदरावांचीच उपमा वामनरावांनी पुढे चालवली.

“स्थळ?” सुनंदाबाई मात्र कोड्यात पडल्या.

“अहो वहिनी, स्थळ म्हणजे प्रकाशक. हा शब्दकोश छापून प्रकाशित करणारा प्रकाशक.” वामनरावांनी उलगडा केला.

“प्रकाशक ठरवलास तू वामन! कमाल आहे बुवा तुझी. मुलगी अजून पाळण्यात आणि तू लग्न ठरवून मोकळा!” चकित होण्याची पाळी आता अंगदरावांची होती.

“अरे तू जेव्हा मागे ‘बुद्धिबळ’ या शब्दापर्यंत आल्याचे सांगितलेस ना, तेव्हाच मी प्रकाशक पक्का केला.” स्वत:वर खुश होऊन थोडेसे फुशारकीने वामनराव म्हणाले.

“कोणता प्रकाशक?”

“नवभारत प्रकाशन. तुला माहीत असेलच. जुनी संस्था आहे. प्रतिष्ठित आहे.” वामनरावांनी तरफदारी केली, तशी अंगदरावांची मान आपोआप संमतीदर्शक हलली.

“नवभारत ना? त्यांनी प्रकाशित केलेले इंग्रजी-मराठी, मराठी-मराठी शब्दकोश आहेत माझ्याकडे. चांगले छापले आहेत ते. ‘नवभारत’चे विठ्ठलराव शिरसाट माझ्या परिचयाचे आहेत. मागे त्यांची दोन-चारदा गाठ पडली होती.”

"विठ्ठलराव आता वयपरत्वे व्यवसाय बघत नाहीत. त्यांचा मुलगा सगळं प्रकाशन चालवतो. प्रमोद शिरसाट. आमच्या बारमध्ये सानप वकील आहेत, माझ्या चांगल्या मित्रांपैकी. त्यांचा हा भाचा. मी सानपांकडे सहज बोलता-बोलता विषय काढला तर म्हणाले, 'आमच्या प्रमोदला द्या. तो इंटरेस्टेड आहे. त्याने पूर्वी शब्दकोश प्रकाशित केले आहेत.' नंतर प्रमोद मला येऊन भेटला. तो अगदी एका पायावर तयार आहे. तुझा शब्दकोश, तोही मराठी-इंग्रजी म्हटल्यावर तर तो उडालाच. अरे अंगद, तुझा विद्यार्थी आहे तो."

वामनरावांनी सविस्तरपणे शब्दकोशाच्या प्रकाशनाचा प्रश्न निकालात काढला. त्यापुढे बोलण्यासारखे त्यांनी काहीच शिल्लक ठेवले नाही. दोघेही पती-पत्नी केवळ श्रवणभक्ती करत होते. फक्त अंगदरावांनी कपाळावर बारीकशी शोधक आठी घातली.

"माझा विद्यार्थी?"

"अरे, तुला आठवत नसणार. आता तो चाळीशीचा असेल. कॉमर्सला तू त्याला इंग्रजी शिकवलं आहेस म्हणाला. म्हणजे पंधरावीस वर्षांपूर्वी बी.कॉम. झाला असणार." वामनरावांनी खुलासा केल्यावर तर संवादच संपला.

बुद्धिबळाचा पट मांडायचा तसाच राहिला होता. टीपॉयवर फक्त शब्दकोशांच्या वह्यांची चवड होती. तिच्याकडे बघत सुनंदाबाईंनी आणलेली कॉफी ते त्रिकूट मिटक्या मारत पिऊ लागले. त्या दिवशी कॉफी जास्तच चविष्ट झाली होती. तिघांच्याही चेहऱ्यावर हलकेसे स्मित विलसत होते. साफल्याचे नि कृतार्थतेचेही.

दुसऱ्याच दिवसापासून चक्रे भराभर फिरली. संध्याकाळी दाराची घंटी वाजली. सुनंदाबाईंनी दार उघडले, तर वामनराव नव्हतेच. समोर होता एक अपरिचित धट्टाकट्टा, ताडमाड तरुण. पायजमा, झब्बा, वर तीन खिशांचे काळे जाकीट, पायात कोल्हापुरी चपला, हातात पट्ट्यांची कातडी हँडबॅग, भरीव, सावळा, आकर्षक चेहरा. डोक्यावर दाट बारीक केस. पिंगट, चमकदार डोळे. थोराड, रेखीव नाक. त्याचा आडमाप मजबूत मांसल ठसठशीत देह सारा दरवाजा व्यापून उभा होता.

"सर आहेत?" नम्र आवाजात ठाशीव प्रश्न आला.

सुनंदाबाई काही बोलण्यापूर्वीच समोरच्या बंगल्याच्या व्हरांड्यातून

वामनरावांनी पुकारा केला, "अरे अंगद, हा प्रमोद शिरसाट आला आहे बघ. त्याच्याशी बोलून घे. मी आलोच थोड्या वेळात."

अंगदराव आपल्या नेहमीच्या जागी बसले होते. समोरच्या खुर्चीकडे त्यांनी निर्देश केला.

"या. या. बसा."

बसण्यापूर्वी प्रमोद शिरसाट एकदम खाली वाकला. त्याने अंगदरावांना दोन्ही हात जमिनीला टेकवून नमस्कार केला. शब्दही न बोलता त्याने जाकिटाच्या खिशातून पाकीट काढून अंगदरावांना दिले.

"हे काय?"

"सर हा चेक आहे. दहा हजारांचा."

"चेक?" अंगदराव बघतच राहिले. सुनंदाबाईसुद्धा जागीच थबकून उभ्या.

"शब्दकोशाच्या मानधनाचा ॲडव्हान्स."

"पण याची काही जरूरी नाही." अंगदराव तुटक बोलले.

"सर, पण ती आमची पद्धत आहे. कुठलेही पुस्तक प्रकाशनाला घेतले की, आम्ही लेखकाला रॉयल्टीचा ॲडव्हान्स देतो आणि नंतरच्या हिशेबातून वजा करतो. आणखी दहा हजार, प्रती तयार झाल्यावर द्यायला येईन तेव्हा देईन. पंधरा टक्के मानधनाचा करार वकील काका तयार करतील. त्यावर सह्या झाल्या की, छपाई सुरू. पाच हजार प्रतींची पहिली आवृत्ती. ती चार महिन्यांत संपेल. मग लगेच पुढची."

प्रमोद शिरसाट खुर्चीत पुढे वाकून नेमके, मोजके पण विनयाने बोलत होता. त्याच्या एकंदर हावभावात हिशेबी अचूकपणा आणि सफाईदार उरक जाणवत होता. तसेच त्याच्या बोलण्यातून डोकावत होती सडेतोड सचोटी आणि अलिप्त आदर. अंगदरावांना काही बोलायचा अवसर न देताच त्याने विचारले, "सर, कॉपी?"

"कॉफी?" सुनंदाबाई थोड्या चमकल्याच.

पहिल्यांदाच आलेला आणि चक्क कॉफी मागतो आहे. कमाल झाली आगाऊपणाची!

"कॉफी नाही काकू कॉपी. शब्दकोशाची मुद्रणप्रत." सुनंदाबाईंच्या बिचकलेल्या चर्येकडे बघत प्रमोद शिरसाट थंड सहजतेने म्हणाला. त्याचा स्वत:चा चेहरा तसाच हास्यरहित आणि कोरा होता.

सुनंदाबाई काहीशा ओशाळून धांदलीने आत गेल्या. त्यांनी शब्दकोशाच्या वह्या आणून टिपॉयवर ठेवल्या. एकेक वही उचलून चाळताना प्रमोदचे स्वतःशीच बोलल्यासारखे पसंतीदर्शक शब्द उमटत होते.

"वा! सुंदर! अप्रतिम आहे कॉपी! सुरेख!" त्याच्या एकेक शब्दागणिक सुनंदाबाईंची काया हर्षाने मोहरत होती. परंतु अंगदराव प्रमोदच्या प्रशंसोद्गारांनी जराही हरखून गेले नाहीत. त्यांचा चेहरा स्थितप्रज्ञ होता. कॉपी तयार करण्यात त्यांनी घेतलेल्या शिस्तशीर कष्टांमुळे आणि कमालीच्या काळजीमुळे शब्दकोशाची मुद्रणप्रत ही छपाईसाठी उत्कृष्ट झाली आहे, हे त्यांना माहीत होते. आदल्या दिवशी केलेल्या नोंदी दुसऱ्या दिवशी शब्दकोशाचे काम सुरू करण्यापूर्वी ते बारकाईने आणि तपशीलवार तपासत होते. आवश्यक त्या दुरुस्त्या सुनंदाबाईंकडून करून आणि कुठे फार खाडाखोड झाली असल्यास, तेवढा मजकूर परत लिहून घेऊन मगच ते पुढच्या नोंदी सांगत होते. या त्यांच्या दैनंदिन विचक्षण पद्धतीमुळे जी कॉपी तयार झाली तीच मुळी निखालस निर्दोष! त्यावर सुनंदाबाईंच्या सुडौल सुलेखनाचा साज चढल्यामुळे कॉपीचे अंतर्बाह्य स्वरूप हे चित्रासारखे देखणे आणि आरशासारखे निखळ झाले होते. म्हणून प्रमोद शिरसाट कॉपी बघताक्षणी खुश झाला होता, याचे अंगदरावांना नवल वाटले नाही.

शब्दकोशाची कॉपी बघताना मध्येच शिरसाटने वर संथ फिरणाऱ्या पंख्याकडे नजर टाकत क्षणभर हाताच्या बोटांवर हिशेब केला. "बाराशे कॉपी. म्हणजे डेमी आकाराची सहाशे चाळीस पाने होतील. सोळा पानी एक फॉर्म याप्रमाणे चाळीस फॉर्म्स. कॉपी बेस्ट आहे. सहा महिन्यांचे काम चार महिन्यांत होईल. आमच्या सुरेखा मुद्रणालयात सर्व प्रकारचे टाईप आहेत. चार दिवसांनी गणेशचतुर्थी आहे. त्या दिवशी छपाईचा मुहूर्त करू. फायनल पेजिंगची प्रुफे तुम्ही तपासणार ना सर?" प्रमोद शिरसाटच्या धडाक्यापुढे अंगदरावांनी केवळ होकारार्थी मान हलवली. प्रमोदने वह्या हलक्या हातानी कातडी बॅगेत ठेवल्या. बॅगेतले पॅड काढून त्यावर दोन वाक्ये लिहून कागद अंगदरावांना दिला. ती शब्दकोशाची संपूर्ण कॉपी मिळाल्याची 'नवभारत प्रकाशन'च्या लेटरहेडवर पावती होती. बॅग बंद करून प्रमोद उठला.

"सर, बाबांनी तुम्हाला नमस्कार सांगितला आहे. वकील काकांना करार तयार करायला सांगतो. स्टॅण्डर्ड फॉर्मेट आहे. चतुर्थीला त्यावर सह्या करू. लगेच काम सुरू. येतो सर, येतो काकू."

प्रमोदने पुन्हा अंगदरावांना नमस्कार केला. उभ्या उभ्या. तसाच सुनंदाबाईंनाही. तो मात्र खाली वाकून. प्रमोद शिरसाट दाराबाहेर पडला तशी अंगदराव आणि सुनंदाबाई यांनी एकमेकांकडे बघून मान डोलावली. त्यांच्या दृष्टीभेटीत मूक पसंती बोलत होती.

कमाल म्हणजे प्रमोद शिरसाट म्हणाला तसेच सारे घडत गेले. अगदी तंतोतंत, वेळापत्रकानुसार. बिनचूक नि बिनतक्रार. चार महिन्यात 'नवभारत मराठी-इंग्रजी शब्दकोश' छापून तयार होताच त्याचा प्राचार्य मोदगी यांच्या हस्ते प्रकाशन समारंभ झाला. समारंभात विक्रीसाठी ठेवलेल्या शंभर प्रती तिथल्या तिथे हातोहात उडाल्या आणि काही दिवसांतच अंगदरावांचे विमान शिकागोसाठी आकाशात उडाले. तेव्हा त्यांच्याबरोबर सुनंदाबाई होत्या, तशीच हँडबॅगमध्ये खास वैभवसाठी घेतलेली 'नवभारत मराठी-इंग्रजी शब्दकोशा'ची, रेक्झिनच्या बांधणीची नवीकोरी प्रत होती. सुबक आणि संग्राह्य.

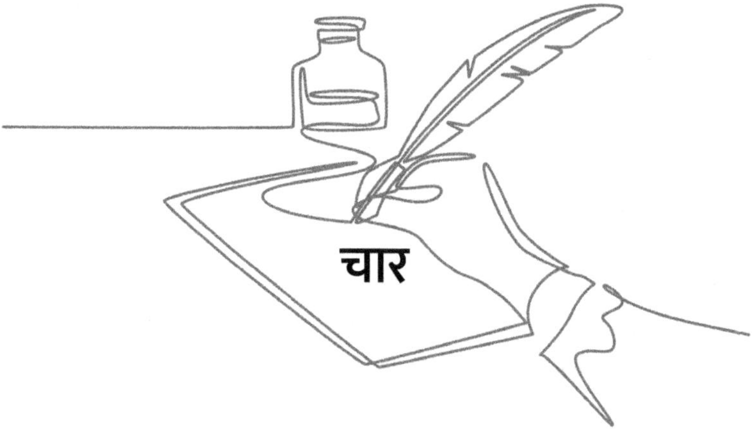

चार

अंगदराव माणकेश्वर सपत्निक विमानातून अमेरिकेच्या दिशेने हवेत उडाले तर इकडे प्रमोद शिरसाट हा विमानाशिवायच हवेत तरंगत होता. शब्दकोशाच्या प्रती झपाट्याने खपत होत्या. दिवसेंदिवस मागणी वाढत होती. पहिल्या पाच हजार प्रतींचा प्रमोदने भाकित केल्यापेक्षा आधीच म्हणजे दोन महिन्यांच्या आतच खुर्दा उडणार असे लक्षण दिसू लागले. तशी प्रमोदने दुसरी आवृत्ती पाच हजारांची लगेच छापायला टाकली. दिवाळी तोंडाशी आली होती. पाच हजाराचे दुसरे पुनर्मुद्रण दिवाळीपूर्वी बाजारात आले की दिवाळीची खुमारी अधिकच वाढणार होती. आणि नवल हे की झालेही तसेच. दिवाळीपूर्वी शब्दकोशाच्या प्रती बाईंडिंग करून आल्या आणि पुराचे पाणी पसरावे तशा गावोगावच्या पुस्तकविक्रेत्यांकडे पोचल्या. तशी प्रेसच्या आणि प्रकाशनाच्या कामगारांना आणि कर्मचाऱ्यांना प्रमोदने दुप्पट बोनस आणि दिवाळीच्या मिठाईसह शुभेच्छा देऊन चार दिवसांऐवजी आठ दिवसांची दुप्पट रजाही दिली.

प्रमोदच्या घरीदारी दिवाळी मोठ्या जोशात साजरी झाली. फटाक्यांचा कडकडाट झाला. आतषबाजीने सभोवारचे आकाश रंगीबेरंगी उजळून निघाले. दिवाळी हर्षोल्हासात केव्हा पार पडली हे कळलेच नाही. पण हळूहळू फटाक्यांचा

आवाज बंद झाला. झगमगत्या दिव्यांची आरास मिटत गेली. पणत्या विझल्या आणि मग ती पहिली ठिणगी पडली. जणू ती ठिणगी दिवाळी संपायची वाटच बघत होती.

ही ठिणगी पडली तीसुद्धा एका अनपेक्षित आणि नगण्य ठिकाणी. कसवली नामक छोट्याशा गावातल्या, एका 'धर्मवाणी' नामक छोटेखानी चार पानी साप्ताहिकात चौथ्या पानावर, एका शंकर दिगंबर घाणेकर नामक इसमाचे दहा-बारा ओळींचे पत्र छापून आले. त्या पत्रात अंगदरावांच्या 'नवभारत मराठी-इंग्रजी शब्दकोशातील' एका शब्दाच्या अर्थावर जळजळीत टीका होती. केवळ टीका करून पत्रलेखक थांबला नव्हता, तर त्याने त्या शब्दाच्या शब्दकोशात दिलेल्या अर्थाबद्दल, कोशकाराचा कडवा निषेधच नव्हे तर मनसोक्त धिक्कारही केला होता. ज्या शब्दाच्या अर्थाखातर पत्रलेखकाने कोशकारावर शब्दास्त्र सोडले होते, तो शब्द होता 'अखंड सौभाग्यवती'. या शब्दाची नोंद शब्दकोशात पुढीलप्रमाणे दिली होती -

'अखंड सौभाग्यवती 1.(*f*) A perpetually married woman; 2.(*Fig or Meta*) A prostitute, a harlot'

यातील दुसऱ्या अर्थाबद्दल पत्रकर्त्याने कोशकारावर दुगाण्या झाडताना लिहिले होते, "विवाहित हिंदू महिलांच्या भावना दुखावणाऱ्या या चुकीच्या अर्थामुळे समाजात प्रचंड खळबळ माजण्याचा संभव आहे. कोशकर्त्याने विवाहित हिंदू महिलांचा उघडउघड अपमान केला आहे. शाळा-कॉलेजात हा अर्थ शिकवला गेला तर त्याचा महाभयंकर परिणाम विद्यार्थ्यांच्या भावी जीवनावर होणार आहे. म्हणून हा हिंदू विवाहित स्त्रियांची सर्रास बदनामी करणारा अर्थ दिल्याबद्दल कोशकर्त्यांचा निषेध करावा तेवढा थोडाच आहे. हा निषेध सार्वजनिकरीत्या झाल्यास कोशकर्ता हा अनर्थकारक अर्थ वगळण्यास आणि जाहीर माफी मागण्यास उद्युक्त होईल."

एका अज्ञात गावातल्या छोट्याशा लंगोटी साप्ताहिकात या पत्राची ठिणगी पडली हे वामनराव सपकाळ यांना कळले, ते केवळ योगायोगाने. वामनरावांचे परिचित, नारायणराव दातार नावाच्या अलिबागच्या निवृत्त वकिलांनी 'धर्मवाणी'ची प्रत वामनरावांना पाठवली. ती, त्यांना वामनरावांचे आणि अंगदरावांचे मैत्रीचे संबंध माहीत असल्यामुळे. वामनरावांनी 'धर्मवाणी'तले ते पत्र वाचले. पण प्रसिद्धी मिळवण्याचा एक पोरकट, क्षुल्लक आणि तात्कालिक प्रयत्न म्हणून त्यांनी

त्याच्याकडे दुर्लक्ष केले. मात्र तो प्रयत्न पोरकट नव्हता, क्षुल्लकही नव्हता आणि क्षणिक किंवा तात्कालिक तर नव्हताच नव्हता. कारण त्या पत्राने पडलेली ठिणगी लगेच विझली नाही. उलट लवंगी फटाक्यांची लड फुटावी तशी एकामागून एक पत्रे 'धर्मवाणी'त येतच राहिली. त्यातली तीन-चार पत्रे दातार वकिलांनी वामनरावांकडे पाठवली. त्यापैकी दोन पत्रांमध्ये तर कोशकाराच्या अब्रूवर फारच असभ्य भाषेत आक्रमण केले होते, तसेच वैयक्तिक हल्लाही केला होता. एका पत्राखाली पत्रकर्त्याचे नाव दिलेले नव्हते. मात्र 'एक हिंदू धर्माभिमानी' या टोपणनावाने लिहिलेल्या त्या पत्रात शब्दकोशकर्त्याला उघड आणि ओंगळ आव्हान दिले होते, इतकेच नव्हे तर त्याच्या निर्लज्ज निंदेचा नीचांक गाठला होता. "कोशकार हा निवृत्त प्राध्यापक आहे. त्याची पत्नी ही वयस्कर असणार, पण तिला 'अखंड सौभाग्यवती' मानली तर शब्दकोशकाराने दिलेल्या त्या शब्दाच्या अर्थानुसार उतरत्या वयातही ती वेश्याव्यवसाय करते काय? असल्यास तिचे दर फारच कमी असणार, तिला गिऱ्हाईक मिळत नसणार. ते आम्ही पाठवण्यास तयार आहोत."

हे पत्र वाचताच वामनरावांच्या तळपायाची आग मस्तकात जाणे अगदी साहजिकच होते. त्यांच्या बंगल्यातील त्यांच्या ऑफिसच्या खोलीत ते टेबलाशी बसून पत्रव्यवहार बघत असत. तसे खुर्चीत बसूनच त्यांनी पोस्टाने आलेला 'धर्मवाणी'चा अंक उघडून त्यातले ते निनावी, गलिच्छ पत्र वाचले होते. दुसऱ्यांदा ते पत्र वाचण्याची त्यांची इच्छा नव्हती आणि तयारीही. हातात नकळत आलेला विषारी विंचू झटकावा तसा 'धर्मवाणी'चा तो अंक टेबलावर फेकून ते ताडकन् खुर्चीतून उठले. त्या साप्ताहिकाच्या संपादकावर आणि पत्रलेखकावर रीतसर नोटीस बजावून त्यांना तत्काळ कायद्याचा बडगा दाखवावा आणि आठ दिवसांत जाहीर माफी न मागितल्यास कोर्टात खेचावे अशा अनिवार ऊर्मींने उत्तेजित होऊन, ते नकळत खोलीत तरातरा, पिंजऱ्यातल्या वाघासारख्या, येरझारा घालू लागले. वाघ सिगरेट ओढत नाही, पण वामनराव तावातावाने फेऱ्या मारताना सिगरेटी मागून सिगरेटी फस्त करू लागले. त्यांचा गोरा चेहरा रागाने लालबुंद झाला होता. उकळत्या पाण्यातून वाफा निघाव्या तसा, श्वासाबरोबर त्यांच्या नाकातोंडातून सिगरेटचा धूर बाहेर उसळत होता. ते इतके व्यग्र आणि व्यथित झाले होते की, त्यांचा पोलिस अधिकारी असलेला मुलगा कौशिक, केव्हा त्यांच्या खोलीत येऊन उभा राहिला, हे त्यांना कळलेच नाही.

कौशिक हा चाळिशीतला, वामनरावांसारखाच उंचापुरा आणि गोरापान होता. सरळ नाक, तलवारकट मिशा, सजग घारी नजर, मागे वळवलेले काळेभोर दाट केस. हिरवट खाकी पोलिसी गणवेशात सुसज्ज होऊन कामावर जाण्यासाठी तो निघणार तेवढ्यात वामनरावांची खोलीत बेचैन घिरट्या घालणारी आकृती त्याला दिसली. तसा तो दारात येऊन उभा राहिला. एखादी कठीण केस असली आणि अवघड आर्ग्युमेंट करायचे असले की वामनराव असेच विचारमग्न तंद्रीत फेऱ्या मारत, हे त्याने पुष्कळदा पाहिले होते. पण त्या दिवसाचा वामनरावांचा संतप्त, उग्र, चेकाळलेला अवतार त्याला सर्वस्वी नवखा होता. त्याच्या तोंडून आपोआप हाक आली, "काका, काय झालं? तुम्ही वरीड दिसताय?"

वामनराव थांबले. कौशिककडे न बघताच आणि काही न बोलताच त्यांनी टेबलावरचा 'धर्मवाणी' चा अंक कौशिकसमोर फडकावला. त्याने मुकाट्याने अंकातले पत्र वाचले. त्या साप्ताहिकाच्या संपादकाला काका आता अंगदकाकांच्या वतीने नोटीस पाठवणार आणि त्याने माफी नाही मागितली तर, अंगदकाकांकडून वकीलपत्र मागवून त्या संपादकावर कोर्टात अब्रुनुकसानीचा दावा करणार, हे ओळखण्याइतका कौशिक खचितच चाणाक्ष होता. त्याने पत्र वाचून अंकाची शांतपणे घडी केली.

"काका, हे एक अगदी मामुली साप्ताहिक आहे. त्याचा प्रसार कुठेही नाही. रीडरशीपही अगदी थोडी, त्या छोट्याशा गावापुरतीच आहे. त्याच्यावर कारवाई केली तर त्या संपादकाला शिक्षा होईल हे निश्चित, पण हे प्रकरण सध्या त्या छोट्या गावापुरतेच माहीत आहे, ते कोर्टात गेले तर त्याची सगळीकडे पब्लिसिटी होईल, बोभाटा होईल. इट विल बी नोन ऑल ओव्हर. म्हणून लेट अस नॉट टेक एनी हेस्टी स्टेप."

कौशिकचे स्पष्ट पण ठाशीव शब्द कानावर पडले तसे वामनरावांनी, त्याच्या पोलीसी पोशाखात हातात हॅट घेऊन उभ्या असलेल्या ताठ कणखर आकृतीकडे बघितले. त्यांच्या त्रस्त डोळ्यांत मुलाबद्दलच्या कौतुकाची चमक उठली. ते एवढेच म्हणाले, "ओके माय सन. थँक्यू."

डोक्यावर हॅट ठेऊन कौशिक वळला. त्याच्या बुटांचा टॉक-टॉक आवाज बाहेर जाईपर्यंत ऐकू येत होता. नंतर सुरू झाला त्याने स्टार्ट केलेल्या मोटरसायकलच्या इंजिनाचा ठोका.

कौशिकच्या सांगण्याप्रमाणे वामनरावांनी 'धर्मवाणी'च्या संपादकाला कायद्याचा हिसका दाखविण्याचा मनसुबा रद्द केला. इतकेच नव्हे तर, त्यांनी प्रमोद शिरसाट आणि अमेरिकेत वास्तव्याला असलेले अंगदराव या दोघांनाही त्याबद्दल अवाक्षरही कळवले नाही. त्यामुळे 'धर्मवाणी'तील पत्रांचा बभ्रा झाला नाही. किंबहुना ती पत्रे आल्याचा, जवळपासच्या किंवा शहरातल्या परिचितांपैकी कोणालाही सुगावा लागला नाही. मात्र 'धर्मवाणी'तील पत्रांनी पडलेल्या ठिणगीमुळे पेटलेला सुरुंग संथ सुप्तपणे, पण निश्चितपणे शिलगत गेला आणि काही दिवसांनी वामनरावांच्या किंवा इतर कोणाच्या ध्यानीमनी नसताना शहरातल्या 'जनवार्ता' या प्रमुख दैनिकात त्याचा अखेरीला अचानक स्फोट झाला. तोही चक्क अग्रलेखाच्या रूपाने. त्या अग्रलेखाचे शीर्षक होते. 'शब्दकोश की अनर्थकोश?' अग्रलेखात शब्दकोशाच्या विक्रीवर बंदी घालण्याची मागणी केली होती. 'जनवार्ता'तील अग्रलेख बघताच वामनरावांनी तत्काळ अग्रलेख अंगदरावांना फोनवर वाचून दाखवला. त्यांनी सांगितलेला खुलासा लगोलग लिहून घेतला. त्या खुलाशाची प्रत स्वतः 'जनवार्ता'च्या कार्यालयात जाऊन संपादकांना समक्ष नेऊन दिली. शिवाय त्याचदिवशी अंगदरावांनी परस्पर 'जनवार्ता'च्या कार्यालयीन संपादकांना फोन करून खुलासा सांगितला होता. पण इतकी त्वरा करून आणि खबरदारी घेऊनही खुलासा छापून आला तो मात्र चार दिवसांनी आणि तो सुद्धा दैनिकाच्या चौथ्या पानावर, खालच्या कोपऱ्यात, जेथे वाचकांची नजर सहसा जाणार नाही अशा दुर्लक्षित ठिकाणी. खुलासा पुढीलप्रमाणे होता -

"मी संकलित केलेल्या 'नवभारत मराठी-इंग्रजी शब्दकोशा'त पान दोनवर 'अखंड सौभाग्यवती' या शब्दाचे दोन अर्थ दिले आहेत. 1 अखंड सौभाग्यवती (*f*) A perpetually married woman; 2 (*Fig or Meta*) A prostitute, a harlot म्हणजे मराठीत वेश्या किंवा शरीर विक्रय करणारी स्त्री. यापैकी (नंबर दोनच्या) दुसऱ्या अर्थावर आपण अग्रलेखात आक्षेप घेऊन संपूर्ण शब्दकोशाला 'अनर्थकोश' म्हणून निकालात काढले आहे. पण प्रस्तुत शब्दकोशाचा संकलक किंवा संपादक म्हणून मी आपल्या निदर्शनास आणून देतो की आपण मी दिलेला अर्थ वाच्यार्थाने घेतला आहे. वास्तविक त्या अर्थापूर्वी कंसात इटालिक टाईपात (*Fig or Meta*) असा स्पष्ट निर्देश आहे. म्हणून 'अखंड सौभाग्यवती' या शब्दाचा मी दिलेला 'वेश्या' हा अर्थ अलंकारिक किंवा

रुपकात्मक आहे. तो लाक्षणिक अर्थाने किंवा लक्षणार्थाने घ्यावयाचा आहे, वाच्यार्थाने नव्हे. वेश्या व्यवसाय करणारी स्त्री ही कुमारी नसते, तसेच विवाहितही नसते. अनेक पुरुषांशी तिचा शरीरसंबंध येतो. म्हणजे त्या अर्थाने अनेक नवरे तिला असतात. अर्थात त्यांच्याशी विवाह न झाल्यामुळे त्या पुरुषांपैकी कोणी मृत्यू पावले तरी ती विधवा होत नाही. म्हणून लक्षणार्थाने तिला 'अखंड सौभाग्यवती' असे म्हणतात. कृपया वरील खुलासा त्वरित प्रसिद्ध करावा. म्हणजे शब्दकोश वाचणाऱ्या व्यक्तीचा आपल्यासारखाच गैरसमज होणार नाही."

'जनवार्ता'मधील अग्रलेख वामनराव आणि प्रमोद शिरसाट या दोघांनीही अर्थातच वाचला. दोघेही शब्दकोशाच्या निर्मितीशी निकटतेने संबंधित होते. पण नवल हे की, दोघांच्याही अग्रलेखावरच्या प्रतिक्रिया झाल्या, त्या कमालीच्या वेगवेगळ्या होत्या.

अंगदरावांचा खुलासा स्पष्ट आणि पर्याप्त होता आणि तो शक्य तितक्या त्वरित प्रसिद्ध करण्याचे प्रयत्न वामनरावांनी केले होते. तरीसुद्धा 'जनवार्ता'त अग्रलेख आल्यापासून, वामनरावांच्या पोटात नकळत दबा धरून बसलेली दडस नाहीशी तर सोडाच, पण जरासुद्धा कमी झाली नाही. शब्दकोशावर प्रमुख दैनिकात कठोर टीका आल्यामुळे अंगदरावांना अमेरिकेत मनस्ताप होत असणार, त्याला अप्रत्यक्षपणे का होईना, आपण कारणीभूत आहोत. आपण त्यांना मुळात शब्दकोशाची कल्पना सुचवली होती, इतकेच नव्हे तर ते फारसे राजी नसताना आग्रहपूर्वक त्यांच्या गळी उतरवली होती. आपल्या इच्छेखातर वर्षभर अतोनात परिश्रम करून अंगदरावांनी शब्दकोश सिद्ध केला होता. म्हणून शब्दकोशावरील जहरी जाहीर टीकेमुळे अंगदरावांना होणाऱ्या त्रासाला आपण जबाबदार आहोत, या अपराधी भावनेचा भुंगा वामनरावांची जाणीव सतत पोखरू लागला. आणि त्यांची बेचैनी वाढत गेली. पण त्याही व्यथित अवस्थेत, खरोखर शब्दकोशावर बंदी घालण्याचा अर्ज जर कोणी दिला तर त्यावर 'स्टे' आणायचा हा ठाम निश्चय त्यांनी केला.

वामनराव एकीकडे अशा विलक्षण तणावात होते, तर त्याउलट शब्दकोशाचा प्रकाशक आणि मुद्रक प्रमोद शिरसाट हा 'आनंदाच्या डोही' प्रमोद तरंगे अशा हर्षभरित उन्मनी अवस्थेत जमिनीपासून दोन बोटे वर चालत होता. 'जनवार्ता'तल्या अग्रलेखात शब्दकोशात हिंदू विवाहित स्त्रियांची विटंबना केलेली असल्यामुळे शब्दकोशावर शासनाने बंदी घालावी, अशी मागणी शेवटी संपादकाने केली होती.

'हिंदू महिलांची विटंबना' हा जुगुप्साजनक विषय आणि त्यासाठी शब्दकोशावर बंदी घालण्याची निर्वाणीची मागणी या उत्तेजक युतीमुळे शब्दकोशाची मागणी, उष्णतेने थर्मामीटरमधील पारा चढतो, तशी वेगाने वाढत होती. त्याबरोबर प्रमोद शिरसाटचा आनंदही भरतीच्या लाटांसारखा भरमसाट उचंबळत होता.

दिवाळीपूर्वी छापलेली शब्दकोशाची पाच हजारांची दुसरी आवृत्ती गावोगाव हातोहात खपत गेली. तशी नवी आवृत्ती काढण्याबरोबरच, जुनी गाडी विकून नवी कोरी अद्ययावत चारचाकी घेण्याचे बेतही प्रमोद मनोमन आखू लागला. शब्दकोश जितका वादग्रस्त ठरेल, त्याची चहुकडे जेवढी चर्चा होईल, थोडक्यात, बरी असो की वाईट, पण शब्दकोशाची बिनखर्चाची जितकी जाहिरात होईल तितका त्याचा खप वाढेल, हे प्रमोदचे साधे, सरळ धंदेवाईक गणित होते. आणि अलिबाबाला गुहेचा परवलीचा शब्द सापडावा, तसे त्या गणिताचे नेमके उत्तर सापडल्याच्या अत्यानंदात प्रमोदने एके दिवशी सकाळी दहा वाजता नेहमीसारखा आपल्या 'नवभारत प्रकाशन'च्या कार्यालयात प्रवेश केला.

प्रमोदच्या नवभारत प्रकाशनचे कार्यालय शिवाजी पेठेतल्या हमरस्त्यावर व्यापारी भागात एकमजली पण प्रशस्त इमारतीत होते. समोरच्या दोन खोल्यांत प्रकाशनाचे कार्यालय आणि मागील बाजूला मोठ्या लांबरुंद हॉलमध्ये प्रमोदचे सुरेखा मुद्रणालय होते. समोरच्या डाव्या बाजूच्या खोलीत त्याचे हिशेबनीस दामूअण्णा अडोणी आणि कारकून केशव हिंगे यांची टेबले होती. उजवीकडे प्रमोदच्या खोलीच्या दाराबाहेरच्या स्टुलावर सोमा शिपायाचा ठिय्या होता.

प्रमोदने समोरच्या दारातून आत पाऊल टाकले तेव्हा केशव हिंगेच्या पुढील बाकावर दोन पुस्तकविक्रेते बसलेले होते. त्यांची रोखीची बिले हिंगे करत होते. प्रमोद हिंगेच्या टेबलाशी थांबला. त्याने विचारले, "कसली ऑर्डर आहे?"

"शब्दकोशाची."

"किती प्रती?"

"नूतन पुस्तकालय पन्नास प्रती आणि हे जळगावचे सावे ब्रदर्स यांना शंभर प्रती हव्यात." केशव हिंगेंनी वर न पाहताच उत्तर दिले.

दीडशे प्रती! बोहनी तर छान झाली. दिवसभरात पाचशे तरी किमान जातील. मनोमन मनोरथ करत, प्रमोद स्वतःच्या खोलीत गेला आणि टेबलाशी बसला. त्यावेळी त्याच्या चेहऱ्यावर संतोषाचे दिलखुलास स्मित झळकत होते.

खोलीच्या दाराशी सावली दिसताच प्रमोदने बघितले तर साबळे बाईंडर शब्दकोशाच्या प्रती हातात घेऊन उभा होता. प्रमोदने हाताने खूण करताच पायजमा शर्टातला पिळदार शरीराचा ठेंगणा साबळे आत आला. त्याने हातातल्या प्रती प्रमोदच्या टेबलावर ठेवल्या.

"साहेब, या डॅमेज कॉपीज आहेत. या चेक करून कुठल्या दुरुस्त करायच्या आणि कोणत्या कत्रण करून रद्दीत टाकायच्या ते सांगा."

"कॉपीज पाहून झाल्या की तुझ्याकडे पाठवितो." प्रमोदने साबळेला पुन्हा हातानेच डिसमिस केले.

छपाई अस्पष्ट असेल, पानभर मजकूर नीट उठला नसेल, पाने कोरी राहिली असतील, पाने पुढेमागे किंवा उलटसुलट लागली असतील, किंवा काही पाने अजिबात गळली असतील, बाईंडिंग सैल असेल, मुखपृष्ठ खराब झाले असेल तर अशा विविध त्रुटी असलेल्या चुकीच्या प्रती ग्राहक साहजिकच पुस्तकविक्रेत्यांकडे परत करत होते. पुस्तकविक्रेते त्यांना नवीन चांगल्या प्रती बदलून देत होते. ग्राहकांकडून परत आलेल्या अशा चुकीच्या प्रती पुस्तकविक्रेत्यांनी प्रकाशकाकडे पाठवल्या की त्यांच्या बदल्यात प्रकाशक त्यांना निर्दोष प्रती पाठवत असत. खराब माल परत घेऊन त्या बदल्यात चांगला माल देणे, ही व्यापारी जगातली सर्वमान्य प्राथमिक नैतिकता प्रकाशन व्यवसायातही पाळली जात होती.

प्रमोद शिरसाटने टेबलावरच्या शब्दकोशाच्या प्रती मोजल्या. दहा प्रती. प्रत्येक प्रतीची किंमत दोनशे रुपये. वट्टात दोन हजाराचा माल! प्रमोद बारकाईने एकेक प्रत निरखून बघू लागला. दहापैकी तीन प्रती अगदीच निकामी निघाल्या. त्या इतक्या खराब होत्या की दुरुस्त करून परत विकणे शक्य नव्हते. निराशेचा सुस्कारा सोडत, त्या तीन प्रती कत्रण करून रद्दीत टाकण्यासाठी प्रमोदने टेबलाच्या डावीकडच्या स्टूलावर ठेवल्या. बाईंडर साबळेला बोलावण्यासाठी बेल दाबली.

त्याचक्षणी बाहेर रस्त्यावर आरोळ्या उठल्या.

"मुर्दाबाद! मुर्दाबाद!"

कुठला मोर्चा चालला आहे, हे बघण्यासाठी प्रमोदने खिडकीतून बाहेर नजर टाकली तर काय? तो मोर्चा चक्क त्याच्या कार्यालयाच्या समोरच्या छोट्या आवारात घुसला.

"अंगद मुर्दाबाद!" "माणकेशर मुर्दाबाद!" घोषणा आसमंतात घुमू लागल्या.

प्रमोद तरातरा उठून बाहेर दारापाशी गेला. आतून आलेला साबळे बाईंडरही त्याच्या मागे जाऊन उभा राहिला. तसेच सोमा शिपाई सुद्धा. सुदैवाने मघाची गिऱ्हाईके शब्दकोशाच्या प्रती घेऊन निघून गेली होती. कारकून केशव हिंगे खिडकीतून डोकावत होता. त्याच्या शेजारी दामूअण्णा अडोणी डोक्यावर टोपी ठेऊन उभे होते. शेजारपाजारच्या दुकानातले व्यावसायिक आपापले उद्योग सोडून बाहेर माना काढून बघत होते. कुतुहलाने तसेच नवलानेही. नेहमी शांत असणाऱ्या प्रकाशनाच्या कार्यालयासमोर एकदम 'मुर्दाबाद, मुर्दाबाद!' काय प्रकार काय आहे?

प्रमोदचा फुलपँट नि फुलशर्ट मधला उंचनीच भरदार सशक्त देह दारात उभा ठाकताच मोर्चा थोडा गळाठला. किनाऱ्यावरून लाट मागे फिरावी तसा आपोआप दबकून दोन पावले मागे सरकला. तसे प्रमोदने मोर्चाचे पाणी जोखले. पुन्हा घोषणा निनादल्या, 'मुर्दाबाद! अंगद मुर्दाबाद! माणकेशर मुर्दाबाद!" पण आवाजातला आवेश अर्धा ओसरला होता.

मोर्चात एकूण पंधरा-एक माणसे होती. काही पायजमा शर्टातली, काही थोडी जीन्स-टी-शर्ट मधली. दोन-तीन अर्ध्या चड्डीतली. सगळे इसम सुमारे पंचवीस ते पस्तीस वयोगटातले. पण किरकोळ अंगयष्टी, खप्पड चेहरे. त्यातल्या त्यात समोरचे तीन गडी बऱ्यापैकी अवतारात होते नि अवसानातही. त्यापैकी दोघांच्या हातात दांडकी. एकाच्या गळ्यात कॅमेरा. तिघांपैकी मधला पायजमा कुडत्यातला, आडव्या अंगाचा, गोबऱ्या मुरमाड चेहऱ्याचा, पिंजारलेल्या केसांचा, लालभडक डोळ्यांचा, पानाचा तोबरा तोंडात भरलेला ढेरपोट्या इसम हा त्या मंडळींचा म्होरक्या दिसत होता. डावीकडची कॅमेरावाली फुलपॅन्ट, हाफ शर्ट मधली, चिमण्या चेहऱ्याची नाकेली, बारीक कमरेची उंच किडकिडीत असामी आणि उजवीकडची दादा कोंडके टाईप लांब अघळपघळ चड्डी आणि वर मळकट बंडी घातलेली, चकण्या डोळ्यांनी चकित नजरेने तिरकी बघणारी, काळी सावळी वयस्क वल्ली हे दोघे त्या म्होरक्याचे डावे उजवे हात असावेत. म्होरक्याने दांडके वर उचलून घोषणा दिली,

"अंगद माणकेशरऽऽ"

"मुर्दाबाद! मुर्दाबाद!" सगळ्या मेंढरांनी हात उंचावून केविलवाणा कंठशोष केला.

प्रमोदने सगळ्या घोळक्यावरून करडी नजर फिरवत विचारले, “काय पाहिजे तुम्हाला?”

“अंगद माणकेशर.” म्होरक्या घोगऱ्या स्वरात उत्तरला.

“माणकेशर?” प्रमोदने हसू आवरले.

“नाही, माणकेश्वर.” कॅमेरावाल्याने दुरुस्ती केली.

“कशासाठी हवेत ते? काय काम आहे?”

“त्यांचा निषेध करायचा आहे.” कॅमेरा.

“का म्हणून?”

“त्यांनी आमच्या बायकांची बदनामी केली आहे.” म्होरक्याने दांडके जमिनीवर आपटले.

“काय बदनामी केली आहे?”

“आमच्या बायकांना त्यांनी वेश्या म्हटलंय!” अर्ध्या चड्डीतली चकणी वयस्क वल्ली.

“तुमच्या बायकांना?” प्रमोदची उलटतपासणी सुरू.

“आमच्या म्हणजे लग्न झालेल्या हिंदू बायकांना.” म्होरक्याचे उत्तर.

“त्यांनी अखंड सौभाग्यवती म्हणजे वेश्या, असा अर्थ त्यांच्या शब्दकोशाच्या पुस्तकात दिला आहे. त्यासाठी त्यांचा निषेध करायचा आहे आम्हाला.” कॅमेऱ्यावाल्याने खाली घसरणारी फुलपॅन्ट डाव्या हाताने वर सरकवली.

“ते इथे नाहीत.” प्रमोदने सांगितले.

“कुठे आहेत मग? त्यांचा पत्ता द्या.” म्होरक्याने दांडके उंचावले.

“अमेरिकेत आहेत.”

“अमेरिकेत?” म्होरक्याने चक्रावून त्याच्या डाव्या उजव्या हातांकडे पाहिले. तिघेही काय करावे या कोड्यात, क्षणभर एकमेकांकडे बघत राहिले. चेहरे प्रश्नार्थक. त्या टोळक्याच्या गोंधळाचा फायदा घेऊन प्रमोद सरसावला.

“पण तुम्ही कोण? कुठून आलात?”

“आम्ही एस.आर.एस.चे कार्यकर्ते आहोत.” म्होरक्या छातीठोकपणे म्हणाला.

“एस.आर.एस.?” प्रमोदला आर.एस.एस.बद्दल अर्थातच माहिती होती. पण एस.आर.एस. ही काय भानगड?

“संस्कृती रक्षक सेना.” कॅमेऱ्याचा खुलासा.

“ही कुठली सेना?” प्रमोदचा प्रतिप्रश्न.

“संपतराव बैतुले यांची.” म्होरक्याने माहिती पुरवली.

संपतराव बैतुले हे नाव पेपरात प्रमोदला कधीतरी वाचल्याचे आठवले. पण त्याने लढाईसाठी तिथे आलेल्या सेनेच्या त्या सैनिकांची चौकशी करण्यासाठी मोर्चेवाल्यांकडे मोर्चा वळवला.

“तू काय करतोस? तुझे नाव काय?” प्रमोदने ‘अरेतुरे’ करत सरळ म्होरक्यालाच निशाणा केले. तसा म्होरक्या गांगरला.

“मी, मी पानाचे दुकान आहे माझे. नाव शंभू सोनवणे.” तो चाचरत उत्तरला.

“आणि तू रे?” प्रमोदने कॅमेऱ्यावर बोट रोखले.

“मी रुपेश देवळे. फोटोग्राफरच्या शॉपमध्ये काम करतो.” त्याने गळ्यातला कॅमेरा दाखवला. उरली वयस्क वल्ली. तिने घाबऱ्या घुबऱ्या आपणहूनच स्वत:ची ओळख दिली. “मी बंडू जोरी. मी भाड्याची रिक्षा चालवतो.”

प्रमोद ही ओळख परेड घेत असताना मोर्च्यातली बाकीची मंडळी प्रेक्षकांची आणि श्रोत्यांची दुहेरी भूमिका बजावत होती. काहीशी कंटाळून पण मुकाट्याने. तेवढ्यात म्होरक्यातला पुढारी जागा झाला. त्याने खडबडून प्रमोदला प्रश्न केला, “पण तुम्ही कोण?”

“मी प्रकाशक आहे.”

“प्रकाशक?” हे ऐकून पुन्हा पुढारी त्रिमूर्तीचा गोंधळ उडाला. पुन्हा एकमेकांकडे प्रश्नार्थक कटाक्ष.

“मी तो शब्दकोश छापला आहे.” प्रमोदने खुलासा केला.

“म्हणजे तुम्ही छापखानावाले. सुरेखा मुद्रणालय?”

कॅमेऱ्याने समोरच्या दारावरची ‘नवभारत प्रकाशन’ आणि त्याच्या शेजारची ‘सुरेखा मुद्रणालया’ची पाटी एकेक अक्षर सुटे करत वाचली. तसा त्याचा चेहरा उजळला. त्याने म्होरक्याला डोळा मारला आणि चुटकी वाजवत प्रमोदला विचारले, “मग तुमच्याकडे शब्दकोशाची कॉपी असणार?”

“हो आहे. का बरं?”

प्रमोदने कबुली देताच म्होरक्याने विजयी स्वरात मागणी केली, “ती एक कॉपी द्या आम्हाला?”

“तुम्हाला कशासाठी?”

“ती आम्हाला जाळायची आहे. निषेध म्हणून.” म्होरक्याचा आवाज चढला.

“ठीक आहे, दोनशे रुपये द्या.” प्रमोदने हात पुढे केला. तशी पुन्हा तिघा शिलेदारांची वाचा बंद झाली. मग चड्डीतल्या वयस्क रिक्षावाल्याला कंठ फुटला.

“साहेब, तशीच द्या ना. आमच्याकडे एवढे पैसे नाहीत.”

त्याच्या किनऱ्या शब्दात अजीजी होती. मोर्चातल्या उरलेल्या दोन पुढाऱ्यांचे आणि प्रेक्षकगणांचेही चेहरे उत्सुकतेने ताणले गेले. मुर्दाबादच्या घोषणांऐवजी आता सगळ्यांच्या तोंडून आर्जवी गजर झाला.

“सर, प्लीज सर, कॉपी द्या ना.”

क्षणभर प्रमोदची चर्या विचारमग्न होती. पण लगेच त्याचे डोळे कल्पनेने चमकले. त्याने टाळी वाजवत हुकूम केला, “सोमा, माझ्या टेबलाशेजारी डावीकडच्या स्टुलावर कोशाच्या तीन प्रती आहेत. त्यातली एक घेऊन ये.”

सोमा प्रमोदच्या मागेच उभा राहून सगळा नाट्यप्रसंग बघत होता. त्याने आत जाऊन प्रमोदच्या खोलीतली ती रद्दीत टाकायला काढलेली शब्दकोशाची प्रत आणली.

प्रत म्होरक्याच्या हाती येताच सगळे मोर्चाचे सदस्य त्याच्याभोवती गोळा झाले. रिक्षावाल्याने खिशातून आगपेटी काढली. शेपटीने उंदीर धरावा तसा म्होरक्याने प्रतीच्या कव्हरचा कोपरा बोटाने चिमटीत धरला. कॅमेरावाला फोटो घेण्यासाठी पुढे सरसावला. म्होरक्याच्या हातात जेमतेम लटकणाऱ्या प्रतीला रिक्षावाल्याने काडी ओढून आग लावण्याचा प्रयत्न केला. पण शब्दकोशाची प्रत काही केल्या पेटेना. तीन-चार काड्या तशाच वाया गेल्या. प्रमोद, सोमा, प्रकाशनाचे कर्मचारी, साबळे बाईंडर आणि प्रेसचे इतर दोन-तीन कामगार, शेजारपाजारचे दुकानदार तसेच रस्त्यावरचे काही बघेही, तो प्रत दहनाचा असफल प्रयोग पाहत ताटकळत होते.

शेवटी प्रमोदने साबळेला सांगितले, “जा रे मशिनमनकडून थोडे रॉकेल घेऊन ये.”

साबळेने आणलेल्या डब्यातल्या रॉकेलचा अभिषेक शब्दकोशाच्या प्रतीवर करण्यात आला. रिक्षावाल्याने परत काडी पेटवून अग्नी दिला. तसा प्रतीने भराभर पेट घेतला. कॅमेरावाल्याने पटापट फोटो घेतले. जळणारी प्रत म्होरक्याच्या हातातून निसटून खाली पडली. दोन-चार क्षणातच भस्म होऊन तिची राख झाली. त्यासरशी पुन्हा एकदा घोष झाला, “मुर्दाबाद! मुर्दाबाद!”

प्रतीचे दहन सफल संपूर्ण झाले. अर्धा-पाऊण तास चाललेल्या नाट्यप्रवेशावर पडदा पडला. सगळी पांगापांग झाली. प्रमोद आपल्या खोलीत परतला.

मोर्चेवाल्यांचा जथा प्रकाशनाच्या आवारातून बाहेर पडून रस्त्यावरच्या वर्दळीत विरघळला. प्रकाशनाचे कर्मचारी आणि प्रेसचे कामगार स्वस्थानी जाऊन कामात गढले. आजूबाजूचे दुकानदार परत आपापल्या व्यवसायात मग्न झाले. पुनःश्च पूर्ववत सामसूम झाली.

मात्र दुसऱ्या दिवशी 'जनवार्ता'च्या पहिल्या पानावर जळणाऱ्या शब्दकोशाचे छायाचित्र मध्यभागी ठळकपणे छापून आले. छायाचित्राचे शीर्षक होते 'अनर्थकोशाचे दहन.' दुसऱ्या एका दैनिकात जळणाऱ्या शब्दकोशाच्या छायाचित्रासह बातमी आली 'अनर्थकोशावर अंत्यसंस्कार.' बातमी आणि छायाचित्र बघताच शब्दकोशाची घरोघर प्रसिद्धी होणार, ग्राहकांच्या शब्दकोशावर उड्या पडणार आणि कोशाची तिसरी दहा हजारी आवृत्तीही तडकाफडकी खपणार म्हणून प्रमोद शिरसाट खुश आणि छायाचित्राखाली आपली नावे छापून आली म्हणून मोर्चावाले खुश! दोघांचेही परस्पर विरुद्ध उद्देश सफल झाले होते. प्रसिद्धी ही मोठी विचित्र बला आहे. ती नेहमी दुहेरी असते, तशीच दुतोंडी आणि दुधारीही.

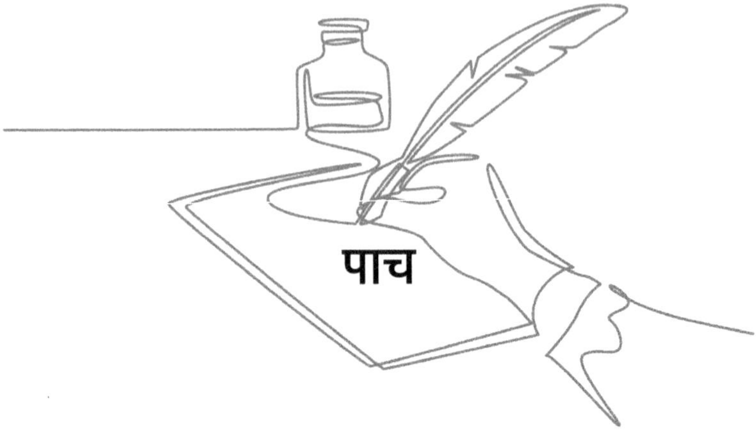

पाच

शब्दकोश जाळल्याच्या घटनेला मिळालेली प्रसिद्धी ही मात्र तिहेरी होती. कारण तिचा तिसराही एक परिणाम झाला. त्या परिणामाचे धनी होते वामनराव सपकाळ. 'जनवार्ता'तले जळणाऱ्या शब्दकोशाचे छायाचित्र बघताच खुश होणे तर दूरच राहिले, पण वामनरावांचा नुसता तिळपापड झाला. हातातले वृत्तपत्र टाकून त्यांनी सकाळी सकाळीच तडकाफडकी प्रमोद शिरसाटला घरी फोन केला. ते इतके भडकले होते की फोनचा नंबर फिरवताना दोनदा चुकीचा नंबर लागला. तिसऱ्यांदा जेव्हा फोनची घंटी वाजली तेव्हा प्रमोदने फोन उचलताच ते जवळजवळ ओरडलेच. त्यांनी दरडावून जाब विचारला, "अरे प्रमोद, तू शब्दकोश कसा काय जाळू दिलास?"

प्रमोद त्यावेळी आरशासमोर दाढी करत होता. वामनरावांचा धमाका कानावर पडताच तो इतका दचकला की त्याचा हात हलला तसा ब्रश डोळ्याला लागला. साबण जाऊन डोळ्याची आग होऊ लागली. नॅपकिनने डोळा पुसताना त्याचा स्वर रडवेला निघाला, "वामनकाका, ते सगळे गुंड लोक होते. त्यांनी प्रेसची मोडतोड केली असती. ऑफिसची नासधूस केली असती."

"अरे, पुरुषासारखा पुरुष तू आणि रडतोस? त्यांना तू अंगदरावांचा खुलासा

का नाही दाखवलास? मी तो तुझ्याकडे पाठवला होता. तो दाखवायचास त्यांना." वामनरावांचा आवाज अजून चढाच होता.

"खुलासा? हूँ!" प्रमोद उपहासाने किंचित हसला. काहीशा त्राग्याने म्हणाला, "अहो, ती सगळी माथेफिरू मंडळी होती. त्यांना खुलाशाशी काहीही देणंघेणं नव्हतं. ती नुसती जाळपोळ, दंगाधोपा करायला आली होती. त्यांना खुलासा काय कळणार?"

"अरे शहाण्या, मग मला लगेच फोन नाही का करायचा? मी कौशिकला सांगून तुझ्याकडे लगेच पोलीस पाठवले असते. पण त्यांनी शब्दकोश जाळायला नको होता." वामनराव हळहळले.

"पण वामनकाका, खराब प्रत होती ती, बुकसेलरकडून परत आलेली. नाहीतरी रद्दीतच जाणार होती. त्यात नुकसान काहीच झालं नाही." प्रमोदने वामनरावांच्या जखमेवर फुंकर घालण्याचा प्रयत्न केला तसाच स्वतःच्या बचावाचाही.

"अरे नुकसान नाही, पण बदनामी झाली ना?"

"बदनामी? कोणाची?"

"अंगदरावांची. त्यांना काय तोंड दाखवू?" वामनरावांच्या शब्दात खंत होती.

"वामनकाका, ते तर अमेरिकेत आहेत. त्यांना थोडंच कळणार आहे? प्रकरण आता मिटलं आहे. त्यांना काही कळवू नका. मी भेटतो तुम्हाला दोन दिवसात." प्रमोदने वामनरावांना शांत करण्याचा प्रयत्न केला. पण तो कुचकामी ठरला. वामनरावांनी वैतागाने फोन आपटून बंद केला. प्रमोदने निश्चिंतपणे पुन्हा ब्रशने साबण फासायला सुरुवात केली.

पण प्रमोद समजत होता तसे शब्दकोश जळीत प्रकरण मिटले नव्हते. त्याच्या ज्वाला जवळ-दूर सावकाश पण निश्चितपणे पसरत होत्या. ठिकठिकाणच्या वृत्तपत्रांत लहानमोठे स्फुट लेख येत होते. तसे शब्दकोशदहनाचे छायाचित्रही इतस्ततः वर्तमानपत्रांत झळकले होते. त्याची झळ थेट नागपूरला वैजयंतीपर्यंत पोचली. तसा तिला चटकाच बसला. नागपुरातल्या 'वार्ताविहार' या स्थानिक नियतकालिकात छापून आलेले जळत्या शब्दकोशाचे चित्र आणि त्याखालचा मजकूर वाचून बसलेल्या धक्क्यातून सावरताच तिने प्रथम मनगटाचे घड्याळ पाहिले. सकाळचे सव्वादहा. म्हणजे शिकागोत रात्री आठचा सुमार. वैजयंतीने लगेच फोन लावला. फोनवर अंगदरावांचा ओळखीचा आवाज आला.

"हॅलोऽ"

"बाबा तुम्ही कसे आहात?" वैजयंतीचा चिंतातुर प्रश्न.

"कोण वैजू? मी ठीक आहे. का बरं असं एकदम का विचारतेस?" अंगदरावांचा आवाज नेहमीचा होता. धीरगंभीर पण थोडा आश्चर्ययुक्त.

"तुम्हाला बातमी कळलेली दिसत नाही."

"बातमी?"

"शब्दकोशाची कॉपी जाळल्याची." वैजूचा स्वर कातर होता.

"कळली ना." अंगदरावांचे निवांत उत्तर.

"कळली? केव्हा? वामनकाकांनी सांगितलं असेल." वैजूचा सुटकेचा निश्वास.

"नाही, वामननं नाही."

"मग?"

"अगं, तू नाही का सांगितलीस आत्ता." अंगदरावांनी हसू दाबले.

"बाऽबाऽ! तुम्हाला गंमत सुचतीये. माझा जीव इकडे टांगणीला लागलाय, तुमच्या काळजीने." वैजूच्या शब्दात रुसवा होता.

"अगं वैजू, यात एवढं घाबरण्यासारखं काय आहे? मला असे काही घडेल अशी अपेक्षा होतीच. मी खुलासा दिला होता. पण काही जणांना तो पटला नसेल. म्हणून त्यांनी शब्दकोश जाळला असेल. विरोध प्रकट करण्याची त्यांची ती पद्धत आहे. तो त्यांचा हक्कही आहे. आणखी सुद्धा अशा प्रती जाळल्या जातील. त्यात काय एवढं? You have to take it in your stride. Don't worry बेटा." अंगदरावांच्या ठाम बोलण्यातून शेवटी कळवळा उमटला.

"आणखी प्रती जाळणार हे लोक? बाबाऽऽ, तुम्हाला त्याचं काहीच वाटत नाही?" वैजू पुन्हा भयभीत आणि चकितही.

"वाटतं ना! अगं, खूप वाटतंय!"

"काय वाटतं?" वैजू उत्सुक.

"आनंद वाटतो. मजा वाटते."

"बाबाऽऽ! झालं पुन्हा तुमचं चेष्टा करणं सुरू."

"अगं चेष्टा नाही. समजा, शंभर प्रती जाळल्या या लोकांनी ठिकठिकाणी तर त्यासाठी त्यांना शंभर प्रती विकत घ्याव्या लागतील की नाही? म्हणजे

शब्दकोशाच्या शंभर प्रती खपतील. त्यात माझा फायदा नाही का? म्हणून आनंद वाटतो." अंगदरावांचा मजेशीर खुलासा ऐकताच वैजू फुरंगटून बोलली,

"बाबा, यू आर कीनई... टेक इट सीरिअसली बाबा."

"अगं, मी अगदी सीरिअस आहे. तू मात्र फार सीरिअस होऊ नको. आता फोन बंद कर. तुझी आई तिकडे किचनमध्ये माझं पेट मशरुम सूप बनवतेय. तिच्याशी काही बोलून तिला डिस्टर्ब करू नकोस. मी सांगीन तिला सगळं. ठरल्याप्रमाणे येत्या रविवारी फोनची वाट पाहतो तुझ्या. बी ब्रेव्ह आणि यू विल बी हॅपी. ओके?" अंगदराव समजुतीच्या शब्दांत वैजयंतीला धीर देऊन फोन बंद करणार एवढ्यात तिने विचारले, "बाबा, तुम्ही दादाकडे अमेरिकेत किती दिवस आहात?"

"का बरं?"

"नाही. तुम्ही तिथून आल्यावर माझ्याकडे येण्याचं प्रॉमिस केलं आहे. पण या मंथएंडला एक सरकारी मेडिकल डेलीगेशन जपानला तेथील मेडिकल कॉलेजेस आणि हॉस्पिटल्सची पाहणी आणि अभ्यास करण्यासाठी जाणार आहे, त्यात आम्ही दोघे जाणार आहोत. म्हणून मी म्हणते अजून महिना-दीड महिना तेथे राहिलात तर, तोपर्यंत आम्ही परत येऊ. मग तुम्ही डायरेक्ट शिकागोहून नागपूरला येऊ शकाल." वैजयंतीने तिचा पुढचा कार्यक्रम अंगदरावांना सविस्तर सांगितला.

"हे बघ वैजू, आमचं परतायचं अजून निश्चित नाही. पण मला इथे फार दिवस राहायचं नाही. आमचा व्हिसा अजून महिनाभर आहे. तू आरामात जपानला जा. दोघे एन्जॉय करा. मी बहुतेक सगळं जग हिंडलोय. जपान तेवढा पाहायचा राहिला आहे, तो आता तुझ्या डोळ्यांनी पाहीन. आम्ही परत गेलो तरी तुम्ही जपानहून आल्यानंतर तुझ्याकडे येऊ. I will keep the promise. Don't worry." अंगदरावांनी वैजूला आश्वासन दिले.

"Thanks Baba. आम्ही परत आलो की लगेच कळवीनच."

"Yes, Take care baby. All the best for Japan. श्रीकांतलाही सांग."

"Thanks. I love you Baba" वैजूने फोन ठेवला.

अंगदरावांनी फोन हॉलमध्ये घेतला होता, त्यामुळे वैजयंतीचा फोन आल्याचे कोणालाच कळले नव्हते. पंधराव्या मजल्यावरचा प्रशस्त पाच बेडरुम्सचा फ्लॅट,

सबंध मजलाच व्यापला होता फ्लॅटने. फोनचा आवाजही कोणाला ऐकू गेला नाही. शब्दकोश जाळल्याची वार्ता फोनवरून फक्त अंगदरावांच्या कानामनात शिरली. बाहेर कुठे तिची गंधवार्ता लागली नाही. अंगदरावही कोणाशी काही बोलले नाहीत. विशेषतः सुनंदाबाई आणि वैभवशी. पण अशा स्फोटक वार्ता लपून राहत नाहीत. दबलेली वाफ बाहेर अचानक पडावी, तशा त्या नकळत उफाळून येतात. तसेच त्यावेळी घडले.

जेवणे आटोपून आपापल्या खोलीत झोपायला जाण्यापूर्वी, सर्व मंडळी नेहमीच्या रिवाजाप्रमाणे घटकाभर हॉलमध्ये सोफ्यावर विसावली होती. शिळोप्याच्या गप्पा सुरू होत्या. जयश्री क्लिनिकमध्ये आलेल्या एका पेशंटची हकीकत सांगत होती. तेवढ्यात एकदम फोनची घंटी खणखणली. रात्रीच्या सन्नाट्यात केवढ्यांदा तरी, मोठ्यांदा. धोक्याची घंटी वाजावी तशी, अधीर आणि कर्कश. वैभवने फोन उचलला,

"हॅलो कोण? वामनकाका? कसे आहात? गुड मॉर्निंग. हो. आहेत. देतो हं त्यांना."

वैभवने दिलेला रिसीव्हर कानाला लावताच वामनरावांचे काहीसे दबलेले आतुर शब्द अंगदरावांच्या कानावर पडले.

"अरे अंगद, मी आज तुझ्याकडे स्टॅम्पपेपरवर वकीलपत्र टाईप करून पाठवले आहे. त्यावर सही करून लगेच परत पाठव."

"वकीलपत्र? कशासाठी?" शब्दकोश जाळल्याबद्दल कोणावर केस करतोयस का?" अंगदरावांच्या भुवया प्रश्नार्थक चढल्या.

"जाळल्याचं कळलं तुला?" आता वामनरावांच्या भुवया आश्चर्याने उडाल्या.

"वैजयंतीचा आत्ताच फोन आला होता."

"त्याबद्दल नंतर सांगतो, पण सध्या जे वकीलपत्र हवं आहे, ते वेगळ्या कारणासाठी." वामनरावांनी सांगितले.

"कुठले वेगळे कारण? काय झालंय काय?" अंगदरावांनी खडसावून विचारले.

"काही नाही. अरे, एका शहाण्या वकिलानं शब्दकोशाच्या विक्रीवर बंदी घालण्यासाठी कोर्टात अर्ज केला आहे." गंभीर बातमी मुद्दाम मजेशीरपणे सांगावी तसे वामनराव मस्करीच्या सुरात बोलले. पण परिणाम व्हायचा तोच घणाघाती झाला.

"बंदी? कशासाठी?" चटका बसावा तसे अंगदरावांच्या तोंडून शब्द फुटले.

"हे पहा अंगद, Don't get disturbed. वकीलपत्रासोबत माझं सविस्तर पत्र आहे. त्यात सगळा खुलासा केला आहे. एका उचापत्या वकिलाचा हा खोडसाळ उपद्व्याप आहे. काळजी करण्याचं कारण नाही. मी त्याला बरोबर हँडल करतो. Don't worry. Good Night."

वामनरावांनी घाईघाईत फोन बंदच करून टाकला. त्यामुळे अंगदरावांच्या शंकांची उबळ आतल्याआत जिरली.

पण हॉलमध्ये उर्वरित श्रोत्यांच्या मनात शंकांचे मोहोळ उठले. विशेषत: वैभवने फोनवरील संभाषण एकतर्फी ऐकले असल्याने तो भलताच बेचैन झाला.

"डिक्शनरी जाळली? त्यावर बंदी येणार?" वैभवच्या त्रासिक प्रश्नांमधून अंगदरावांबद्दलची काळजी डोकावत होती.

"अरे बाबा, उगाच सुतावरून स्वर्ग गाठू नकोस. तू अर्धवट ऐकलं आहेस. मलाही पुरेसं कळलेलं नाही. वामनचं पत्र आलं की पिक्चर क्लियर होईल. तोपर्यंत तर्कवितर्क करणं व्यर्थ आहे." अंगदरावांचा चेहरा दगडातून कोरल्यासारखा कठीण पण शांत होता.

"तरी मी सांगत होतो, रिटायर झाल्यानंतर डिक्शनरीचं ते किचकट वर्क करत बसू नका." वैभवच्या त्या बोलण्यावर कोणीच काही बोललं नाही. तसा वैभव अधिकच खवळला. हातवारे करत उद्वेगाने म्हणाला, "पण मी काय म्हणतो बाबा, हे धर्मवेडे लोक फॅनॅटिक असतात. काय करतील त्याची गॅरंटी नाही. आज शब्दकोशाची कॉपी जाळली. उद्या घर जाळतील. दे आर मॅड पीपल. त्यांच्या नादी लागणं म्हणजे वाऱ्याशी भांडण करणं आहे. सरळ माफी मागून मोकळे व्हा. टेंडर ॲन अपॉलॉजी. दॅट विल बी द एण्ड ऑफ इट ऑल."

"अपॉलॉजी? माफी? कशाबद्दल?" सोफ्यातून उठून फेऱ्या मारणारे अंगदराव थांबले आणि वैभवला सामोरे गेले.

बापलेक समोरासमोर उभे ठाकले होते. वैभव जवळपास अंगदरावांचीच तरुणपणातील प्रतिमा होता. फक्त आयुष्यात स्थिरावल्यामुळे आणि बैठ्या कामामुळे येणारी पुष्ट मांसल शिथिलता त्याच्या बांध्यावर जाणवत होती.

वैभवच्या डोळ्यांत थेट बघत अंगदरावांनी ठासून पुनरुच्चार केला. "अरे वैभू, माफी कशासाठी? आपली चूक असेल, तसे आपल्याला वाटत असेल, तर अवश्य

लगेच माफी मागावी. मी जे लिहिलं आहे ते बरोबर आहे. तसा जाहीर खुलासाही मी केला आहे. मला बरोबर वाटला, खरा वाटला तोच अर्थ मी दिला आहे. आय बिलिव्ह इन इट. मग माफी कशाकरता? Why should I go against myself and my belief? If I do, I will be unfair to myself. I must be true to myself and my belief. And if at all, I will defend it against all odds." आंतरिक उमाळ्यासरशी अंगदरावांच्या तप्त शब्दांचे फवारे उडत होते.

अंगदरावांचा धारदार शब्दफेक करणारा तो आत्मविश्वासाने तळपणारा अशरण अवतार बघून वैभव जागच्याजागी गारठला. सुनंदाबाई आणि जयश्री या दोघीसुद्धा केवळ बसल्या जागीच गोठल्या. त्यांनी प्रेक्षकाची आणि श्रोत्याची भूमिका जराही सोडली नाही. फक्त वैभवचे वरमलेले शब्द आले, "बाबा, सॉरी आय नेव्हर मेन्ट टू हर्ट यू. आय वॉज ओन्ली वरीड."

"आय नो माय सन, आय नो. आय ॲम नॉट हर्ट. उलट तू मला जागं केलंस. आय बीकेम कॉन्शस ऑफ माय ड्युटी." अंगदरावांनी वैभवच्या पाठीवर मायेचा हात फिरवला.

"पण बाबा, मला काय वाटतं की, आता वामनकाकांना तुम्ही ॲथॉरिटी देणार आहातच. ॲज यू नो, ते खूप अनुभवी आहेत." वैभवने थोडीशी बिचकतच प्रस्तावना केली.

"मग तुझं म्हणणं काय आहे?"

"मी म्हणतो की, तुमचा सहा महिन्यांचा व्हिसा आहे. पाच महिने झाले आहेत. आपण तो व्हिसा एक्सटेंड करून घेऊ. वर्षासाठी सहज मिळेल. तुम्ही दोघे इथेच राहा वर्षभर. तोपर्यंत सगळं प्रकरण मिटेल. पब्लिक मेमरी इज व्हेरी शॉर्ट, यू नो. लोक सगळं विसरतील. सगळं शांत झालं की, वामनकाका कळवतील. त्यांनी ग्रीन सिग्नल दिला की मग तुम्ही परत जा." वैभवच्या बोलण्यातून वडिलांवरच्या प्रेमापोटी निपजलेली चिंता अगदी उघड दिसत होती.

अंगदरावांनी आपुलकीच्या नजरेने वैभवला न्याहाळले. त्याची समजूत काढण्यासाठी अंगदराव ममतेने म्हणाले, "बेटा वैभव, मी तुझी कन्सर्न समजू शकतो. पण वामन कितीही जवळचा आणि अनुभवी असला, तरी सगळं त्याच्यावर सोपवणं बरोबर नाही. शब्दकोश मी तयार केला आहे. त्यातल्या प्रत्येक एन्ट्रीला

मी जबाबदार आहे. शेवटी ही लढाई माझी आहे. वामनच्या खांद्यावर बंदूक ठेऊन ती लढता येणार नाही. ती माझी मलाच लढावी लागणार आहे."

"कबूल आहे बाबा. पण वामनकाका बोलावतील तेव्हा जा ना, तुम्ही. तोपर्यंत इथे विश्रांती घ्या." वैभव काहीसा अधीर त्राग्याने म्हणाला,

"अरे बाबा, इथे फक्त शरीराची विश्रांती. मनाची नाही. विश्रांती ही काही फक्त शरीराची नसते. ती खरी मनाची हवी. आणि मनाची विश्रांती ही कामाच्या बदलात असते. कामातला बदल हीच खरी विश्रांती, रियल रेस्ट दॅट आय कॅन एन्जॉय. इथे काय काम आहे मला? पाच महिने झाले. नुसता बसून आहे." अंगदरावांनी हुरहुर व्यक्त केली.

"पण तिथे जाऊन तरी काय काम करणार आहात आता? झालं तेवढं पुरे झालं. तुम्हाला काय करायचं आहे आणखी?" वैभव थोडासा चिरडीला आला.

"अरे वैभू, अरे खूप करायचं आहे. हा मराठी-इंग्रजी शब्दकोश झाला. आता मराठी-मराठी करायचा आहे. इंग्रजी-इंग्रजी-मराठी करायचा आहे. माझा संस्कृत आणि हिंदीचाही अभ्यास आहे. तेव्हा संस्कृत-मराठी-हिंदी आणि हिंदी-संस्कृत-मराठी, मराठी-संस्कृत-हिंदी, हिंदी-संस्कृत, संस्कृत-इंग्रजी, संस्कृत-इंग्रजी-हिंदी, 'इंग्रजी-संस्कृत...' अंगदराव कल्पनेच्या भराऱ्या मारू लागले. वैभवने त्यांचे पंख मधेच कापले.

"पुरे पुरे बाबा! इनफ ऑफ दीज वर्डस् अ‍ॅण्ड देअर डिक्शनरीज, नाहीतर मला वेड लागेल."

"अरे, तुला आता वेड लागेल म्हणून तू भितोस? मला तर ते केव्हाच लागलं आहे. शब्दांचे वेड. भाषेचे वेड. विचार हिला. तुझ्या आईला. त्यात वामननं शब्दकोशाची कल्पना सुचविल्यापासून त्या वेडाला शब्दकोशनिर्मितीचे रचनात्मक स्वरूप आले आहे. आता तो केवळ छंद नाही. वैभू, It has become my life's passion and mission also. शब्दांशी खेळणं, वेगवेगळे शब्दकोश तयार करणं, हीच आता माझी विश्रांती. कायमच्या विश्रांतीपूर्वीची खरी विश्रांती." अंगदरावांच्या बोलण्यातील निर्धार आणि अंतिमता यापुढे वैभव शरण आला.

"ठीक आहे बाबा. शेवटी एव्हरीबडी हॅज टू लिव्ह हिज लाईफ हिज ओन वे. मलाही उद्या सकाळी लवकर मिटींग आहे, जयश्रीला तिचं क्लिनिक आहे. वुई कॉल इट अ डे, गुड नाईट."

"व्हेरी वेल सेड माय बॉय. गुडनाईट." अंगदराव काहीशा सुटकेच्या सुरात म्हणाले.

जयश्री आपल्या खोलीत जाताना एकच वाक्य बोलली, "बरं झालं आई. सगळ्यांचं बी.पी. परत नॉर्मल आलं." मघापासून झापड आल्यासारख्या स्तब्ध बसलेल्या सुनंदाबाईही उठल्या. हॉलमधून जाताना त्यांनी शेरा मारला, "जाऊन पडते मी. करायला गेलो एक आणि झालं भलतंच!"

"तुम्ही जा. मी आलोच थोड्या वेळात." हॉल रिकामा होताच अंगदरावांनी मोकळा श्वास घेतला.

चिमुकल्या चतकोरभर कसवली गावात पडलेल्या टिचभर ठिणगीने पेटवलेल्या वणव्याची धग हजारो मैलांवरच्या शिकागो या विशाल महानगरातल्या उत्तुंग इमारतीच्या पंधराव्या मजल्यावरील संपन्न, समृद्ध आणि ऐसपैस फ्लॅटच्या हॉलमध्ये पोचली होती आणि तिथले तुष्ट आणि तृप्त कौटुंबिक वातावरण रुष्ट आणि तप्त झाले होते, ते आता बरेच निवळले होते.

अंगदरावांनी हॉलमध्ये दोन फेऱ्या मारल्या नि हाताचे घड्याळ बघितले. रात्रीचे अकरा. वामन अजून कोर्टात गेला नसणार. ते झटदिशी फोनपाशी गेले. त्यांनी नंबर फिरवला.

"हॅलोऽ" वामनचा शब्द आला.

"हॅलो वामन, अरे तुझे वकीलपत्र मी लगेच पाठवतो सही करून. पण केस हिअरींगला आली की मला तारीख कळव. मी तिथे येईन." अंगदराव थोडे उतावीळ.

"अरे अंगद, त्याची जरूर नाही. उगाच कशाला त्रास घेतोस?"-वामनराव.

"अरे तुला त्रास होऊ नये म्हणून." - अंगदराव.

"मला त्रास कसला रे? माझा तो व्यवसाय आहे अंगद."-वामनराव.

"म्हणजे माझ्याकडून फी घेणार तू?" अंगदराव चेष्टेच्या सुरात.

"हो. घेणार आहे. लाख रुपये." वामनरावांचेही मस्करीच्या सुरात उत्तर.

"फक्त लाख? दिले. पण मला हिअरींगची डेट अगोदर कळव. ओ.के.? ठेवतो. गुड डे."

"ठीक आहे. गुड नाईट, अंगद."

वामनरावांनी फोन ठेवला.अंगदराव हॉलमधला दिवा घालवून हसऱ्या

चेहऱ्याने बेडरूमकडे निघाले. वामनराव कोर्टात जाण्यासाठी घराबाहेर पडले. एकमेकांपासून हजारो मैलांवर असलेल्या त्या दोन मित्रांच्या मुद्रेवर, कितीतरी दिवसांनी मनोमीलनाचे हास्य चमकत होते. एकाच वेळी मनःपूर्वक आणि मनमोकळे.

अंगदरावांनी जरी आग्रहाने सांगितले असले, तरी वामनरावांनी सुनावणीची तारीख त्यांना कळवली नाही. कारण केसची रीतसर सुनावणी कोर्टात झालीच नाही.

'अखंड सौभाग्यवती' प्रकरणात शब्दकोशाच्या विक्रीवर बंदी घालण्याची मागणी वृत्तपत्राच्या अग्रलेखातून, तसेच स्फुटलेखांमधून आणि वाचकांच्या पत्रव्यवहारातूनही अधूनमधून झाली होती, अद्यापही क्वचित कुठे त्याचे प्रतिध्वनी उमटत होते. पण शासनाने त्या तक्रारींची दखल घेतली नव्हती. कदाचित पुस्तकावर बंदी घातल्यास लेखनस्वातंत्र्याची गळचेपी केल्याची ओरड होईल, या आशंकेने शासन तटस्थ राहिले असावे. एकदोनदा सांस्कृतिक कार्यमंत्र्यांना पत्रकारांनी या संबंधात केलेल्या कारवाईबद्दल पत्रकार परिषदेत प्रश्न विचारले होते. पण त्यावर मंत्र्यांनी ठराविक शासकीय उत्तर दिले होते, 'विषय शासनाच्या विचाराधीन आहे.'

शासनाची ही विचाराधीन तटस्थता ॲड.गुलाबराव झेंडे यांच्यासारख्या वकिलांच्या अनायासे पथ्यावर पडली होती. गुलाबराव झेंडे हे एक लुडबुडे वकील होते. साधारण पन्नाशीच्या वयाचे, अंगाने बुटबैंगण असलेले, जाड भुवयांचे, मेंदी लावून लाल झालेल्या तुरळक केसांचा तेल चोपडून मधोमध भांग पाडणारे, ओठांचा चंबू असणारे, ओशट गोल चर्येचे, हावरट डोळ्यांचे गुलाबराव झेंडे हे काळ्या कोटाखाली लालजर्द फुलपॅन्ट घालत. त्या लाल पॅन्टीमुळे आणि डोक्याच्या लाल केसांमुळे ते 'लाल गुलाब' तसेच 'लाल झेंडे' या उपाधीने कोर्टाच्या आवारात टिंगलीचा विषय झाले होते.

गुलाबराव झेंडे यांची हमखास खोड म्हणजे समाजात कुठे जरा खुट्ट झाले की तातडीने त्याचा कानोसा घेऊन, तत्परतेने जनहितार्थ याचिका कोर्टात सादर करणे. त्यांची वकिली फारशी चालत नव्हती. पण त्याची त्यांना चिंता नव्हती. कारण गुलाबराव घरचे खाऊनपिऊन सुखी होते. त्यात पुन्हा त्यांची बायको एका शाळेत मुख्याध्यापिका होती. त्यामुळे वकिलीतला भरपूर रिकामा

वेळ कुठलेतरी सामाजिक कुलंगडे उकरून जनहितार्थ याचिका कोर्टात दाखल करण्यात ते शिताफीने खर्च करीत होते. त्यामागे त्यांचा उद्देश एकच होता, तो म्हणजे वृत्तपत्रात प्रसिद्धी मिळवणे. आणि तो बहुतांशी सफल होई. कारण हिंदी, इंग्रजी आणि मराठी या तीनही भाषांची गमतीदार सरमिसळ करून, हशा आणि टाळ्या यांनी तुडुंब असे सनसनाटी कोटीबाज वक्तृत्व कोर्टातल्या प्रेक्षकांसमोर गाजवण्यात त्यांचा हातखंडा होता. त्यामुळे त्यांचे कोर्टात भाषण सुरू झाले की तेथे लोकांची तसेच पत्रकारांचीही गर्दी उडत असे. कारण गुलाबरावांच्या पाचकळ आणि वारेमाप अनर्गल आरोपांमुळे त्यांच्या पदरात फुकटची करमणूक पडत होती. तसेच पत्रकारांना पुढल्या दिवशीची हेडलाईन अनायासे मिळत होती आणि मुख्य म्हणजे गुलाबरावांची मुक्ताफळे वर्तमानपत्रात ठळकपणे झळकत होती. त्यामुळे सार्वजनिक कार्यकर्ता किंवा पुढारी म्हणून ख्याती मिळवण्याचे ध्येय गाठण्याकडे त्यांचे पाऊल पुढे पडत होते.

आतापर्यंत गुलाबरावांनी नगरसेवकाच्या निवडणुकीत तीनदा आपटी खाल्ली असली तरी नगरसेवक होण्याचे त्यांचे स्वप्न अजून जागृत होते. त्यामुळे 'अखंड सौभाग्यवती म्हणजे वेश्या' या स्फोटक विषयातील शासनाच्या अनास्थेमुळे, माकडाच्या हाती कोलीत सापडावे, तशी गुलाबरावांना प्रसिद्धीची दुर्लभ संधी मिळाली आणि त्यांनी 'नवभारत मराठी-इंग्रजी शब्दकोशा'वर त्वरित बंदी घालावी, यासाठी एक जळजळीत जनहितार्थ याचिका, हायकोर्टाने नियुक्त केलेल्या विशेष न्यायाधीशांच्या कोर्टात दाखल केली. लगोलग अर्थातच, 'अखंड सौभाग्यवती - वेश्या' प्रकरणात शब्दकोशावर बंदी घालण्याची ॲड. गुलाबराव झेंडे यांची याचिका दाखल, अशी बातमी दुसऱ्याच दिवशी वर्तमानपत्रात फडकली.

ॲड.झेंडे यांची याचिका सुनावणीसाठी विशेष न्यायाधीश कोर्ट नंबर चार यांच्याकडे पुढील कारवाईसाठी पाठवण्यात आली. याचिका शक्य तितक्या लवकर सुनावणीसाठी बोर्डावर घ्यावी, यासाठी कोर्ट नंबर चारचे न्यायाधीश विद्याधर गोकर्ण यांच्या कोर्टातले कारकून बबनराव एरंडे यांचा खिसा गुलाबराव झेंडे यांनी हस्ते परहस्ते गरम केला. त्याचा परिणाम म्हणून याचिकेची आठ दिवसांतच सुनावणीसाठी बोर्डावर वर्णी लागली.

कोर्ट नंबर चारचे विशेष न्यायाधीश विद्याधर गोकर्ण हे उग्र चेहरेपट्टीचे, कानावर

कोथिंबिरीचे दाट झुबके असलेले, पण भेदक नजरेत बुद्धिमत्तेची झाक असलेले, कायद्याचे सखोल ज्ञान आणि मनुष्यस्वभावाची अचूक पारख असलेले जुने जाणते नि:स्पृह न्यायाधीश होते. त्यांचा लौकिक आणि दरारा त्यांच्या 'नो नॉन्सेन्स' वृत्तीप्रमाणेच, कुठलाही खटला उगाच 'तारीख पे तारीख' देऊन लोंबकळत न ठेवता, त्वरित निकालात काढण्याच्या त्यांच्या उत्कृष्ट कार्यक्षमतेवरही निर्धारित होता.

न्या.विद्याधर गोकर्ण यांची कोर्टरूम बऱ्यापैकी विस्तृत आणि सुसज्ज होती. वकील, पक्षकार, पत्रकार यांच्याखेरीज दोनअडीचशे लोक तरी त्या कोर्टरूममधील खुर्च्यांवर बसतील इतकी तिची क्षमता होती. त्यामुळे न्या. गोकर्ण यांच्याकडे सुनावणी होणार, हे कळताच ॲड.गुलाबराव झेंडे हे आनंदाने आणि उत्साहाने फुलून आले, कारण विनोदी किश्शांनी भरगच्च तसेच वृत्तपत्रीय शीर्षकांना साजेशा घोषणांनी आणि आरोपांनी लदबदलेले वक्तृत्व गाजवण्याची सुवर्णसंधी त्यांना मिळणार होती. वृत्तपत्रीय वृत्तांतात आपल्या भाषणाच्या शीर्षकांसह, आपले फोटोही अवतरणार अशी स्वप्ने ते रंगवत होते. पण हाय, सुनावणीच्या एकच दिवस आधी, कमलदलात अडकलेल्या भ्रमराप्रमाणे, त्यांच्या स्वप्नांचा 'हा हन्त हन्त नलिनीं गजउज्जहार' असा क्रूर चुराडा झाला.

ॲड. गुलाबराव झेंडे यांना कळले की याचिकेची सुनावणी कोर्टरूममध्ये होणार नसून ती न्या.गोकर्ण यांच्या चेंबरमध्ये होणार आहे. कोर्टरूममध्ये जाहीर वाद-प्रतिवाद आणि चर्चा झाली तर कदाचित समाजात वैमनस्य आणि अशांती निर्माण होण्याचा संभव आहे, अशा विचाराने न्या.गोकर्ण यांनी हा निर्णय घेतला असावा. पण त्याची सूचना मिळताच गुलाबरावांचे अर्धे उधाण ओसरले. याचिकेचा प्रतिवाद करणारे वकील वामनराव सपकाळ यांनाही तशी सूचना देण्यात आली, पण तिचा त्यांच्यावर काहीच परिणाम झाला नाही. मात्र याचिका जनहितार्थ असल्याने तिची सुनावणी जनतेसमोर खुल्या कोर्टरूममध्ये व्हावी, अशी मागणीवजा विनंती गुलाबराव झेंडे यांनी न्यायाधीशांकडे तत्काळ केली. पण ती स्वीकारण्यात आली नाही. त्यामुळे गुलाबराव झेंडे यांचे मनचे मांडे मनात आणि प्रसिद्धीचे झेंडे कल्पनेतच राहिले.

योगायोगाने, याचिकेच्या सुनावणीच्या दिवशी सकाळी अकराच्या सुमारास ॲड.गुलाबराव झेंडे आणि ॲड.वामनराव सपकाळ हे दोघेही वकिलांच्या

इमारतीतल्या त्यांच्या खोल्यांमधून एकाचवेळी कोर्टात जाण्यासाठी बाहेर पडले. इमारतीच्या पॅसेजमध्ये येताच दोघांची साहजिकच नजरानजर झाली. वामनरावांनी 'हॅलो, गुडमॉर्निंग' म्हणून हात वर केला. गुलाबरावांनी जुजबी हात हलवून अवघडल्या चर्येने अनिच्छेने ओळख दिली. दोघेही कोर्टाच्या इमारतीकडे चालू लागले. गुलाबराव लगबगीने, किल्ली दिलेल्या खेळण्यासारखे झटपट पावले टाकत निघाले. उंचेपुरे वामनराव लांब ढांगा टाकत संथ चालत होते. बुटके गुलाबराव झपाझप चालताना दिसत असले तरी त्यांचे पाय आखूड असल्याने अंतर कमी कापले जात होते. त्यामुळे कोर्ट रूम नंबर चारमध्ये पोचण्यास वामनरावांना दहा पावले टाकावी लागली तेथे गुलाबरावांना पन्नास पावलांची धावपळ करावी लागली. कोर्टरुम नंबर चार ही, दाराशी बसलेला शिपाई सोडला तर संपूर्ण रिकामी होती. रिकाम्या खुर्च्या, टेबले आणि ओकीबोकी कोर्टरूम बघून गुलाबरावांना भडभडून आले. पण स्वतःला कसेबसे सावरत त्यांनी कोर्टरूमच्या लगत मागील बाजूच्या न्या.गोकर्ण यांच्या चेंबरमध्ये प्रवेश केला. न्या.गोकर्ण हे अगोदरच लांबरुंद टेबलावरील फाइलींच्या ढिगाऱ्यामागे खुर्चीत विराजमान होते. त्यांनी हाताने निर्देश करताच वामनराव आणि गुलाबराव त्यांना वाकून वंदन करीत टेबलाच्या समोरच्या खुर्च्यांवर बसले. गुलाबराव उजवीकडे, वामनराव डावीकडे. कारकून बबनराव एरंडे याने समोर आणून ठेवलेल्या याचिकेच्या फाईलचे बंद सोडत न्या.गोकर्ण खड्या स्पष्ट शब्दात म्हणाले,

"लेट अस प्रोसीड जंटलमेन. यू फर्स्ट मि.झेंडे."

गुलाबरावांचे अर्धे अवसान अगोदरच गळाले होते. उरलेले बळ, लहान मुलाने घसरणारी चड्डी सावरावी, तशा घायकुतीने एकवटून त्यांनी घसा खरडून घनगंभीर आवाजात सुरुवात केली

"Your Honour, this Public Interest Litigation is very important as well as unprecedented, because it concerns with the married status and stature of women and also questions the sanctity of age-long tradition of marriage prevalent in Hindu Society and sanctioned by law as well as Hindu religion."

"मि. झेंडे," न्या.गोकर्ण यांनी मध्येच हात वर करून गुलाबरावांवर नजर

रोखली. "मि. झेंडे, तुम्हाला इतक्या मोठ्याने गर्जना करून बोलायची जरूर नाही. इथे काही सभा भरलेली नाही. हे सार्वजनिक सभागृह नाही. धिस इज जजेस् चेंबर. फार थोडे लोक इथे हजर आहेत. यू सी दॅट, मी, अॅड.सपकाळ, तुम्ही, क्लार्क, स्टेनो टाईपिस्ट, रिपोर्टर आणि बाहेर शिपाई असे सात जण फक्त इथे हजर आहेत. त्यांच्यापैकी कोणीही बहिरे नाहीत. तेव्हा घशाच्या शिरा इतक्या ताणून बोलण्याची जरूरी नाही."

न्या.गोकर्ण यांनी समज देताच, अचानक लाल झेंडी दिसावी, तशी झेंडे यांच्या भाषणाची गाडी रुळावरून घसरली. त्यांचा काळगेला ओशट चेहरा ओशाळून अधिकच तुपकट दिसू लागला. खाली मान घालून ते समोर ठेवलेल्या कागदपत्रांची चाळवाचाळव करू लागले. त्यात वर आणखी न्यायाधीशांचे थोडेसे दटावणीच्या सुरातले करकरीत शब्द त्यांच्या कानावर पडले,

"आणि मि.झेंडे, मला कुठल्याही प्रकारची नाटकी भाषणबाजी आणि लांबलचक युक्तिवाद किंवा घोषणाबाजी नको आहे. मला फक्त फॅक्टस् आणि त्यावर आधारित मुद्देसूद युक्तिवाद हवा आहे. तोही थोडक्यात. तेव्हा बी प्रीसाईज, टू द पॉईंट अँड ब्रीफ. प्रोसीड."

न्या.गोकर्ण यांच्या शब्दांचा दणका इतका जबरदस्त होता की गुलाबराव झेंडे यांच्यासारख्या निर्ढावलेल्या सराईत वक्त्याचीही आयुष्यात प्रथमच आणि पुरतीच बोबडी वळली. ते एकदम गडबडीने बोलू लागले. त्यामुळे गर्दीत जशी माणसे पायात पाय अडकून पडतात, तसे त्यांचे शब्द तोंडातून एकमेकांत लिडबिडत येऊ लागले. तरी सुद्धा "अखंड सौभाग्यवती याचा अर्थ वेश्या असा देऊन शब्दकोशकाराने हिंदू विवाहित स्त्रियांच्या सौभाग्यावर घाला घातलेला आहे. त्यांच्या अब्रूचे धिंडवडे काढले आहेत. विवाहित महिलांची विटंबना केली आहे. विवाहसंस्थेचा आणि पर्यायाने हिंदू संस्कृतीचा आणि परंपरेचा घोर अपमान केला आहे. याचा भयंकर घातक परिणाम हा शब्दकोश वापरणाऱ्या पुढील पिढ्यांवर होणार आहे. त्यांच्यावर अतिशय वाईट संस्कार होणार आहेत. म्हणून या शब्दकोशाच्या विक्रीवर जनतेच्या कल्याणासाठी तत्काळ बंदी घालण्यात यावी."

अशी घोकंपट्टी केलेली दोन-चार ठराविक वाक्ये उसन्या आवेशाने पण अडखळत उच्चारून गुलाबराव 'थँक्यू युवर ऑनर', असा सुटकेचा समारोप करून, चेहऱ्यावरचा तेलकट तवंग रुमालाने पुसत खाली बसले.

गुलाबरावांचा युक्तिवाद संपताच न्या.गोकर्ण यांनी समोरच्या फाईलवर क्षणभर नोंद केली आणि लगेच वामनरावांकडे बघून होकारार्थी अनुमतीची मान हलवली. तसे वामनराव गंभीर चर्येने पण अदबीने उभे राहिले.

वामनराव हे चाळीस-पंचेचाळीस वर्षांचा वकिलीचा प्रदीर्घ आणि परिपक्व अनुभव असलेले जाणकार विधिज्ञ होते. बहुतेक सर्व न्यायाधीशांसमोर विविध प्रकारच्या जटिल खटल्यांमध्ये त्यांनी यशस्वीरित्या आपले वकिली चातुर्य प्रदर्शित केले होते. त्यामुळे कोणत्या न्यायाधीशासमोर युक्तिवाद कसा करावा आणि कितपत करावा, याचे पुरेपूर ज्ञान त्यांच्या गाठीला होते. न्या.गोकर्ण यांना विषयाशी सुसंगत, नेमका, सुस्पष्ट आणि संक्षिप्त मुद्देसूद युक्तिवाद पसंत आहे, हे ते जाणून होते. म्हणून उभे राहताच त्यांनी अगदी मोजक्या शब्दांत आखीव रेखीव आणि गणिती पद्धतीने गुलाबरावांच्या याचिकेचा बिनतोड प्रतिवाद केला.

"सर, मला फक्त तीन मुद्दे मांडायचे आहेत. एक, ज्या शब्दकोशावर बंदी घालण्याची मागणी याचिकेत केली आहे, त्याचे कर्ते प्रा.अंगद माणकेश्वर हे सध्या अमेरिकेत आहेत. अजून तीन महिने तरी त्यांचे वास्तव्य परदेशात राहणार आहे. म्हणून त्यांचे म्हणणे जाणून घ्यायचे असेल तर तीन महिने याचिकेची सुनावणी स्थगित ठेवावी लागेल."

"दोन, 'जनवार्ता' वृत्तपत्रात शब्दकोशावर बंदी घालण्याची मागणी करणारा टीकात्मक अग्रलेख आल्यावर प्रा.माणकेश्वर यांनी केलेला खुलासा 'जनवार्ता'त छापून आला होता. तो आपल्या परवानगीने मी समोर ठेवत आहे. या खुलाशात 'अखंड सौभाग्यवती म्हणजे वेश्या' या शब्दकोशात दिलेल्या अर्थाचे सविस्तर, तर्कशुद्ध स्पष्टीकरण केलेले आहे. त्यात 'हिंदू स्त्रियांच्या अब्रूचे धिंडवडे, विवाहित महिलांची विटंबना, त्यांच्या सौभाग्यावर घाला, विवाहसंस्था, हिंदू संस्कृती यांचा घोर अपमान या याचिकाकर्त्याच्या आरोपांचा दुरान्वयानेही सुतराम संबंध येत नाही."

"तीन, 'अखंड सौभाग्यवती म्हणजे वेश्या' या एका शब्दार्थासाठी, सुमारे साठ हजार शब्दार्थ असलेल्या शब्दकोशाच्या विक्रीवर बंदी घातली तर उरलेल्या एकोणसाठ हजार नऊशे नव्याण्णव शब्दार्थांना वाचक मुकणार आहे. हा या शब्दकोशाचा वापर करणाऱ्या वाचकांवर अन्याय आहे."

"वरील तीन कारणांसाठी ही जनहितार्थ याचिका फेटाळण्यात यावी, अशी माझी कोर्टाला विनंती आहे. थँक्यू सर."

वामनराव खाली बसले तेव्हा न्या.गोकर्ण म्हणाले, "सकृत्‌दर्शनी तरी शब्दकोशातील 'अखंड सौभाग्यवती म्हणजे वेश्या' या अलंकारिक शब्दार्थाने जनहिताला कुठलीही बाधा पोचली आहे, असे दिसत नाही. याचिकाकर्त्याला याचिकेतील शब्दकोशाच्या विक्रीवर बंदी घालण्याची मागणी ही न्याय्य आणि आवश्यक आहे, हे पूर्णपणे सिद्ध करता आलेले नाही. तथापि, यासंबंधी अधिक विचार करून, माझा निर्णय मी लेखी स्वरूपात आज संध्याकाळी कोर्ट उठायच्या आत देणार आहे. गुड डे जंटलमेन."

"गुड डे सर."

"गुड डे युवर ऑनर."

वामनराव आणि गुलाबराव झेंडे दोघेही उठले. पुन्हा वाकून न्यायाधीशांना प्रणाम करीत चेंबरच्या बाहेर आले. कोर्टरूम मधून जाताना हाताने रिकाम्या खुर्च्या उगाच ढकलत गुलाबराव वामनरावांशी काही न बोलता आणि त्यांचा निरोप न घेताच, तिरीमिरीने बाहेर पडले, मागून शांत आणि ठाम चालीने वामनराव कोर्टरूमच्या बाहेर गेले. येताना दोघे एका दिशेने आले होते. जाताना दोघेही परस्परविरुद्ध दिशांनी गेले. गुलाबराव थेट कोर्टाच्या फाटकाशी असलेल्या कार पार्ककडे, तर वामनराव वकिलांच्या इमारतीमधील त्यांच्या कार्यालयाकडे.

प्रमोद शिरसाटला वामनरावांनी 'येऊ नको' म्हणून सांगितले होते म्हणून तो आला नव्हताच. संध्याकाळच्या आतच बबनराव एरंडे यांनी न्या.गोकर्ण यांच्या निर्णयाची प्रत वामनरावांना आणून दिली. शब्दकोशावर बंदी घालण्याची झेंडे यांची जनहितार्थ याचिका अपेक्षेनुसार नामंजूर झाली होती. बबनराव लुब्रेपणे बक्षिसीची वाट बघत उभे होते. पण वामनरावांनी 'थँक्स बबनराव' असे म्हणून त्यांना वाटेला लावले आणि ते स्वत: घरच्या वाटेला लागले.

घरी पोचताच मोठ्यांदा हाका मारतच वामनराव आपल्या खोलीत गेले.

"अनघा, अहो अनघाबाईऽ"

वामनरावांची सून अनघा चित्रकलेचा वर्ग घेत होती, ती बाहेर आली.

"काय काका?"

"अगं, जरा गरमागरम कॉफी मिळेल का?" वामनरावांच्या चेहऱ्यावर आनंद ओसंडत होता.

“केस जिंकलात ना काका?” अनघाने विचारले.

“येस! वुई हॅव वन!” वामनरावांनी हात उंचावून बोटांनी ‘व्ही’ ची खूण केली.

“काँग्रॅट्स् काका. मला वाटलंच होतं.”

अनघाने कॉफी आणली, तोपर्यंत वामनराव पायातले बूट आणि अंगातला कोट काढून टेबलाशी बसले होते. कॉफीचा कप देताना अनघाने सांगितले,

“मघाशी शिरसाट येऊन गेले. तासापूर्वी. त्यानंतर दोनदा फोनही आला होता त्यांचा.”

“प्रमोदला मी कळवतो. अंगदलाही कळवायला हवं.” वामनरावांनी कॉफीचा घोट घेता घेता भिंतीचे घड्याळ बघितले. सव्वासहा. म्हणजे आत्ता शिकागोला पहाटेचे चार वाजले असणार. अजून दोन तास तरी थांबायला हवं.

कॉफी संपवून वामनरावांनी कप अनघाला दिला. ती कप घेऊन जाताच त्यांची नजर टेबलावरच्या टपालाकडे गेली. अंगदरावांकडे आलेली ती डाक होती. अंगदरावांची कामवालीबाई, सीताबाई ही रोज येऊन अंगदरावांच्या घराची झाडझूड आणि साफसफाई करत होती. घराची किल्ली वामनरावांकडे परत ठेवताना, त्यादिवशी आलेली डाक तिने आणून दिली होती. अनघाने किल्ली नेहमीच्या जागेवर भिंतीशी खिळ्याला लावली होती. डाकेतील पत्रे वामनरावांच्या टेबलावर ठेवली होती. रोजचा हा घटनाक्रम रोजच्या प्रमाणेच घडला होता. त्यात विशेष काहीच नव्हते. अंगदराव अमेरिकेला असल्याचे त्यांच्या बहुतेक सर्व नातलगांना आणि परिचितांना माहीत होते. तेव्हा सगळा पत्रव्यवहार आणि फोनाफोनी तिकडेच चालायची. इथे फारतर कुठे विजेचे बिल, टॅक्स भरल्याची पावती, समारंभाची निमंत्रणे असा चिल्लर किरकोळ प्रकार टपालात असायचा. पण त्या दिवशीचे टपाल बघताच वामनरावांच्या भुवया उत्सुकतेने उंचावल्या. टपालात विजेचे बिल, इन्शुरन्सचा हप्ता भरण्याची नोटीस आणि एक लग्नपत्रिका तर होतीच पण त्याशिवाय आणखी तीन पत्रे होती. दोन अंतर्देशीय पत्रे आणि एक बंद पाकीट.

वामनरावांनी एक एक पत्र फोडून वाचायला सुरुवात केली, तशी त्यांच्या डोळ्यातली हसरी चमक हळूहळू विझत गेली आणि तिची जागा भीतीने घेतली. चेहऱ्यावर चिंतेच्या दाट रेषा उमटल्या. पत्रे धरलेल्या हाताच्या बोटांची नकळत थरथर होऊ लागली. तिन्ही पत्रांमध्ये उर्दूमिश्रित मोडक्यातोडक्या मराठीत

अंगदरावांवर आयाबहिणींवरून अर्वाच्च, ग्राम्य आणि गलिच्छ शिव्यांचा भडिमार केलेला होता. पहिल्या अंतर्देशीय पत्रात घरदार जाळण्याची धमकी होती, दुसऱ्यात हातपाय तोडण्याची तर तिसऱ्या बंद पाकीटातल्या पत्रात जीवे मारण्याची. पत्रे वाचताना वामनरावांच्या छातीत ठोके पडू लागले. शेवटचे पत्र वाचताना ते इतके वाढले की, जणू कोणी त्यांच्या काळजात जड पावलांनी चालत होते! ठाक ठक. ठाक ठक. ठाक ठक!

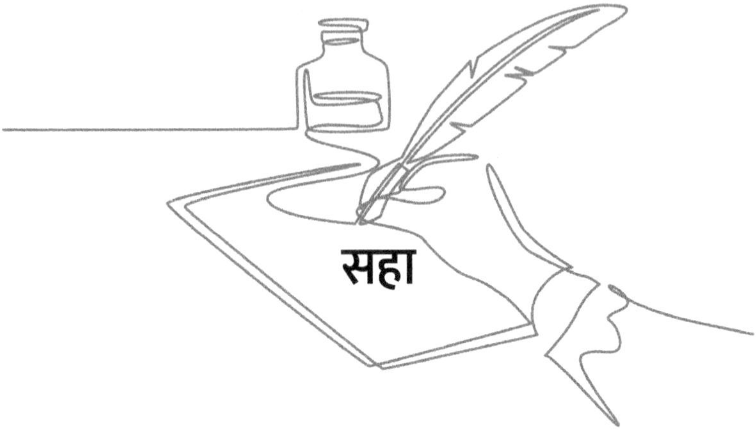

सहा

कौशिक संध्याकाळी सात वाजता ड्युटीवरून परत आला. घरात जाता जाता त्याची नजर वामनरावांच्या खोलीत गेली. तेव्हा वामनराव टेबलाशी खुर्चीत बसले होते. थिजल्यासारखे. स्तब्ध आणि सुन्न. त्यांच्यासमोर तिन्ही पत्रे उघडी पडलेली होती. तसाच शब्दकोशही.

शब्दकोशाच्या पाचशे छत्तीसाव्या पानावर 'लांडा' या शब्दाचा अर्थ दिला होता.

लांडा 1 (*adj*) Short; meagre, insufficient, tailless; 2 (*mn*) A word or term formerly used to show contempt or disrespect for or to insult a muslim.

'लांडा' शब्दाच्या दुसऱ्या अर्थावरून पत्रलेखकांनी अंगदरावांवर आई-माईवरून अश्लाघ्य शिव्यांचे गरळ ओकले होते आणि तो अर्थ गाळला नाही तर घरदार जाळण्यापासून तर हातपाय तोडण्यापर्यंत आणि जीवे मारण्यापर्यंत धमक्या दिल्या होत्या. तो अर्थ वाचल्यावर वामनराव पुन्हा पुतळ्यासारखे बसून राहिले. चित्रकलेचा वर्ग सुटल्यावर वर्गातली आठ-दहा मुले दडदडत पॅसेजमधून घराबाहेर गेली, हे त्यांना समजले नाही. तसेच एकामागून एक चार सिगरेटी त्यांनी कधी ओढल्या हे सुद्धा त्यांना कळले नाही. जणू त्यांची शुद्ध हरपली होती.

कौशिक चहापाणी करून बाहेर जायच्या तयारीने कपडे बदलून आला. वामनरावांच्या खोलीत तो सहज डोकावला, तर वामनरावांची ती आसनस्थ मूर्ती तशीच खुर्चीत निश्चल बसलेली त्याला दिसली. सगळा देखावा तसाच, मध्येच पॉज घ्यावा तसा, स्थिरचित्राप्रमाणे ठप्प. टेबलावरची पत्रे तशीच उपडी, शब्दकोशही तसाच पालथा पडलेला. फक्त खोलीत सिगरेटचा धूर भरलेला होता, तेवढाच फरक. काहीतरी विशेष घडले आहे, हे कळण्यास कौशिकला विलंब लागला नाही. वास्तविक शब्दकोशावरील बंदीची याचिका फेटाळली गेली आणि वामनराव केस जिंकले, ही वार्ता त्याला अनघाने तो आल्याआल्याच चहा घेताना दिली होती. मग वामनराव असे अस्वस्थपणे स्वस्थ बसून का? त्याने काहीशा उताविळीने विचारले,

"काका, तुम्ही केस जिंकलात ना? मग असे उदास आणि गप्प का?"

वामनराव काहीच बोलले नाहीत. त्यांनी कौशिककडे बघितले सुद्धा नाही. फक्त टेबलावरच्या पत्रांकडे बोट दाखविले. कौशिकने पत्रे हातात घेतली. एक एक करून वाचली. नंतर शब्दकोशातला 'लांडा' या शब्दाचा नंबर दोनचा अर्थही पाहिला. तसा त्याचा नेहमीचा तरतरीत आणि उल्हसित चेहरा गंभीर झाला. पत्रे पुन्हा बारकाईने वाचताना त्याचे स्वत:शी विचार करीत असल्यासारखे स्वगत शब्द आले,

"तिन्ही पत्रांमधले अक्षर थोडेफार सारखे आहे. कदाचित एकाच व्यक्तीने ही पत्रे लिहिली असावीत. पहिले इनलँड लेटर वाशीमहून पाठविले आहे, पण त्यावर पोस्टाचा शिक्का जळगावचा आहे. पत्रलेखकाने खान व्ही.एम. असे इंग्रजीत नाव दिले आहे. पत्र मराठीत आहे. सही मात्र इंग्रजीत घोटली आहे. या पत्रात घरदार जाळण्याची धमकी दिली आहे. दुसरे इनलँड हिंदीत लिहिले आहे. सही मराठीत आहे, लतिफ नुराणी. यात हातपाय तोडण्याचा इशारा आहे. दोन्ही इनलँड पत्रांवर प्रकाशनाचा पत्ता आहे. त्याअर्थी प्रकाशनाच्या ऑफिसमधील क्लार्कने ती घरच्या पत्त्यावर रिडायरेक्ट केली आहेत. तिसरे पत्र लालभडक, वाकड्यातिकड्या, मोठाल्या अक्षरात अर्धवट मराठीत आणि अर्धवट हिंदीत लिहिले आहे. त्यासाठी लाल शाईची बॉलपेन वापरली आहे. शाई पसरून तिचे धब्बे अक्षरांवर उमटले आहेत. विशेषत: शेवटच्या दोन ओळींवर हे धब्बे आहेत. रक्ताचे लाल जर्द डाग पडल्यासारखे." इथे पत्राचा कागद डोळ्यांजवळ नेऊन कौशिकने ओळी वाचल्या, 'बूढे प्रोफेसर,

लांडा वर्ड का मीनिंग ड्रॉप नही किया तो तू जिंदा नही रहेगा.' या ओळी स्पष्ट वाचता येत नाहीत. ओळीतली अक्षरे म्हणजे रेषांचे नुसते वेडेवाकडे सपकारे आहेत. 'बूढे प्रोफेसर' म्हटले आहे. म्हणजे पत्रलेखकाने 'निवृत्त प्राध्यापक' हा कोशाच्या टायटल मधला अंगदकाकांचा उल्लेख वाचला असावा. पत्राच्या शेवटी नाव नाही. नुसते पिस्तूल आणि सुरा यांचे ओबडधोबड अडाणी रेखाटन आहे."

कौशिकचे पोलीसी तंत्रपद्धतीने केलेले काटेकोर त्रयस्थ विश्लेषण आणि त्याचे कठोर आणि वास्तव निष्कर्ष भुरळ पडावी तसे ऐकत वामनराव खुर्चीत खिळल्यासारखे बसून होते. नजर जमिनीवर रोवलेली. एकाग्र पण भयचकित. तणावपूर्ण थरारक भयकथा कानावर पडावी तसे शहारे त्यांच्या अंगावर नकळत उठत होते.

थोडे थांबून कौशिकने तिसऱ्या पत्राचे पाकीट उलटसुलट करून बघितले. त्याची निर्विकार पोलिसी टिपणी पुन्हा चालू झाली. "हे पत्र बंद पाकिटात आले आहे. पाकीट पोस्टाचे आहे. म्हणजे पत्र पोस्टाने पाठविल्याचा भास निर्माण केला आहे. पत्रावर घरचा पत्ता आहे. तो शब्दकोशाच्या टायटल पेजेसमध्ये, सुनंदाकाकूंचा कॉपीराईट होल्डर म्हणून पत्ता दिलेला आहे, त्यावरून घेतला असावा. पण पाकीटावर पोस्टाचा शिक्का नाही. त्याअर्थी पाकीट समक्ष अंगदकाकांच्या लेटरबॉक्समध्ये टाकले असावे."

"काय समक्ष? म्हणजे त्याला अंगदच्या घराचा पत्ता कळला आहे." वामनराव धास्तावून ताडकन् खुर्चीतून उभे राहिले. काहीसे भेलकांडत आणि थरथरत.

"अहो काका, नुसता पत्ता कळून काय उपयोग? धमकी देणाऱ्याच्या अंगी धमक हवी ना?" कौशिकने वामनरावांना थोपविले.

"म्हणजे म्हणणं काय तुझं?" वामनराव कौशिककडे नुसते डोळे फाडून बघत राहिले. खोलीच्या दारापलीकडून स्वयंपाकीण आशाबाई घरात गेली, पण ती वामनरावांना दिसली नाही.

"मला तरी ही पत्रं बोगस वाटतायेत. उगाच घाबरवण्याकरता कोणीतरी खोडसाळपणा केलेला दिसतोय. डोन्ट गेट एक्सायटेड." कौशिकने वामनरावांना सावरण्याचा प्रयत्न केला.

"तू म्हणतोस शांत रहा. अरे अंगदच्या जीवाला काही बरंवाईट झालं..." वामनरावांचे शब्द मध्येच पिळवटले.

“काही होत नाही. धमकी देणारे लोक धमकी देण्यापलीकडे काहीच करत नाहीत. दे जस्ट वॉन्ट टू फ्राईटन यू. दॅटस् ऑल. काका भुंकणारी कुत्री कधीच चावत नाहीत. गरजते है, वह बरसते नही। शिकलो नाही का आपण लहानपणी हा शहाणपणा?” कौशिकच्या चेहऱ्यावर मंद स्मित तरळले.

“अरे शहाण्या, तू माझी शिकवणी का घेतोयस? पत्रात अंगदला जीवे मारण्याची धमकी आहे आणि तू मला शहाणपणा शिकवतो आहेस?” वामनरावांचा आवाज नाही म्हटलं तरी तापला.

“पण काका, जरा यूज युवर कॉमनसेन्स. कॉमन नॉलेज. धमकी देणारे नुसते धमकी देतात. ते कधी मारत नाहीत. आणि मारणारे कधी धमकी वगैरे देत बसत नाहीत. लूक ॲट हिस्ट्री. जॉन वाईक्स बूथनं लिंकनला कधी धमकी दिली नव्हती. ली हार्वे ओस्वाल्डने केनेडीला वॉर्निंग देणारं पत्र पाठवलं नाही. गोडसेने गांधींना धमकी दिली नव्हती. बीयन्तसिंग तर इंदिरा गांधीचा बॉडीगार्ड! त्याने इंदिराजींना कधी सुगावा तरी लागू दिला का?” कौशिकने लागोपाठ प्रश्नांची झड लावल्यावर वामनराव काहीसे स्थिरावले.

“कौशिक, तू म्हणतोस ते मारेकऱ्यांच्या सायकॉलॉजीप्रमाणे बरोबर असेल. पण अंगदला जर काही झालं तर आय विल बी रिस्पॉन्सीबल, यू नो.”

“काही होणार नाही अंगदकाकांना. मी ही पत्रं डिपार्टमेंटमध्ये कन्सर्न्ड सेक्शनकडे देतो. ते सगळं इन्व्हेस्टिगेशन करतील. अंगदकाका केव्हा येणार आहेत ते कळलं का?”

“त्यांचा सहा महिन्यांचा व्हिसा आहे. पाच महिने होतील तो जाऊन. महिन्याभरात परतेल तो.”

“प्रिकॉशन म्हणून आपण त्यांना व्हिसा आणखी एक्स्टेंड करायला सांगू. तोपर्यंत धमकीचं हे सगळं प्रकरण काय आहे याचा निकाल लागेल.” कौशिकने सुचवले.

“पण आज ना उद्या तो येणारच ना. इथे त्याचं घर आहे. कायम काही तो परदेशात राहू शकत नाही.” वामनरावांच्या बोलण्यातून आगामी संकटाची भयप्रद चाहूल जाणवत होती.

“आय नो दॅट. ते इथे आले की पाहू. जरूर पडली तर त्यावेळी पोलीस प्रोटेक्शन देऊ. चोवीस तास. मग तर झालं. डोन्ट वरी नाऊ. काका, जस्ट रिलॅक्स.”

कौशिकने वामनरावांना खंबीर दिलासा दिला. तेवढ्यात बाहेर जायच्या तयारीने अनघा खोलीच्या दारात आली. तिने कौशिकला विचारले,

"चलायचं?"

"हो निघूच. काका ही पत्रं जपून ठेवा. मी आल्यावर ताब्यात घेतो. आम्ही एका रिसेप्शनला जाऊन येतो. तासाभरात येऊच. डिनरला काही आम्ही थांबणार नाही. तुम्ही तोवर जरा रेस्ट घ्या. फार विचार करत बसू नका. ओके." कौशिकने लहान मुलाला धीर द्यावा तसे मोठेपणाने वामनरावांच्या पाठीवर थोपटले.

"काका, आशाबाई किचनमध्ये आहेत. काही लागलं तर तिला सांगा. आम्ही येतोच लवकर." अनघाने वामनरावांना 'बाय' केले. दोघे घराचे दार लावून बाहेर पडले.

वामनरावांनी टेबलावरची ती तिन्ही पत्रे गोळा करून एका फाईलमध्ये ठेवली. परत भिंतीवरचे घड्याळ बघितले. पावणेआठ. अंगद उठला असेलच. वामनरावांनी फोन फिरवला.

पलीकडून अंगदरावांचा चिरपरिचित आवाज आला,

"हॅलो."

"हॅलो अंगद, गुड मॉर्निंग."

"अरे वामन! अगदी सकाळीच फोन केलास? काय विशेष?"

"अरे, तुला एक गुड न्यूज द्यायची आहे. म्हटलं, गुड मॉर्निंग बरोबर द्यावी." वामनरावांनी हलकीशी कोटी केली.

"गुड न्यूज? कसली?"

"अरे अंगद, शब्दकोशावरच्या बंदीची याचिका कोर्टाने रिजेक्ट केली."

"म्हणजे हिअरींग झालं? अरे, तू मला तारीख कळवणार होतास ना?" अंगदरावांनी हायसे होऊन पण विस्मयाने विचारले.

वामनरावांनी, थोडक्यात कोर्टात काय घडले ते सांगितले. त्यात स्वत:ची बढाई किंवा प्रौढी मिरवणारा शब्दही नव्हता.

"आमचा प्रकाशक खुश झाला असेल. बंदी नाही. आता बिनधास्त विक्री करेल तो." अंगदरावांनी नि:श्वास टाकला.

"प्रमोद तर देव पाण्यात ठेऊन बसला होता. येईलच आज पेढे घेऊन. पार्टी देणार

म्हणाला. पण म्हटलं थांब. अंगदला येऊ दे. मगच पार्टी करू." वामनरावांच्या शब्दांत तकलुपी आनंद होता, पण बोलण्यात उत्साह नव्हता.

"वामन, तुझ्यासाठी पण एक गुड न्यूज आहे."

"माझ्यासाठी?" वामनराव चकित.

"तुला पार्टीसाठी फार थांबावं लागणार नाही. प्रमोदला पार्टीची तयारी करायला सांग."

"म्हणजे मी नाही समजलो?" वामनराव संभ्रमात.

"अरे, आम्ही दोघे तिकडे येत आहोत."

"काय म्हणतोस?" वामनराव धसक्याने ओरडलेच.

"वामन, असा दचकलास का?" यावेळी अंगदराव गोंधळात.

"नाही. पण त्यात गुड न्यूज काय?"

"अरे, आम्ही येणार ही गुड न्यूज नाही का? असं काय करतोस? इतक्या दिवसांनी आपली भेट होणार. बुद्धिबळाचा खंडित झालेला डाव पुन्हा रंगणार." अंगदरावांचा उल्हास ऊतू जात होता.

"हो. पण येण्याची इतकी घाई का करतोयस तू?" वामनरावांनी थोडावेळ थांबून निरुत्साहाने विचारले.

"अरे घाई कुठे? आता पाच महिने होऊन गेले. बास झालं. आता इथलं बिऱ्हाड बाजलं हलवावं, स्वगृही परतावं हे बरं. इट इज हाय टाईम वुई शूड रिटर्न." अंगदराव घराच्या ओढीने म्हणाले.

"पण, मी म्हणतो, अमेरिकेत कंटाळला असशील तर वैजूकडे जाऊन ये थोडे दिवस. तिथून नागपूरची डायरेक्ट फ्लाइट असेल ना?" वामनरावांनी सुचविण्याची जरा जादाच घाई केली.

"अरे बाबा, वैजू जपानला जाणार आहे." अंगदरावांनी सांगितल्यावर वामनराव नकळत उद्गारले,

"असं का? अरेरे!"

क्षणभर अंगदराव काहीच बोलले नाहीत. मग त्यांचा संशयी स्वरात प्रश्न आला, "वामन, काय प्रॉब्लेम काय? व्हॉट इज द मॅटर?"

"काही नाही रे. प्रॉब्लेम काही नाही." वामनरावांच्या उत्तरात जीव नव्हता तसाच जोरही.

“आम्ही येणार म्हणून तुला आनंद झालेला दिसत नाही वामन?” अंगदरावांनी सरळ सरळ रोखठोक विचारले.

वामनराव लगेच काही बोलले नाहीत. ते पेचात सापडले होते. खरे तर, अंगदराव येणार म्हणून त्यांना होणारा आनंद शब्दात मावणारा नव्हता, पण अंगदरावांच्या जीवाला इथे धोका आहे याची जाणीव असल्यामुळे, तो आनंद शब्दात व्यक्त होत नव्हता. वामनराव खचलेल्या स्वरात एवढेच म्हणाले, “कशावरून आनंद नाही झाला? असं कसं म्हणतोस तू?”

अंगदराव गंभीरपणे म्हणाले, “हे बघ वामन, मी तुला आज ओळखत नाही. कुठेतरी पाणी मुरतंय. तू काहीतरी लपवतो आहेस. दाल में कुछ काला है।”

“काला गोरा कुछ नही.” अंगदरावांचे बोलणे हसण्यावारी नेत वामनराव म्हणाले, “अरे, मला वाटलं नव्हतं की तू इतक्या लवकर येशील. इथल्यापेक्षा तुला तिथे जास्त विश्रांती मिळेल.”

“अरे बाबा, बास झाली विश्रांती. मला तिथे येऊन आता काम करायचं आहे.” अंगदरावांच्या शब्दात निग्रह होता.

“काम? अंगद, आता कसलं काम?”

“अरे, कोशाचं काम.”

“कोश? अरे कोश तर झाला ना? आता आणखी कसला कोश?” वामनराव धास्तावले.

“अरे, तो मराठी-इंग्रजी कोश. आता हा मराठी-मराठी.” अंगदराव म्हणाले.

“धन्य आहे बाबा अंगद तुझी. तू काही स्वस्थ बसू नकोस अन् मला स्वस्थ बसू देऊ नकोस.” वामनरावांच्या कौतुकात शरणागती होती.

“अरे बाबा, तू दिलेलीच ही विद्या आहे.” यावेळी अंगदराव पहिल्यांदाच मोकळे हसले.

“हो आणि ती मलाच फळते आहे. ये मग तू. पण केव्हा येणारे ते मला अगोदर कळव. मी तयारीत राहतो.” वामनरावांनी अनिच्छेने मान्यता दिली.

“म्हणजे काय, अरे तुला कळवणारच, त्याशिवाय मला घरात प्रवेश कसा मिळणार? घराची किल्लीच तुझ्याकडे आहे. तारीख ठरली की कळवतो. गुड नाईट.”

"गुड मॉर्निंग अंगद. भेटूच लवकर." वामनरावांच्या स्वरातली दडस कायम होती, तशीच भेटीची आतुरताही.

●

अंगदरावांनी फोन ठेवला त्याचवेळी सुनंदाबाई चहाचा ट्रे घेऊन खोलीत आल्या. सकाळचा चहा सगळेजण आपापल्या खोलीत घेत होते.

"काय म्हणत होते वामनभाऊजी?" सुनंदाबाईंनी अंगदरावांना चहा दिला.

"तुम्हाला कसं कळलं वामनचा फोन आहे ते?"

"अहो, इतक्या सकाळी कोणाचा फोन येणार? वैजूचा फोन रात्रीच आला होता. काय म्हणतात भाऊजी?"

"काही नीट कळलं नाही, तो म्हणतो तुम्ही तिकडे परत येऊ नका. का ते नीट सांगत नाही. मोकळेपणे काही बोलला नाही. मला वाटतं, तो कसल्यातरी दडपणाखाली आहे." अंगदरावांच्या चेहऱ्यावर काळजी दिसली.

"काही नसेल हो. उगाच कधीकधी वाटतं तसं." सुनंदाबाई म्हणाल्या.

"नाही हो. तसं नाही. काहीतरी माझ्यापासून लपवत होता. मला त्रास होईल म्हणून काय ते सांगत नव्हता, असा मला सेन्स आला." अंगदरावांची मुद्रा काहीशी अवघडली होती.

"पण तुमच्या चांगल्यासाठीच करत असतील ना तसं ते." सुनंदाबाईंनी समजावले.

"अर्थात. त्याची मला खात्री आहे. पण मला त्रास होऊ नये म्हणून, माझ्या भल्यासाठी, माझ्या प्रेमापायी, त्यानं काहीतरी असं भलतंसलतं करू नये की, ज्याचा मला पुढे त्रास होईल आणि त्यालाही. तुम्हाला तर माहिती आहे की त्याची माझी मैत्री ही माझ्या जीवनातील अनमोल चीज आहे. ती मैत्री धोक्यात येईल असं कुठलंही चुकीचं पाऊल माझ्यावरील प्रेमामुळं त्यानं माझ्यासाठी उचलू नये, हीच माझी इच्छा आहे." अंगदरावांची घालमेल सुनंदाबाईंना जाणवली, पण सहन झाली नाही. त्या एकदम आवेगाने म्हणाल्या,

"मग त्यांना सांगा ना तसं स्पष्ट, तुमचं ऐकतील ते. इथे नुसतं तळमळत राहून काय होणार?"

"पण अहो, तो काय करतो आहे हे कळल्याशिवाय कसं सांगणार?" अंगदराव

कोड्यात पडल्यासारखे झाले.

ते ऐकताच सुनंदाबाई ताडकन म्हणाल्या, "मग चला, आपण तिकडे जाऊ. त्या शिवाय हा तिढा सुटणार नाही."

अंगदरावांनी क्षणभर विचार केला आणि ते पलंगावर बसलेले उठलेच. हातात चहाचा कप तसाच होता.

"ठीक आहे. तुम्ही म्हणता तेच बरोबर आहे. नाहीतरी इथे पुष्कळ राहणं झालं. आत्ताच्या आत्ता जाऊन वैभवला शक्य तितक्या लवकरचं रिझर्व्हेशन करायला सांगा. नाहीतर तो ब्रेकफास्ट घेऊन निघून जाईल."

सुनंदाबाई जाताच अंगदरावांनी यांत्रिकपणे चहाचा घोट घेतला. चहा पूर्णपणे निवला होता. थंडगार, कोल्ड टी. तरीपण चित्ताची लाही जराही शमली नाही. उलट आयुष्यात पहिल्यांदाच सुनंदाबाईंचा चहा अंगदरावांना नकोसा झाला. बेचव आणि मचूळ.

●

अंगदरावांचे विमान रात्री बारा चाळीसला उतरले. त्यांनी वामनरावांना वेळ कळविली होती. तसेच त्या अवेळी कोणीही नेण्यास येण्याची तसदी घेऊ नये, हे सुद्धा आग्रहाने सांगितले होते.

पण तपासणी होऊन अंगदराव आणि सुनंदाबाई विमानतळाबाहेर येतात, तर कौशिक संपूर्ण पोलिसी गणवेशात समोर उभा. त्याने दोघांना वाकून नमस्कार केला.

"वेलकम बॅक, काका, काकू."

कौशिकबरोबर दोन पोलीस उभे होते. त्यांनीही सलाम ठोकला.

"अरे कौशिक तू कसा इथे? तोही फौजफाट्यासह?" अंगदरावांनी आश्चर्याने विचारले.

"अंगदकाका, आज माझी एअरपोर्टवर नाईट ड्युटी होती. हाफ-डे घेतला आणि तुम्हाला रिसीव्ह करायला थांबलो." कौशिक म्हणाला.

"तू तर अगदी शाही स्वागत केलंस आमचं." अंगदरावांनी कौशिकच्या पाठीवर शाबासकीची थाप मारली.

"पण एक चुकलास सांगताना."

"काय?" कौशिक जरा बावरला.

"अरे तू 'हाफ-डे' नाही घेतलास."

"मग?"

"हाफ-नाईट घेतलीस."

सुनंदाबाईंसह दोघेही उगाच खो-खो हसत सुटले.

निळ्याकाळ्या पोलीस व्हॅनमधून अंगदराव सुनंदाबाई निघाले. समोर ड्रायव्हर शेजारी कौशिक बसला होता. मधे अंगदराव आणि सुनंदाबाई. मागे दोन पोलीस. तासा-दीडतासाने घरापाशी पोचेपर्यंत अंगदरावांच्या चेहऱ्यावरचे हास्य विरले होते.

अंगदराव सुनंदाबाई घरी पोहोचले, तेव्हा उत्तररात्र सुरू झाली होती. सव्वादोनचा सुमार. अंगदरावांच्या घरात सगळीकडे दिवे लागले होते. वामनरावांच्या व्हरांड्यातही उजेड होता. मात्र वामनराव आणि अनघा हे अंगदरावांकडे बसले होते.

अंगदराव घरात आले. वामनराव समोर बसलेले उभे राहिले. दोघांनी नि:शब्द हात पुढे केले. हातांचा स्पर्श होताच जणू विजेच्या वेगाने शरीरे ओढली गेली. एकमेकांच्या बाहूत विसावली.

"अंगद, आलास तू?"

"वामन, कसा आहेस?"

सहा महिन्यानंतरचे पहिले सहाच शब्द. पण त्यामागे भावनांचे महाभारत उचंबळत होते. राम-भरत भेट अशीच असेल का? अंगदराव वनवासात गेले नव्हते, पण दोघांसाठी विरह हाच वनवास. वियोग हीच वेदना. ती शब्दात उतरत नव्हती. मिठीत सामावली होती. अंगदरावांना बायबलमधले वचन पाठ होते. पण पहिल्यांदाच त्याचा अर्थ ते अनुभवत होते. 'When the heart is full the words are few.' वामनराव मात्र बायबल न वाचताही ते वचन जगत होते.

शेजारी उभ्या सुनंदाबाईंचे हात फक्त वामनरावांनी हलकेच धरले.

"वहिनी, वेलकम बॅक. पहा, तुमचं घर ठीक आहे ना?"

सुनंदाबाई काहीच बोलल्या नाहीत. दोन मित्रांच्या पुनर्मीलनाचा तो अबोल सोहळा त्या सजल नेत्रांनी मूकपणे बघत होत्या.

अनघाने कॉफीचा थर्मास आणला होता. तिने अंगदरावांना आणि सुनंदाबाईंना कॉफी दिली. वामनराव म्हणाले, "मलाही अर्धा कप पाहू."

एकमेकांकडे न बघताच दोघा मित्रांनी कॉफीचे घोट घेतले. कॉफी इतकी मधुर कधीच लागली नव्हती.

कौशिक दारातच उभा होता.

“अंगदकाका, वॉश वगैरे घेऊन आता जरा पडा. दिवसरात्रीची लाँग फ्लाईट होती. उद्या सवडीने बोलू.” वामनरावांकडे बघून तो म्हणाला, “चला काका, तुम्ही सुद्धा रात्रभर जागेच आहात. सगळे जण थोडे लेटू या.”

अनघा म्हणाली, “येते काकू. उद्या सकाळी भेटू. काही कमी जास्त लागलं तर सांगा.”

सुनंदाबाईंनाही भरून आले होते. त्यांनी फक्त तिला जवळ घेऊन तिच्या पाठीवर हात फिरवला. कौशिक, अनघा बाहेर पडले. पाठोपाठ वामनरावांनीही सुनंदाबाईंचा रात्रीपुरता निरोप घेतला.

“बराय, वहिनी.”

अंगदरावांकडे बघून मात्र वामनराव केवळ उदास हसले. त्यांचे डोळे फक्त बोलत होते, त्यातले शब्द अश्रूंच्या रूपाने बाहेर पडण्यापूर्वीच ते निघाले.

फाटकाशी जाऊन त्यांनी नुसता हात हलवला. अंगदरावांचा पण हात हलला. पुनर्मीलनाचा तो सोहळा नि:शब्द संपला. मनीचे गूज मनातच राहिले. तरी सहा महिने दूर राहिलेली शरीरे भेटली, तशीच मनेही.

दोघेही भेटीच्या हर्षाने उसळत होते. पण तो हर्ष बंदिस्त होता. अंगदरावांचा अनुत्तरित शंकेने, तर वामनरावांचा अघटित आशंकेने. अंगदरावांच्या डोळ्यांसमोर आसवांचा पदर होता. पण त्यातूनही त्यांना दिसली, फाटकाशी स्तब्ध उभी निळीकाळी पोलीस व्हॅन!

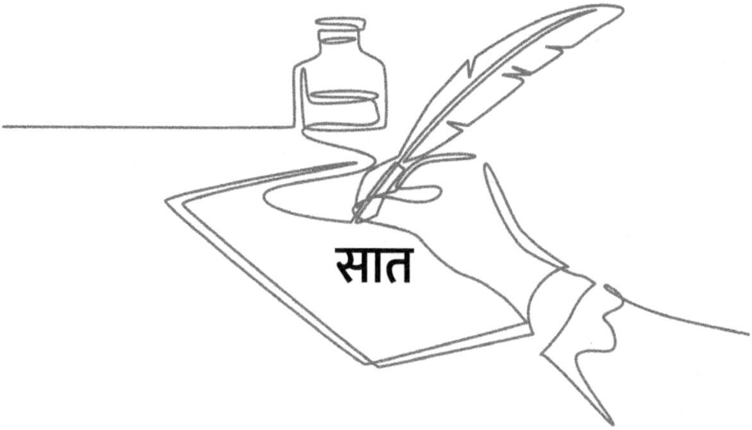

सात

दुसऱ्या दिवशी सकाळी अंगदराव आणि सुनंदाबाई हे जरा उशीराच उठले. सकाळचे नित्यकर्म आटोपून आणि न्याहारी करून अंगदराव बाहेर आले तेव्हा दहा वाजून गेले होते. व्हरांड्यात येताच त्यांनी सहज बाहेर पाहिले आणि ते बघतच राहिले.

त्यांच्या फाटकाशी दोन पोलीस उभे होते. आदल्या दिवशीची पोलीसांची व्हॅन नाहीशी झाली होती. व्हॅनमधील पोलीस मात्र शिल्लक राहिले होते. सुनंदाबाई तेवढ्यात बाहेर आल्या. तसे अंगदराव म्हणाले, “बघितलंत का फाटकाशी कोण आहे ते?”

“कोण?” सुनंदाबाईंनी जाळीतून बघितले आणि तोंडाला बोट लावले.

“अगोऽबाई पोलीस? आपल्या दाराशी? हा काय प्रकार आहे?”

“हा वामनचा उद्योग दिसतो आहे. बरं झालं आपण लगेच परत आलो ते. नाहीतर त्याने घरासमोर सगळी पलटण आणून उभी केली असती.” अंगदरावांना त्या विचित्र परिस्थितीतही विनोद सुचला.

“काहीतरी कारण असणार हो. त्याशिवाय असे अघटित काही घडणार नाही.” सुनंदाबाईंनी तर्क केला.

"म्हणूनच तो आपल्याला सारखं इकडे येऊ नका, म्हणत होता. तो आला की, सगळा उलगडा होईल. काय गौडबंगाल त्याने करून ठेवले आहे तोच जाणे! उठला असेल का तो? त्यालाही काल जागरण..." अंगदरावांचे बोलणे पूर्ण होण्याआधीच वामनरावांची ती घरभर घुमणारी पण बरेच दिवसात ऐकू न आलेली खणखणीत हाक आली. ओळखीची आणि सवयीचीही.

"अरे अंगद, उठलास का? आलोच मी." वामनराव त्यांच्या नेहमीच्या भारदस्त पण भरदार चालीने फाटकाशी आले तसा दोन्ही पोलीसांनी त्यांना सलाम केला. तसाच अंगदराव दार उघडायला गेले तेव्हा त्यांनाही. वामनराव आत येताच अंगदरावांनी त्यांना उसंतच दिली नाही. त्यांनी फाटकाकडे बोट दाखवले.

"अरे बाबा वामन, हे काय नाटक आहे?"

"हे नाटक नाही अंगद, हे खरोखरीचे पोलीस आहेत."

"म्हणजे? काल कौशिकबरोबर व्हॅनमधून आलेले पोलीस अजून इथे उभे आहेत?" अंगदरावांच्या डोळ्यांबरोबर भुवयाही विस्फारल्या.

"अरे कालचे नाहीत. ते वेगळे. त्यांची ड्यूटी संपली. हे वेगळे दोन पोलीस आहेत. आज सकाळी ड्यूटीवर आले आहेत." वामनरावांनी एक कोडे सोडवताना दुसरे लगेच समोर ठेवले.

"ड्यूटी? कसली ड्यूटी?"

"अंगद, अरे तुझ्या प्रोटेक्शनची ड्यूटी! तुझ्या सिक्युरिटीची.!"

"माझं प्रोटेक्शन? सिक्युरिटी?" अंगदराव उभ्या उभ्या खिळलेच.

"हे बघ अंगद, इकडे ये, असा शांत बस. वहिनी तुम्हीही या. सगळा खुलासा करतो." वामनरावांनी त्यांच्या नेहमीच्या सोफ्याच्या खुर्चीत बस्तान ठोकले.

"तरी मी म्हटलंच होतं की, वामन काहीतरी लपवतोय आपल्यापासून." अंगदरावांनी खुर्चीत टेकता टेकता टपली दिली.

"हे बघ अंगद, वहिनी, आता तुम्ही आलाच आहात तेव्हा सगळी लपवालपवी बंद. ओके." वामनराव सावरून जरा ताठ बसले. त्यांनी 'लांडा' या शब्दाचा शब्दकोशातील अर्थ, त्यावर आलेली तीन मुसलमानांची पत्रे, त्या पत्रातील शिव्यांची लाखोली, पत्रासंबंधी कौशिकचे मत, तरीसुद्धा पत्रे कौशिकने पोलीस डिपार्टमेंटमधील संबंधित विभागाकडे चौकशीसाठी दिल्याची आणि पोलीस कमिशनरशी चर्चा करून पोलीस संरक्षण आवश्यक असल्यास तसा रीतसर

अर्ज करण्याची गरज, ही सगळी माहिती पायरीपायरीने, तपशीलवार सांगितली. अंगदरावांनी वामनरावांचे बोलणे, मध्ये एकही शब्द न बोलता ऐकून घेतले, तसेच सुनंदाबाईंनीही. सुनंदाबाई तर एखादी रहस्यकथा ऐकावी तशा उत्कंठेने वामनरावांचे बोलणे ऐकत होत्या. पण यावेळी नेहमी घरातल्या बायकांचे होते तेच त्यांचे झाले. नेमकी कामवाली सीताबाई दारातून आत आली. सहा महिन्यांनी तिची गाठ पडत असल्यामुळे सुनंदाबाईंना उठून आत जाणे भाग पडले.

वामनराव थांबल्यावर अंगदरावांनी काहीसे त्राग्याने विचारले, "पण वामन, तू हे सगळं पत्रप्रकरण आम्हाला का कळवलं नाहीस?"

"अरे बाबा, तुम्ही तिकडे विश्रांतीसाठी गेला होता. उगाच तुमच्या जीवाला घोर लावण्यात काय पॉईंट होता?" वामनराव बचावादाखल, पण खरे तेच बोलले.

"म्हणून तू स्वत:च्या जीवाला घोर लावून घेतलास? पण त्यामुळे तिकडे आमच्या जीवाची किती उलघाल होईल, हे तुला माहीत असायला हवं होतं. तुला काही त्रास झाला तर त्याचा त्रास आम्हाला आपोआप होणार." अंगदराव काहीसे भावुक झाले होते.

वामनराव काहीच बोलले नाहीत. तसे अंगदरावांनी त्यांना समजावण्यास सुरुवात केली, "हे बघ वामन, ही अशा प्रकारची पत्रं येणार, मी दिलेल्या शब्दार्थांवर, विशेषत: जाती-धर्मवाचक शब्दांच्या अर्थावर, टीका होणार हे मी गृहीत धरलेच होते. मला जो शब्दार्थ बरोबर आणि प्रचलित वाटला त्याचे निर्भेळ ज्ञान मी शब्दकोशात दिलेले आहे. जातिधर्माची बंधने शब्दांच्या अर्थांवर घालणाऱ्या लोकांना ते पसंत पडणार नाही, ते त्याच्यावर टीका करणार, हे मला माहीत होते. पण त्याची पर्वा मी करत नाही."

अंगदरावांचे मनोगत केव्हा संपते असे वामनरावांना झाले होते. त्यांनी अधीरपणे मधेच अंगदरावांची तंद्री मोडली. खिशातून तीन कागद काढून अंगदरावांच्या हातात दिले.

"अंगद, टीकेचा प्रश्न नाही. टीका वेगळी. तू हे पहिले वाच."

वामनरावांनी दिलेले कागद या मुसलमानांच्या तीन पत्रांच्या फोटो प्रती होत्या. त्या वाचताना अंगदरावांच्या भुवया एकमेकींना चिकटल्या. चेहऱ्यावर मध्येच लाली चढली. पण ते बोलले, तेव्हा त्यांच्या स्वरात जराही चढउतार नव्हता. वामनरावांना प्रती परत देत ते धीमेपणे म्हणाले, "या तीन पत्रांवरून तू एवढं

रामायण रचलंस? दाराशी पोलीस उभे केलेस? एवढा अनुभवी वकील तू?" अंगदरावांच्या बोलण्यात अगतिक वैताग होता.

"हे पहा अंगद, तुझ्या बाबतीत मी कधीही, काडीचीही रिस्क घेणार नाही. समजलं?" वामनराव बोट रोखत दटावणीच्या सुरात म्हणाले. पत्रांच्या फोटो प्रती परत खिशात ठेवत त्यांनी पुढे विचारले,

"माझ्या जागी तू असतास तर काय केलं असतंस या पत्रांचं? सांग, तू काय केलं असतंस?"

उत्तर देताना अंगदरावांनी पत्रांच्या गंभीर विषयाला अनपेक्षित मजेशीर कलाटणी दिली.

"मी ती पत्रं सरळ फाईल केली असती."

"म्हणजे, मी समजलो नाही." वामनराव घोटाळले.

"अरे वामन, तुला ती अब्राहम लिंकनची गोष्ट माहिती नाही का?"

"कुठली?"

"त्याला अशीच खुनाच्या धमक्या देणारी पत्रं येत असत. तो आपल्या सेक्रेटरीला सांगायचा, 'फाईल इट इन द ॲसॅसिनेशन फाईल'." अंगदराव हसले.

पण वामनराव हसले नाहीत. ते एवढेच म्हणाले, "पण अंगद, शेवटी लिंकनचा खून झाला. मेला तो."

"तो मेला, पण इतिहासात अमर झाला. अशी माणसे कधी मरत नसतात वामन." अंगदराव अंतर्मुख झाले होते.

"हे बघ अंगद, मी तुला असं अमर होऊ देणार नाही. त्या लिंकनचं सोड. तू या पत्रांचं काय केलं असतंस ते आधी सांग." वामनरावांनी पुन्हा ठणकावून विचारले.

"मी ती फाडून टाकली असती आणि कामाला लागलो असतो. फक्त तीन मुसलमानांची वैयक्तिक पत्रं आली आहेत. त्यात एवढं विशेष काय? महाराष्ट्रात दीड कोटी मुसलमान आहेत. त्यांच्यात मोठमोठे विचारवंत लेखक आहेत. विद्वान, ज्ञानी आहेत. त्यांच्यापैकी कोणी काही कुठं लिहिलं आहे का? बोललं आहे का?" वरपांगी बिनतोड भासणाऱ्या अंगदरावांच्या प्रश्नाचे तोडीस तोड उत्तर वामनरावांनी लगेच दिलं.

"अरे अंगद, ते विद्वान लोक तुझा शब्दकोश बघायला कशाला जातायेत?

त्यांना जरूरच काय शब्दकोश बघण्याची? शब्दकोश बघणार तो सामान्य मुसलमान माणूस. अशा तीन सामान्य माणसांनीच ही धमकीची पत्रं लिहिली आहेत. आणि ही धमकी खरी करण्यास असा एकच माणूस पुरेसा असतो. त्याची एकच गोळी पुरेशी ठरते." वामनरावांनी परखड शब्दांत सुनावले.

"वामन, तो माणूस जर स्वतःच्या जीवावर उदार झाला असेल तर कुठलंही आणि कितीही संरक्षण दिलं तरी ते उपयोगी पडणार नाही, हे तुला सांगतो." अंगदरावांना अजून वामनरावांच्या मनात चुकचुकणारी भीती जाणवत नव्हती.

"अरे, पण तो माणूस कसा असेल किंवा नसेल याचे तर्कवितर्क करत कशाला बसायचं? तो कसाही असला, स्वतःच्या जीवावर उदार झाला असला तरी त्याचा हेतू साध्य करण्याची संधी त्याला मिळता कामा नये. म्हणून सिक्युरिटी ही अत्यंत आवश्यक आहे. इट इज ए मस्ट. अँड इट इज ऑलवेज बेटर टू अर ऑन ए सेफर साईड. हे तुला सांगायला नकोच." वामनरावांच्या निकडीच्या आर्जवी युक्तिवादापुढे अंगदराव काहीसे हतबल झाले. त्यांनी फक्त एवढेच विचारले,

"म्हणजे हे पोलीस सतत माझ्या दाराशी असणार?"

"हे नाहीत. पोलीस सिक्युरिटी ही काही साधी गोष्ट नाही, त्यांचे नियम अतिशय कडक आहेत. तुला रीतसर सिक्युरिटीसाठी अर्ज करावा लागेल. त्यावर संबंधित अधिकारी म्हणजे पोलीस कमिशनर किंवा तत्सम पदाधिकारी निर्णय घेतील. त्याप्रमाणे एक किंवा दोन किंवा अधिक जसे सुरक्षारक्षक ड्यूटीवर येतील, ते चोवीस तास तुझ्यासोबत राहून तुझी सुरक्षा करतील. तू काही मंत्री किंवा मोठा सरकारी हुद्देदार नाहीस, तेव्हा सिक्युरिटीचा सर्व खर्च हा आपला आपल्यालाच करावा लागेल." वामनरावांचे मारुतीच्या शेपटासारखे लांबत चाललेले सुरक्षापुराण ऐकून अंगदराव हसत म्हणाले,

"छान वामन! म्हणजे काहीही सजा मिळाली नसताना मी स्वतःच अर्ज करून स्वतःला कैदेत टाकणार आणि कैदेत राहण्याचा खर्चही मी स्वतःच करणार! सुरक्षेचं हे अजब गणित आहे!"

"अंगद, पण तुझ्या जीवाला धोका नाही का? असं काय करतोस?"

"हे बघ वामन, माझा जीव सुरक्षित राहील एखादेवेळी, पण माझं स्वातंत्र्य धोक्यात येईल. जीवापेक्षा मला स्वातंत्र्य जास्त प्रिय आहे." अंगदराव उत्कटतेने बोलले.

"अरे बाबा, उगाच हुतात्मागिरी करू नकोस. तुझ्या स्वातंत्र्याला कोण

काय करतंय? तू तुझ्या मनाप्रमाणे सगळीकडे मोकळेपणे फिरू शकतोस अगदी आकाशातील पक्ष्याप्रमाणे पंख पसरून मजेत विहार करू शकतोस." वामनरावांनी पंखासारखे दोन्ही हात पसरले. तशी अंगदरावांनी टाळी वाजवली.

"छान वामन! छान! पक्ष्याची ॲक्टिंग तर मस्त केलीस. पण मी त्याला भुलणार नाही. मी आकाशात विहरत राहीन पण पक्ष्याप्रमाणे स्वच्छंद नाही, तर दोरी बांधलेल्या पतंगासारखा नुसता तरंगत राहीन. नो वे! वामन, नो वे! कुठल्याही सिक्युरिटीसाठी मी कुठेही अर्ज वगैरे काही करणार नाही. ॲण्ड धिस इज फायनल. कारण मला कसलीही सिक्युरिटी नको आहे. मी शब्दकोशात जो अर्थ दिला आहे, तो कोणाला मान्य नसेल तर, त्याला आपल्या पद्धतीने विरोध करण्याचा त्याचा अधिकार मला मान्य आहे. आय विल डिफेन्ड हिज राइट टू अपोज मी इन हिज ओन वे. दॅटस् ऑल. आता हा सिक्युरिटीचा विषय बंद. फर्गेट दोज लेटर्स." अंगदरावांचे ते विलक्षण वैचारिक आणि भावनिक अंतरंगदर्शन इतके निकाली होते आणि जबरदस्तही की वामनराव जागच्या जागी स्तब्ध झाले. भिंतीवर डोके आपटावे तसे बधीर. थोड्यावेळाने भानावर येताच खाली बघतच ते बोलले तेव्हा त्यांचा आवाज पिचलेला होता.

"ठीक आहे अंगद. जशी तुझी मर्जी. पण आपण असं एक करायचं का? खासगी सिक्युरिटी गार्ड ठेवायचा का? डायमंड सिक्युरिटी म्हणून प्रसिद्ध कंपनी आहे. ती सिक्युरिटी गार्ड प्रोव्हाईड करते." वामनरावांनी जरा बिचकतच सुचवले.

"काय करतो तो गार्ड?"

"काही नाही, तो फक्त तुमच्या दाराशी उभा राहतो. जाणाऱ्या येणाऱ्यावर लक्ष ठेवतो. त्यांची चौकशी करतो. तो काही तुमच्या मागे सतत कुठे येत नाही. दोन पाळ्यांमध्ये हे गार्ड काम करतात. दिवसरात्र चोवीस तास त्यांची निगराणी असते." वामनरावांनी दिलेली माहिती ऐकल्यावर अंगदरावांनी होकारार्थी मान हलवली.

"वामन, ठीक आहे. तुला बरं वाटणार असेल तर ठेव. मात्र तो तुझ्या दाराशी." अंगदरावांची संमती विनाअट नव्हती.

"माझ्या दाराशी?"

"हो. तुझ्या. माझ्या नाही." अंगदरावांनी स्पष्ट केले.

"ओके. माझ्या दाराशी राहूनही तो तुझ्या घराकडे लक्ष ठेऊ शकेल. काही हरकत नाही." वामनराव खाली मान घालून पराभूत चेहऱ्याने उठले. हताशपणे

दाराकडे गेले. अंगदरावांनी पुढे जाऊन त्यांच्या खांद्यावर हात ठेवला.

"वामन असा निराश होऊ नकोस. बी पॉझिटिव्ह यार. अरे, भलेबुरे घडले ते विसरून जाऊ, विसरुन जाऊ सारे क्षणभर, जरा विसावू या वळणावर! काय? जरा विसावू या बुद्धिबळावर. किती दिवसात तुझ्याशी बुद्धिबळाचा डाव झाला नाही. तेवढ्याकरता तर मी परत आलो. ये संध्याकाळी. मी वाट बघतो." अंगदरावांचा स्वर शेवटी इतका हळवा झाला की शेवटचे शब्द नीट उमटलेच नाहीत.

वामनरावांनी फाटकाकडे जाताना नुसता हात वर केला. पण मागे बघितले नाही. कदाचित डोळ्यांतले पाणी त्यांना लपवायचे असेल.

वामनराव गेल्यावर अंगदराव आपल्या अभ्यासिकेत आले. पुस्तकांची आवराआवर, कागदपत्रांची जुळवाजुळव करण्यात मशगुल झाले. कपाटातील दाते आणि आपटे यांचे शब्दकोश हातात घेऊन ते फडक्याने त्यांनी स्वच्छ पुसून काढले. कोश कपाळी लावून त्यांना वंदन केले. संदर्भासाठी हे दोन्ही शब्दकोश लागणार होते. ते हाताशी असलेले बरे. म्हणून ते त्यांनी टेबलाच्या वरच्या खणात ठेवले. दात्यांचा फक्त पहिलाच खंड अंगदरावांनी सध्या काढला होता. त्याचे काम झाले की पुढचा एकेक खंड क्रमाने कपाटातून काढायचा. कारण टेबलाच्या खणात सगळे खंड मावणे अशक्य होते. काळ्या, निळ्या, लाल रंगाच्या लेखण्या, पेन्सिल, शाई वगैरे लिखाणाची आयुधे त्यांनी टेबलाच्या कोपऱ्यात ठरलेल्या ठिकाणी सज्ज करून ठेवली. तेवढ्यात सुनंदाबाई आल्या.

"हे काय, कसली तयारी चाललीय?"

"पुढच्या मराठी-मराठी शब्दकोशाची." अंगदराव हसतमुख पण गंभीर होते.

"मला न सांगताच?" सुनंदाबाई वरकरणी थोड्या रुष्ट झाल्या.

"अहो, तुम्ही तिकडे सहा महिने खोळंबलेला कौटुंबिक संसार पुन्हा मांडण्यात मग्न होता. तोपर्यंत म्हटलं आपणही इकडे शब्दांचा संसार पुन्हा थाटण्याचा उद्योग करावा. पुनश्च हरि ओम्!" अंगदरावांनी बचावाचा पवित्रा घेतला.

"पण हा सुद्धा माझाच संसार आहे."

"आहे ना! वादच नाही. तुमच्या त्या संसारात मी आहे, तशा माझ्या या संसारात तुम्ही. आपला दोघांचा संसार अखेरीला एकच आहे." अंगदरावांनी वस्तुस्थिती सांगताना शब्दांची मजेदार कसरत केली.

"मग मला का नाही बोलावलंत?" सुनंदाबाई बधल्या नाहीत.

"अहो, मी फक्त आता मैदान तयार करून ठेवतो आहे. खेळ सुरू झाला, की तुम्हाला आमंत्रण देणारच होतो. तुमच्याशिवाय खेळ सुरूच होणार नाही, रंगणार नाही आणि संपणार नाही." अंगदरावांनी नाटकातल्या नायकासारखी हात पसरून मान झुकवली.

"चला! झालं तुमचं हरभऱ्याचं झाड लावणं सुरू!" सुनंदाबाईंनी मानेला स्त्रीसुलभ कमनीय झटका दिला. त्या पुढे बोलणार तोच दाराची बेल वाजली.

सीताबाई सांगत आल्या, "बाहेर कुणी आलंय."

अंगदराव अंगातला कुर्ता झटकत बाहेर गेले. पाठोपाठ पदर सावरत सुनंदाबाई.

बाहेरच्या खोलीत प्रमोद शिरसाट ताठ उभा होता. उंचापुरा, तजेलदार देह, याखेपेला परीटघडीच्या फुलपॅन्टमध्ये खोचलेला रेघांचा फुलशर्ट, या वेषात तो रुबाबदार दिसत होता. शब्दकोश चांगला खपल्यामुळे असेल. पण त्याचा चेहरा उल्हसित होता. हातात त्याची नेहमीची बॅग होती. अंगदराव येताच प्रमोदने बॅग टीपॉयवर ठेवली. खाली वाकून अंगदरावांचा पदस्पर्श करून दारात उभ्या सुनंदाबाईंकडे बघून सुहास्य मुद्रेने हात जोडले.

"बसा हो. उभे का? काय म्हणतायेत आमचे प्रकाशक?" अंगदरावांनी खेळकर विचारणा केली.

"छान आहे सर. सकाळी वामनकाकांना फोन केला होता. तुम्ही काल परत आल्याचं कळलं. वैभवरावांकडचा मुक्काम छान झाला असेलच. इथे आल्यावर आता विश्रांती वगैरे झाली असेल, म्हणून आपल्या दर्शनाला आलो." प्रमोदने त्याच्या खास तत्पर पण लाघवी शैलीत बोलत, नमनाला फार वेळ न घालवता बॅग उघडली. बॅगमधून पाकीट काढले. पाकीटातून चेक.

"सर, या पाकिटात शब्दकोशाच्या सेलचे सर्व स्टेटमेंट आहे. विक्रीचे डिटेल्स आणि पंधरा टक्के प्रमाणे रॉयल्टीचे कॅलक्यूलेशन केले आहे. ते आपण सवडीनं बघा. पहिली एडिशन पाच हजारांची होती. तिच्या रॉयल्टीचा दहा हजार रुपयांचा अॅडव्हान्स मी शब्दकोश प्रकाशित होण्यापूर्वी दिला होता. त्यानंतर दुसरी एडिशन पाच हजारांची काढली. ती सुद्धा लगोलग खपली. सध्या दहा हजारांची तिसरी आवृत्ती चालू आहे. त्यातल्या पाच हजारांपेक्षा जास्त कॉपीज गेल्या आहेत. म्हणून पहिल्या दोन एडिशनचा मिळून दोन लाख नव्वद हजार या रकमेचा रॉयल्टीचा चेक

आणलेला आहे. त्यावर फक्त नाव कोणाचं घालायचं, ते सांगा." रॉयल्टीच्या हिशेबाचे नाणे खणखणीत वाजवत प्रमोदने खिशातून पेन काढले.

"म्हणजे मी नाही समजलो." अंगदरावांनी प्रमोदकडे प्रश्नार्थक बघितले.

"नाही सर, म्हणजे पहिल्या एडिशनचा ॲडव्हान्स म्हणून मी आपल्या नावाने रॉयल्टीचा चेक दिला होता. पण शब्दकोशाचा संपूर्ण कॉपीराईट आपण काकूंना दिलेला आहे, म्हणून आता त्यांच्या नावाचा चेक देऊ की आपल्या? इन्कम टॅक्सच्या दृष्टीने काय सोयीचे असेल त्याप्रमाणे..." प्रमोदच्या शब्दांची भर वेगात पुढे चाललेली तुफान मेल हात वर करून अंगदरावांनी मध्येच रोखली.

"इन्कमटॅक्सचा काहीच प्रश्न नाही. कॉपीराईट त्यांचा म्हणजे त्या शब्दकोशाच्या मालक. सगळा आर्थिक व्यवहार सुनंदाबाई माणकेश्वर यांच्याशी करायचा. त्यांच्या नावाने चेक द्यायला हवा." दारात उभ्या सुनंदाबाईंकडे अंगदरावांनी नजर टाकली.

"ओके सर. नो प्रॉब्लेम. मी रक्कम लिहिलीच आहे. सही सुद्धा केली आहे. आता फक्त नाव लिहितो." प्रमोदने चेकवर सुनंदाबाईंचे नाव लिहिले. चेक अंगदरावांसमोर धरला.

"अहो, त्यांचा चेक त्यांनाच द्या." अंगदरावांनी चेक बाजूला सारला.

"ओ येस सर. दॅट इज द प्रॉपर थिंग टू डू." प्रमोद हसत उठला. त्याने पुढे वाकून दोन्ही हाताने सुनंदाबाईंना चेक जणू अर्पण केला. चेकवरील आकड्याकडे सुनंदाबाई नुसते डोळे फाडून बघत राहिल्या.

"काकू, पावती त्या पाकिटात आहे. तिच्यावर तेवढी नंतर सही करून ठेवा." प्रमोद हिशेबाचे सोपस्कार पूर्ण करण्यास विसरला नाही.

"बसा. मी कॉफी करून आणते." सुनंदाबाईंना मोदभरे फारसे बोलवले नाही. त्या चेक घेऊन आत गेल्या.

सुनंदाबाई कॉफी घेऊन येईपर्यंत प्रमोदने संवादाचा सांधा पूर्णतः बदलला होता.

"सर, शब्दकोशाचं एक जेवण करायचं आहे. सहज आपलं सेलिब्रेशन म्हणून."

"वामनराव केस जिंकल्याबद्दलचं म्हणताय का? तो म्हणाला होता मला." अंगदराव म्हणाले.

"केस जिंकली म्हणून तर ते आहेच. पण एकूणच हे शब्दकोशाचं प्रोजेक्ट चांगलं सक्सेसफुल झालं आहे. रिस्पॉन्स फारच चांगला मिळाला आहे. त्याचं

सेलिब्रेशन म्हणून सगळ्यांना एक जेवण द्यावं अशी माझी इच्छा आहे. मी एव्हरेस्ट हॉटेलमध्ये अॅरेंज करणार होतो. पण...”

प्रमोदच्या उत्साहात सूर मिळवत अंगदराव मध्येच बोलून गेले, “एव्हरेस्ट! वाह! फार छान आहे ते हॉटेल. आमच्या कॉलेजची डिनर्स तिथे बऱ्याचदा झाली आहेत. सर्व्हिस उत्तम आहे. जेवण त्याहून उत्तम.”

‘पण सर, वामनकाका म्हणाले, बाहेर हॉटेलमध्ये नको. घरीच कर. म्हणून घरीच या, तुम्ही आणि काकू. माझा बंगला, प्रेस आणि प्रकाशनाच्या ऑफिसजवळच आहे. त्यानिमित्ताने प्रेस आणि ऑफिसही पाहता येईल. केव्हा येता? आज शुक्रवार. येत्या रविवारी जमेल का दुपारी बाराला?”

प्रमोदच्या आमंत्रणाचे उत्तर अंगदराव देणार तेवढ्यात सुनंदाबाई कॉफी घेऊन आल्या. त्यांच्या हातून कॉफीचा कप घेताना प्रमोद म्हणाला,

“काकू, येत्या रविवारी आमच्याकडे दुपारी भोजनाला यायचे आहे सरांबरोबर. वामनकाका, कौशिकराव, अनघाताई हे सगळे येणार आहेत. ते कौशिकरावांच्या गाडीतून येतील. तुमच्यासाठी आणि सरांसाठी मी गाडी पाठवतो. तुम्ही येणार याचा माझ्या पत्नीला, सुलभाला खूप आनंद होईल. सर, खूप दिवसांनी तुमची आप्पांची भेट होईल. ते बरेचदा तुमची आठवण काढतात.”

“आप्पा?” अंगदरावांनी विचारले.

“माझे वडील. त्यांना आम्ही आप्पा म्हणतो.” प्रमोद म्हणाला.

“विठ्ठलराव? अरे वा. त्यांची भेट होईल हा तर अलभ्य लाभ. जरूर येऊ आम्ही. काय हो, जायचं ना?” अंगदरावांनी सुनंदाबाईंकडे बघताच त्यांची मान होकारार्थी हलली. तसा प्रमोद कॉफी घेऊन उठला. पुन्हा अंगदरावांच्या पाया पडला. सुनंदाबाईंनाही नमस्कार करून निघाला. ते दोघेही प्रमोदला निरोप देण्यासाठी दारापर्यंत गेले तर फाटकाशी नवी कोरी निळीशार चमकदार अॅम्बॅसॅडर गाडी दिमाखात उभी.

“सर, जुनी गाडी विकून नवीन घेतली. तुमच्या शब्दकोशाची देणगी आहे.” प्रमोदने गाडीकडे हात दाखवला.

“शब्दकोशाची देणगी?”

“शब्दकोशाच्या प्रॉफिटमधून घेतली सर.”

“अरे वा, छान! अभिनंदन.” अंगदरावांनी प्रमोदच्या पाठीवर थाप मारली.

"थँक्यू सर. बराय काकू. मी रविवारी वाट बघतो. बारा वाजता गाडी येईल."

प्रमोद गेल्यावर आत जाताच सुनंदाबाईंनी अंगदरावांना चेक दाखवला.

"बरं झालं बाई. हे पैसे आले ते."

"का बरं?"

"अहो आपण अमेरिकेला गेलो होतो त्यामुळे सीताबाईंच्या मुलींचे शिक्षणासाठीचे पैसे द्यायचे राहिले आहेत ना? ते आता लगेच देता येतील." सुनंदाबाई हायसे होऊन म्हणाल्या.

"खरंच की, मी विसरलोच होतो. या शब्दकोशाच्या भानगडीत." अंगदरावांनी समाधानाने दुजोरा दिला.

कामवाल्या सीताबाईंचा नवरा सात वर्षांपूर्वी अपघातात वारला होता. त्यांच्या दोन मुलींच्या शिक्षणाचा सर्व भार अंगदराव आणि सुनंदाबाई हे जोडपे स्वेच्छेने आणि आपुलकीने उचलत होते. धाकटी मुलगी आता दहावीत तर थोरली कॉलेजात शिकत होती. दोघींचा खर्च आता सुमारे पन्नास हजारापर्यंत पोचला होता. प्रमोदच्या चेकमुळे त्याची सोय सहजासहजी झाली होती.

दुपारी जेवताना अंगदराव सहज म्हणाले, "बरं का, प्रमोद शिरसाट चांगला एव्हरेस्ट हॉटेलात खाना देणार होता. पण त्या वामननं कोलदांडा घातला. त्याला सांगितलं, हॉटेलात नको, घरीच कर."

"असं? का बरं?"

"हॉटेलात गेलो तर मला काहीतरी धोका होईल, असं वामनला वाटत असणार. त्या वामनच्या डोक्यात माझ्या सिक्युरिटीचं भूत शिरलं आहे ना?" अंगदराव त्रासिक हसले.

"अहो त्यांना काळजी वाटते तुमची."

"कसली काळजी घेऊन बसलाय? माणसानं कसं मोकळेपणे, निर्भयपणे जगावं. कर नाही त्याला डर कसली? त्याच्या डोक्यातलं हे सिक्युरिटीचं भूत मला पछाडतंय. ते केव्हा उतरणार आहे कोण जाणे?" जेवण संपवून अंगदराव काहीसे वैतागाने हात धुवायला गेले.

●

वामनरावांच्या डोक्यात शिरलेले सिक्युरिटीचे भूत उतरलेले नाही त्याचा प्रत्यय सोमवारी सकाळी अंगदराव फिरायला बाहेर पडले तेव्हा त्यांना आला. फाटकाशी

जाताच ते भूत निळी गर्द फुलपॅन्ट, वर फिकट निळसर फुलशर्ट, डोक्यावर निळी टोपी अशा गणवेशात वामनरावांच्या फाटकाशी शिस्तीत उभे असलेले त्यांना दिसले. इतकेच नव्हे तर, अंगदराव बाहेर येताच त्यानं त्यांना चक्क सॅल्यूट मारला, तत्पर नि कडक. पण नवल असे की यावेळी अंगदरावांच्या कपाळावर नापसंतीची आठी उमटली नाही. उलट, त्याने केलेला सलाम त्यांनी झोकात स्वीकारला. कारण त्या सुप्रभाती अंगदरावांच्या सगळ्या चित्तवृत्ती या प्रसन्नच नव्हे तर प्रफुल्लित होत्या. रॉयल्टीचा मिळालेला घसघशीत चेक, शब्दकोशाच्या यशाचा प्रमोदकडील सुंदर सोहळा, मराठी-मराठी शब्दकोशाचा सुनंदाबाईंच्या साथीत झालेला शुभारंभ, रविवारी संध्याकाळी कित्येक दिवसांनी वामनरावांबरोबर रंगलेला बुद्धिबळाचा डाव, या अमेरिकेतून परतल्यावर गेल्या दोन-तीन दिवसांत घडलेल्या आनंददायी घटनांच्या सुखद संयोगामुळे अंगदराव सोमवारी सकाळी फिरावयास निघाले ते तृप्तीच्या आणि तुष्टीच्या लाटांवर तरंगत.

सकाळी तासभर फेरफटका मारण्याची अंगदरावांची सवय फार जुनी होती. त्यांच्या ती इतकी अंगवळणी पडली होती की कॉलेजात असतानाही ते प्रथम सकाळची नेहमीची रपेट करून येत आणि मग कॉलेजचा रस्ता धरत. कॉलेजात असताना त्यांच्या आवडीचे दुसरे नित्यकर्म म्हणजे बागकाम, ते संध्याकाळी करत. कारण त्यासाठी सकाळी सवड मिळत नव्हती. आता निवृत्त झाल्यानंतर मात्र सकाळची फेरी आटोपून आले की आत न जाताच ते बागकामात रमत असत. अलीकडे तर ते अमेरिकेत मुक्कामाला असताना बागेची अवस्था खूपच खालावली होती. सीताबाईंना घरकाम केल्यावर बागेकडे लक्ष देण्यास पुरेसा वेळ मिळत नव्हता. केवळ झाडझूड करण्यापलीकडे त्यांनी बागेकडे फारसे पाहिले नव्हते. बागेतील झाडांची, विशेषतः फुलझाडांची परिस्थिती फारच खराब झाली होती.

अंगदरावांनी अमेरिकेतून आल्यानंतर बागेतील झाडांची विचारपूस करण्यास जोमाने आरंभ केला. सकाळचे फिरून आल्यावर बागेतल्या झाडांची देखभाल करण्यात त्यांचा अर्धा-पाऊण तास कसा जाई, हे त्यांना कळत नव्हते. इतके ते, 'वृक्षवल्ली आम्हा सोयरी वनचरे' या तुकारामाच्या उक्तीप्रमाणे, झाडांच्या सहवासात तद्रूप होऊन रमत होते.

तो सोमवार सुद्धा या परिपाठाला अपवाद नव्हता. आठच्या सुमारास अंगदराव सकाळचा फेरफटका करून रोजच्याप्रमाणे घरी परतले. त्यांनी बागेतील झाडांची

वाळकी पाने, फांद्या यांची काटछाट केली. रोपांची खुरपणी करून खत आणि माती यांची पोषक पेरणी केली. रबरी नळीने झाडांची तहान भागवली. अंगदराव बागकामात इतके दंग झाले होते की त्यांचे आजूबाजूला कुठेच लक्ष नव्हते. कुंडीतला मोगरा फुलला नव्हता. खरेतर, त्याला पाणी घालून झाले होते. तरीसुद्धा काहीशा काळजीने, अंगदरावांनी कुंडी उचलली. कुठे कीड लागली आहे का हे तपासण्यासाठी ते मोगरा निरखून बघू लागले. मोगरा सावलीत होता. तो उन्हात ठेवण्यासाठी अंगदराव कुंडी घेऊन वळले, त्यावेळी अंगणातल्या फाटकाकडे ते पाठमोरे झाले. हातात कुंडी घेऊन एक पाऊल त्यांनी जेमतेम पुढे टाकले, तोच कुठून कसे कोण जाणे, दोन केसाळ राकट हात कुंडीतल्या ओल्या मातीत घुसले. काय घडते आहे, हे कळायच्या आतच, त्या हातांनी कुंडीतल्या ओल्या मातीचा चिखल अंगदरावांच्या चेहऱ्यावर फासला. निमिषार्धात ते हात आले तसे गायब झाले. धसक्याने अंगदरावांच्या हातातली कुंडी खाली पडून फुटली. पण तिचा जराही आवाज झाला नाही. माती मातीतच पडली होती.

अंगदरावांनी झटक्याने मान वळवली. पण त्यांच्या डोळ्यांवर चिखल लागल्याने त्यांना फारसे काहीच दिसले नाही. उजवा डोळा ओल्या मातीच्या थराने संपूर्ण बंद होता. फक्त डाव्या डोळ्याचा कोपरा थोडा मोकळा होता. त्या फटीतून त्यांना पुसट दिसले. फाटक बंद होते. पलीकडे मोटारसायकलच्या मागच्या सीटवर एक माणूस बसला होता. त्याचा फक्त कमरेखालचा भाग अंगदरावांना दिसला. त्याने हिरवट रंगाची जीन्स पँट घातली होती. अंगदरावांची दृष्टी वर सरकायच्या आतच मोटारसायकल नि:शब्द हलली. वाऱ्याच्या वेगाने तेथून नाहीशी झाली.

अंगदरावांनी रबरी नळीतल्या पाण्याने चेहरा धुतला. खिशातल्या रुमालाने पुसून काढला. अवतीभोवती बघितले. कुठेच काही हालचाल नव्हती. वामनरावांच्या व्हरांड्याचा दरवाजा बंद होता. जाळीचे पडदेसुद्धा सारलेले होते. नवल हे की, कसलाच आवाज झाला नव्हता. ना फाटकाचा, ना मोटारसायकल आल्याचा नि गेल्याचाही. कोणालाही काही विपरीत घडल्याचे कळले नाही, ऐकू आले नाही, दिसले नाही. सकाळच्या भर उजेडात झालेला तो अंधारातला वार होता. स्वप्नात घडावी, तशी ती घटना होती. क्षणिक पण थरारक. ती कोणी पाहिली नव्हती. थोड्यावेळाने ती खरोखरी घडली की नाही, याचा अंगदरावांनाही संभ्रम पडला.

पण मोगऱ्याची कुंडी खाली पडून फुटली होती. अंगदरावांच्या कुडत्यावर चिखलाचे डाग होते, तसेच रुमालावरही. वामनरावांच्या फाटकाशी मघाचा सिक्युरिटी गार्ड अंगदरावांना दिसला नाही. सकाळी आठचा समय ही ड्यूटी बदलण्याची वेळ. रात्रीचा तो गार्ड गेला असणार, दिवसाचा अजून आला नसणार. कारण काहीही असले तरी ती सिक्युरिटी किती पोकळ आणि फोल होती, याची भेदक जाणीव होऊन अंगदराव स्वत:शीच खिन्न हसले आणि घरात गेले.

अंगदरावांना बघताच सुनंदाबाईंचे डोळे विस्फारले,

"अगंबाई हे काय? अंगावर चिखल?"

"मोगऱ्याची कुंडी पडली."

"थांबा, सीताबाई आली की तिला उचलायला सांगते."

सुनंदाबाईंना वाटले तसे अंगदराव कुंडी उचलायला गेले नाहीत. ते अधिक काही न बोलता सरळ बाथरुममध्ये आंघोळीला गेले. त्यावेळी त्यांचा श्वास मोठ्यांदा चालू होता. छातीत धडधड होती, कपाळावर घामाची ओल चमकत होती. अंगणातला अघोरी प्रसंग का घडला, हे त्यांना कळले होते. पण त्यांची नजर स्थिर होती. त्यांचे ओठ निर्धाराने घट्ट मिटले होते. त्यांनी त्या प्रसंगाची वाच्यता कधी केली नाही. कोणाजवळही आणि केव्हाही. ते गुपित त्यांनी स्वत:जवळ बंदिस्त ठेवले. स्वत:पुरते आणि स्वत:साठी. आजन्म. त्यामुळे चिखल फासण्याची ती कृती वांझ ठरली. तिचा कुठलाच उद्देश, मग तो सूड घेण्याचा असो किंवा प्रसिद्धी मिळविण्याचा, सफल झाला नाही. तो बार फुसकाच निघाला. त्याचा न धमाका झाला, न धसका बसला. अंगदरावांच्या संयमित मौनामुळे त्या धाडसी कृतीला फळ आले ते निष्फळतेचे, वायफळ!

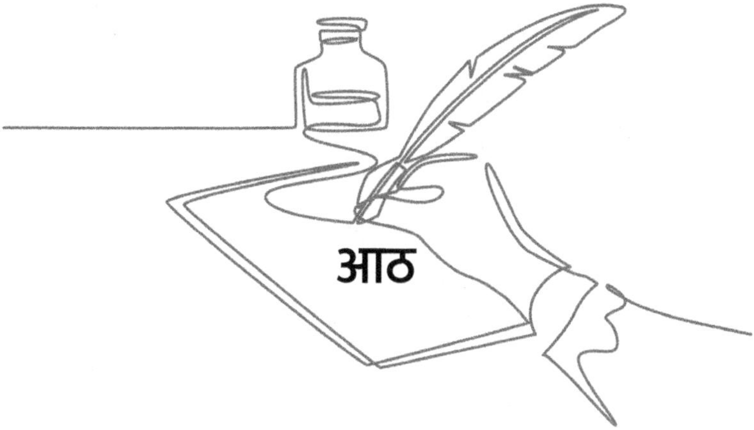

आठ

चेहऱ्यावर चिखल फासण्याच्या अंगणात घडलेल्या अकल्पित आणि आक्रमक प्रसंगानंतर सुद्धा अंगदरावांच्या दिनचर्येत काहीच फरक पडला नव्हता. जणू ती धक्कादायक घटना घडलीच नव्हती. रोजचा त्यांचा दिनक्रम निर्वेध आणि नियमित चालू होता.

सकाळी ठरलेल्या वेळी ठरलेला वेळ फिरणे, नंतर अर्धा-पाऊणतास बागकाम. बागकाम आटोपले की आंघोळ, स्तोत्रे, नाश्ता ही दैनंदिन कर्मे ओळीने. मग साधारण दहाच्या सुमारास दिवसभरात करायच्या अंगदरावांच्या जीवनकार्याला सुरुवात होत असे. तोपर्यंत सुनंदाबाई सीताबाईला सुतीपाती लावून अंगदरावांच्या अभ्यासिकेत नेमाने हजर होत. मग त्या पतीपत्नीच्या जोडीचे मराठी-मराठी शब्दकोशाचे काम संयुक्तपणे सुरू होई. त्या दुकलीच्या बैठकीत अलीकडेच मराठी-इंग्रजी शब्दकोश सिद्ध झाला होता. त्या अनुभवाच्या पाठबळावर मराठी-मराठी कोशाची निर्मिती देखील निश्चितपणे आणि नियमितपणे त्या दोघांच्या आत्मीय सहवासात शब्दाशब्दाने आकार घेत होती. अंगणातल्या चिखल प्रकरणापासून, तळ्यात लपलेल्या मगरीसारखी अंगदरावांच्या अंतरंगात दडलेली दडस क्वचित कधीतरी मधेच नकळत वर मुसंडी मारत होती. पण निर्धारित जीवित

कार्यावरील अंगदरावांच्या अविचल निष्ठेचा आणि अतूट श्रद्धेचा ती कधी लचका तोडू शकली नाही.

मुंगळ्यांची रांग पुढे जात राहावी तशा सुनंदाबाईंच्या टपोऱ्या डौलदार अक्षरात शब्दार्थांच्या नोंदीच्या ओळी पुढे सरकत होत्या. जरा बोटे मोडून आली की विरंगुळा म्हणून सुनंदाबाई मध्येच मनातले काहीबाही विचारत होत्या. एकदा सहज त्यांनी विचारले, “हा शब्दकोश आपण तयार करतो आहोत खरा, पण तो प्रकाशित करण्याबद्दल शिरसाटांशी बोलला आहात का?”

“अहो, अजून म्हैस पाण्यात आहे. आताच तिचा भाव कशाला करायचा?” अंगदराव हसले.

“म्हणजे मी नाही समजले.”

“अहो, मूल अद्याप जन्माला यायचं आहे. आतापासून त्याच्या लग्नाच्या वाटाघाटी करण्यात काय अर्थ, असं म्हणतो मी. तयार झाला कोश की विचारू.” अंगदरावांनी सांगितले.

“वामनभाऊजींशी तरी बोलला आहात का? त्यांना तरी माहीत आहे का हा आपला नवीन उद्योग?” सुनंदाबाईंनी चौकशी पुढे चालवली.

“एकदा बोललो होतो त्याच्याशी इथे येण्यापूर्वी. पण त्याने काही उत्साह दाखवला नाही. इथे आल्यावरही काही पुढे चौकशी केली नाही.” अंगदरावांनी उत्तर दिले.

“नवल आहे. पहिल्या कोशाच्या वेळी तर आग्रह धरला होता. मग आता काहीच कसं विचारलं नाही त्यांनी?” सुनंदाबाई काहीशा आश्चर्याने म्हणाल्या.

“अहो, त्यात आश्चर्य करण्यासारखं काय आहे? दुधानं तोंड पोळलं की माणूस ताकसुद्धा फुंकून पितो, तसा झालं असावं त्याचं. या कोशाबद्दल त्याने एक शब्दही काढलेला नाही. तो काढेल असं मला वाटत नाही. या कोशाच्या कामात त्याची साथ मिळेल असं दिसत नाही. पण त्यामुळे काही अडणार नाही. कारण सांगू?” अंगदरावांनी सुनंदाबाईंच्या डोळ्यांत शोधक नजर टाकली.

“काय?”

“कारणं मला तुमची साथ आहे. तुमची साथ असली की मग जगात दुसऱ्या कुणाचीही साथ नको.” अंगदरावांचे शब्द निर्णायक होते.

सुनंदाबाई मनोमन सुखावल्या. पण वरकरणी त्यांनी अंगदरावांचे म्हणणे उडवून लावले.

"चला, पुरे झालं! उगीच एखाद्याला इतकं शेफारून ठेवणं बरं नाही."

"अहो, मी हे बोलतो आहे ते काही उगाच शब्दांचे बुडबुडे नाहीत. खरं आहे तेच सांगतो आहे. तुमची साथ अनमोल आहे. कारण तुमचं माझं नातं हे कालिदासानं म्हटल्याप्रमाणे, गृहिणी, सचिव, प्रिया आणि मित्र असं बहुरुपी आणि म्हणूनच बहुमोल आहे. म्हणून तुमची साथ ही सर्वांत मोलाची आहे. ती कधी सुटता कामा नये." बोलता बोलता अंगदरावांच्या आवाजात कमालीचे मार्दव आले होते.

"माझी साथ कधीच सुटणार नाही. ज्योत कधी उजेडाला सोडत नाही. उजेडापासून अलग होत नाही." अंगदरावांच्या शब्दांनी सुनंदाबाईंच्या अंतर्मनात उठलेले झंकार त्यांच्या मुखातून बाहेर पडले.

"पाहू. काळच ते ठरवेल. ती कसोटीची वेळ अजून आलेली नाही. प्रत्येकाच्या जीवनात ती येतेच असेही नाही. मात्र आली तर आणि येईल तेव्हा सत्य बाहेर पडेलच. पण उगाच जर-तरच्या हवेतल्या गोष्टी कशाला करायच्या? पुढचं पुढे. वस्तुस्थिती काय आहे की तुमच्या साथीने एक कोश पूर्ण झाला, तसा हा दुसराही पूर्ण करू. चला, पुढला शब्द घ्या. लिहा." अंतराळात झेप घेणाऱ्या भावनांना अंगदरावांनी व्यवहाराच्या भूमीवर परत आणले.

शब्दकोशाच्या कामाची थांबलेली गाडी पुन्हा सुरू झाली. मध्यंतरी तासभर जेवणाचा स्टॉप घेऊन, पुढे चालूच राहिली, ती दाराची बेल वाजेपर्यंत. दुपारी दोनचा सुमार होता. बाहेर टळटळीत ऊन चमकत होते. कोण आले असेल यावेळी? पतीपत्नींनी एकमेकांकडे प्रश्नार्थक दृष्टीक्षेप टाकला. सुनंदाबाई बाहेर दाराशी गेल्या. क्षणभरात सांगत आल्या.

"पोस्टमन आला आहे."

"कोणाचं पत्र आहे? वैजूचं असेल, नाहीतर वैभवचं. पाहू." पण अंगदरावांचा कयास खोटा ठरला. सुनंदाबाईंच्या हातात पत्र नव्हतेच.

"रजिस्टर्ड ए.डी. पत्र आहे. तुमच्या नावाचं. तुमची सही हवी आहे."

"रजिस्टर्ड पत्र? माझ्या नावाचं?" अंगदराव आश्चर्य करीत तरातरा बाहेर गेले. परत आले तेव्हा त्यांच्या हातात एक लांबलचक जाडसर पाकीट होते.

अंगदरावांनी पाकीट उलटसुलट करून पाहिले. ॲड. शांतनू गंडभीर हा

पाठवणाऱ्याचा पत्ता वाचताच पाकीटाचे एक टोक टरकावून त्यांनी आतले कागद बाहेर काढले. कागद वाचत असताना मात्र अंगदरावांचा विचलित चेहरा हळूहळू पूर्ववत शांत आणि स्वस्थ झाला. तसाच सस्मितही.

सुनंदाबाई मात्र अधीर झाल्या होत्या. "काय आहे? कसलं पत्र आहे एवढं मोठं?"

"अहो, पत्र नाही. ही कायदेशीर नोटीस आहे वकिलाची."

"कायदेशीर नोटीस? कशाबद्दल?" सुनंदाबाईंच्या हातातले पेन टेबलावर गळून पडले.

"मराठी-इंग्रजी शब्दकोशाबद्दल."

"काय म्हटलंय?" सुनंदाबाईंची उत्सुकता शिगेला पोचली.

"माफी मागा. नाहीतर खटला भरू."

"खटला? मग आता..." सुनंदाबाईंचा आवाज पुढे फुटेना.

"आता काय, खटल्यात सजा झाली तर जेलमध्ये जावं लागेल." अंगदराव सहजपणे बोलले.

"जेल?" सुनंदाबाई हबकल्याच, त्यांनी बेभान होऊन ठणकावले, "हे बघा, मी वाट्टेल ते करीन पण तुम्हाला जेलमध्ये जाऊ देणार नाही."

"म्हणजे काय? अहो खटल्याचा निकाल तर जज्ज देणार आहे. तुम्ही काय वाट्टेल ते करणार आहात? त्या जज्जचे जाऊन कान धरणार आहात का?" अंगदरावांच्या डोळ्यांत चेष्टेखोर हसू होते. ते बघताच सुनंदाबाई आणखीनच भडकल्या. त्यांचा आवाज चढला.

"तुम्हाला जिथे तिथे चेष्टा सुचते आहे. पण एक लक्षात ठेवा. वाट्टेल ते म्हणजे मला योग्य वाटेल ते मी करीन. मग ते तुम्हाला नापसंत असो किंवा तुमच्या मनाविरुद्ध असो. पण काय वाट्टेल ते झालं तरी मी तुम्हाला जेल होऊ देणार नाही." सुनंदाबाईंच्या रागीट शब्दांच्या जणू ठिणग्या उडत होत्या. त्यांच्या रागामागच्या अनुरागाची आच अंगदरावांना अचानक जाणवली. तसे ते एकदम वरमले.

"अहो, इतक्या निकरावर येऊ नका. तुम्ही उगाच काळजी करू नये म्हणून मी गमतीने बोलत होतो. कळत कसं नाही तुम्हाला?" अंगदरावांनी सुनंदाबाईंना नितांत प्रेमाने जवळ घेतले आणि त्यांची समजूत घातली. "अहो, आता तर कुठे नोटीस आली आहे. नोटिशीत महिन्याची मुदत दिली आहे. अजून सगळंच

रामायण बाकी आहे. मी ती नोटीस परत नीट वाचतो. तुम्हीही वाचा. संध्याकाळी वामन आला की त्याला तर नोटीस दाखवायलाच हवी. त्याच्याशी बोलून काय करायचं ते विचारपूर्वक ठरवू. तेव्हा उगाच एक्साईट होऊ नका. शांत व्हा. पडा जरा." अंगदरावांच्या आश्वासक शब्दांनी सुनंदाबाई सावरल्या. पलंगावर टेकल्या.

अंगदराव खुर्चीत बसून नोटीस लक्षपूर्वक वाचू लागले. ॲड. शांतनू गंडभीर यांनी त्यांच्या बाळाराम तुंगेवार या अशीलांतर्फे नोटीस पाठवली होती. नोटीस मराठीत टाईप केली होती. मजकूर पुढीलप्रमाणे होता :-

प्रति,

१. श्री. प्रा.अंगद माणकेश्वर

नवभारत मराठी-इंग्रजी शब्दकोशकार

२. श्री. प्रमोद शिरसाट

प्रकाशक व मुद्रक, नवभारत मराठी-इंग्रजी शब्दकोश, नवभारत प्रकाशन

महाशय,

कारणे नोटीस देण्यात येते की, आमचे पक्षकार श्री.बाळाराम तुंगेवार यांनी दिलेल्या माहिती व अधिकारावरून आपणास नोटीस देण्यात येते की,

१. आपण प्रा.अंगद माणकेश्वर नवभारत मराठी-इंग्रजी शब्दकोशाचे कोशकार व रचनाकार आहात.

तसेच श्री.प्रमोद शिरसाट हे प्रकाशक नवभारत प्रकाशन हे शब्दकोशाचे प्रकाशक आणि सुरेखा मुद्रणालयाचे मालक शब्दकोशाचे मुद्रक आहात.

आपण दोघांनी मिळून सदर शब्दकोशामध्ये पुढे दिलेल्या शब्दांचा जो अर्थ लावला आहे तो जातीजमाती आणि धर्म यांचा हेतुपुरस्सर आणि खोडसाळपणे अवमान करणारा असून त्यामुळे संबंधित जातीजमातीच्या आणि धर्माच्या लोकांच्या भावना दुखावल्या गेल्या असून त्यांची अप्रतिष्ठा आणि मानहानी झाली असल्यामुळे आपण भारतीय दंड संहितेच्या कलम ५००, ५०१, ५०२, ५०४ आणि २९५(अ) सह ३४ भारतीय दंड संहिता कलम ३(१०) अनुसूचित जाती-जमाती अत्याचार प्रतिबंधक कायद्यानुसार अपराध केलेला असून त्याबद्दल आपण शिक्षेस पात्र आहात.

२. आपल्या शब्दकोशातील ज्या शब्दांचा अर्थ आपण जाणीवपूर्वक जाती-जमातींच्या लोकांचा अवमान करणारा आणि त्यांना हलक्या दर्जाच्या समजणारा दिलेला आहे, ते शब्द त्यांच्या निंदनीय आणि दंडनीय अर्थांसह पुढे दिलेले आहेत.

शब्द	**शब्दकोशात दिलेल्या अर्थातील निंदनीय आणि दंडनीय भाग**
महार (*m*)	Considered formerly as low and untouchable caste in the traditional Hindu Caste System.
मांग (*m*)	Considreed formerly as low caste in the traditional Hindu Caste System, employed to carry out the death sentence awarded to a convict.
भंगी (*m*)	A sweeper; scavanger. Employed to clean streets and toilets, belonging to a caste considered formerly as low and untouchable in the traditional Hindu Caste System.
ढोर (*m*)	A person belonging to a Caste specialised in painting skin, considered formerly as low in the traditional Hindu Caste System.
होलार (*m*)	A musician from Mahar and Mang Castes considered formerly as low and untouchable in traditional Hindu Caste System.
लांडा (*m*)	A word or term formerly used to show contempt or disrespect for or to insult a Muslim.

३. वरीलपैकी महार, मांग, भंगी, ढोर आणि होलार या शब्दांच्या शब्दार्थात आपण संबंधित जाती-जमातींचा हलक्या आणि खालच्या दर्जाच्या आणि अस्पृश्य असा

उल्लेख करून संबंधित जाती-जमातीच्या लोकांचा अपमान केला आहे. वास्तविक वरीलपैकी जाती-जमाती या भारतीय राज्यघटनेचा परीशिष्ट १ ते १७ मध्ये समाविष्ट केलेल्या अनुसूचित जाती-जमाती आहेत. तसेच 'लांडा' या शब्दाचा मुस्लिमांना अपमानकारक शब्द असा अर्थ देऊन मुस्लिम धर्मीयांच्या भावना दुखावल्या आहेत. वास्तविक भारतीय राज्यघटनेच्या कलम १४ नुसार सर्व भारतीय नागरीक हे समान आहेत. जाती, जमाती, धर्म, पंथ यावरून कुणीही श्रेष्ठ किंवा हलका नाही. पण वरील शब्दार्थात आपण संबंधित जाती-जमाती आणि धर्म यांना तसे संबोधून भारतीय राज्यघटनेच्या कलम १४ची पायमल्ली केली आहे आणि वरील जाती-जमाती आणि धर्म यांना अपमानित करण्याच्या उद्देशाने आपल्या शब्दकोशामध्ये आपण त्यांचा मानहानीकारक अर्थ लावला आहे. त्यामुळे आपण वरील नमूद कलमांनुसार दंडनीय अपराध केला असून आपण शिक्षेस पात्र आहात. म्हणून आपणास या नोटिशीद्वारे असे कळविण्यात येते की, ही नोटीस मिळाल्यापासून एक महिन्याच्या आत सदर शब्दकोशाच्या विकलेल्या सर्व प्रती परत मागवून शब्दकोशातील वर उल्लेखलेले जातिधर्माचे सर्व मानहानीकारक अर्थ वगळावे आणि सदर शब्द आणि त्यांचे मानहानीकारक शब्दार्थ वगळल्याचे शुद्धिपत्रक जोडल्याशिवाय बाजारातून परत मागविलेल्या आणि शिल्लक असलेल्या शब्दकोशांच्या प्रतींची विक्री करू नये. तसेच यापुढे केव्हाही शब्दकोशाच्या प्रती छापल्यास त्या, सदर शब्द आणि त्यांचे मानहानीकारक शब्दार्थ वगळून छापण्यात याव्या आणि आपण केलेल्या अपराधाबद्दल सर्व जातीधर्माची जाहीर क्षमा मागून दिलगिरी व्यक्त करावी आणि तसे आम्हास कळवावे. नसता आपणाविरुद्ध संबंधित सक्षम फौजदारी न्यायालयात खटला दाखल करण्यात येईल.

करिता ही नोटीस.

नोटीस देणार

बाळाराम तुंगेवार

माणिकलाल भवन,

तळमजला, मार्केट रोड,

तर्फे

ॲड.शांतनू गंडभीर

नोटीस वाचल्यानंतर पतीपत्नी थोडावेळ काहीच बोलले नाहीत. दोघांनी एकमेकांकडे बघितले. नि:शब्द कटाक्ष, पण ओळखीचा आणि अर्थपूर्ण. त्या कटाक्षात काहीशी आशंका होती, तसेच अनपेक्षित घडल्याचे आश्चर्यही. भोवऱ्यात सापडल्यावर गटांगळ्या खाताना एकमेकांकडे आधारासाठी व्यर्थ बघावे तशी निराधार अपेक्षाही त्यांच्या दृष्टिभेटीत होती.

अखेरीला नोटिशीचे कागद घडी घालून पाकीटात ठेवत अंगदरावांनी ती गुदमरलेली नकोशी शांतता भंग केली.

"या नोटिशीची धास्ती घेऊ नका. आपल्याला काही ते कायदे आणि त्यांची कलमे यांची माहिती नाही. पण आपण अज्ञानी असलो तरी सुदैवी आहोत."

"सुदैवी?" सुनंदाबाईंना कळेना.

"अहो, वामनसारखा निष्णात आणि तज्ज्ञ कायदेपंडित सावलीसारखा आपल्या पाठीशी आहे." अंगदरावांच्या धीराच्या शब्दांनी सुनंदाबाईंना नकळत, तात्पुरता का होईना, दिलासा मिळाला.

"आहेत ना वामनभाऊजी? मग आता पडा जरा. फार विचार करू नका." सुनंदाबाईंनी अंगदरावांच्या सुरात सूर मिळवत त्यांच्या हातातले पाकीट घेऊन टीपॉयवर ठेवले.

पण विचार ही काही बटण दाबले की दिवा मालवतो तशी बंद होणारी यांत्रिक प्रक्रिया नाही. दोघे पलंगावर आडवे झाले. विचारांच्या गर्तेत खोल बुडत असताना त्यांना डुलकी लागली की नाही हे कळलेच नाही.

संध्याकाळी नेहमीसारखे वामनराव बुद्धिबळ खेळण्यासाठी आले तेव्हा अंगदराव उसन्या अवखळपणे त्यांना म्हणाले, "अरे वामन, तुझ्यासाठी एक चांगली बातमी आहे."

"चांगली बातमी? कुठली?" वामनरावांनीही वेड पांघरले.

"अरे, वकिलासाठी चांगली बातमी दुसरी कुठली असणार? केस मिळाल्याची!" पण अंगदरावांच्या बातमीने वामनराव अजिबात खुश झाले नाहीत आणि चकितही. त्यांनी थंडपणे विचारले,

"तुला नोटीस आल्याचे म्हणतोस का तू?"

"म्हणजे तुला कसं कळलं?" चकित होण्याची वेळ उलट अंगदरावांवर आली.

"इट इज एलिमेंटरी, माय डिअर वॉटसन. अरे शहाण्या, प्रमोद शिरसाट नोटीस

घेऊन मला कोर्टातच भेटायला आला होता." वामनरावांनी उलगडा करताच अंगदराव थोडे ओशाळून म्हणाले,

"अरे हो. विसरलोच होतो मी. पाहा, माणूस किती स्वार्थी असतो ते. तो फक्त स्वत:पुरतं बघतो. माझा प्रकाशकही माझ्याबरोबर यात अडकला आहे, वुई आर इन दि सेम बोट, हे मी विसरलोच होतो."

"डोन्ट वरी अंगद. द बोट विल सेल थ्रू. इट वोन्ट कॅपसाईज."

"कशी काय?"

"अरे बोटीचा कॅप्टन कोण आहे? शेवटी मी बोट वल्हवणार आहे. मी नावाडी आहे." वामनरावांनी आश्वासन दिले. तेवढ्यात सुनंदाबाईंनी नोटिशीचे पाकीट त्यांना आणून दिले.

"वहिनी, तुम्ही काळजी करू नका. तुम्ही बुद्धिबळाची कॉफी अगोदरच करून आणा. आज बुद्धिबळाचा हा वेगळाच डाव खेळायचा आहे." वामनरावांनी हातातले नोटीशीचे पाकीट टीपॉयवर आपटत फर्माईश केली.

सुनंदाबाई कॉफी आणण्यासाठी आत जाताच वामनरावांच्या मैत्रीने अटळपणे वकिलीचा वेष परिधान केला. पण त्यावेळी त्यांच्यावर आलेले दडपण हे असह्य होते. कारण शब्दकोशासंदर्भात हे जे काही सर्व बरेवाईट घडते आहे, त्याच्या मुळाशी आपण आहोत, ही त्यांच्या मनात खोल घट्ट विळखा घालून बसलेली सुप्त जाणीव फणा काढून वर उफाळून आली आणि ते विलक्षण बेचैन झाले. त्यांची ही अंतर्गत उलघाल अंगदरावांच्या यत्किंचितही ध्यानात आली नाही. उलट मघाशी नोटीशीमुळे अंगदरावांना आलेली मलूल मरगळ वामनरावांवरील अढळ विश्वासामुळे दडपली गेली होती. प्रफुल्लित चेहऱ्याने वामनरावांकडे बघत त्यांनी खेळीमेळीने विचारले,

"आमच्या प्रकाशकाचं काय म्हणणं आहे?"

"त्याचं काय म्हणणं असायचं? तो माफी मागायला एका पायावर तयार आहे."वामनरावांनी प्रमोद शिरसाटला एका फटक्यात निकालात काढला.

"काय सांगतोस?"

"अरे उघड आहे. त्याने शब्दकोशाची चौथी दहा हजारांची एडिशन छापायला टाकली आहे. कागद घेतला आहे. नवीन प्लेटस् तयार केल्या आहेत. त्याचे हजारो रुपये गुंतलेत. शब्दकोशाचे काही बरेवाईट झाले तर तो रस्त्यावर येईल."

वामनरावांनी प्रमोदची अवघड अवस्था वर्णन केली. तसे अंगदराव लगेच म्हणाले,

"मग त्यांनी माफी मागून मोकळं होणं साहजिक आहे."

"पण माफी मागून त्याची पूर्ण सुटका होत नाही अंगद."

"नाही? का बरं?"

"अरे नोटीस वाचलीस ना तू? माफी मागणे, शब्दकोशाच्या प्रती परत मागवणे आणि आक्षेपार्ह जातिधर्मवाचक शब्दार्थ गाळणे, बाजारातून परत मागवलेल्या आणि पुढील सर्व आवृत्त्यांतील प्रतींना आक्षेपार्ह शब्द आणि शब्दार्थ गाळल्याचे शुद्धिपत्र जोडून त्या विकणे अशा मागण्या नोटीशीत आहेत. प्रमोद माफी मागू शकेल, प्रती परत मागवू शकेल, पण शब्दार्थ गाळणे आणि शुद्धिपत्र जोडणे हा त्याचा अधिकार नाही. त्यामुळे गाड्याबरोबर नळ्याला यात्रा तसा तो सुद्धा तुझ्यासोबत या खटल्यात गुंतलेला आहे. फक्त तुझे आणि त्याचे इंटरेस्ट वेगवेगळे आहेत." वामनरावांनी सगळा चमत्कारिक तिढा तपशीलवार उकलल्यावर अंगदरावांना काय बोलावे ते सुचेना. तसे वामनरावच पुढे म्हणाले,

"हे बघ अंगद, शब्दकोश हे तू आणि प्रमोद या दोघांचं अपत्य आहे. पण तुम्हा दोघांचं शब्दकोशाशी नातं वेगवेगळं आहे. तुझं शब्दांचं नातं आहे, तर त्याचं पैशाचं. तू शब्दांनी बांधला गेला आहेस, तर तो पैशानी. म्हणून मी त्याला सांगितलं की तू वेगळा वकील पहा हवं तर."

"मग काय म्हणाले शिरसाट?" अंगदरावांनी उत्कंठेने विचारले.

"तो काहीच बोलला नाही. पण त्याचा आता विचार नको. आपण तुझ्या नोटीशीबद्दल बोलू. तिचे उत्तर आपण नकारार्थी पाठवायचे हे नक्की ना?" वामनरावांनी अंगदरावांकडे रोखून बघितले.

"अर्थात. एकशेएक टक्के. मी माफी मागणार नाही. एकही शब्द गाळणार नाही. ही काळ्या दगडावरची रेघ आहे. कम व्हॉट मे." अंगदरावांनी टीपॉयवर पडलेल्या नोटीशीवर दाणकन हात आपटला.

"मला वाटलंच होतं. ठीक आहे. मग डन. मी तसं उत्तर तयार करून तुला दाखवतो. तुला ते मान्य झालं की आपण ते फायनल करू. अजून महिनाभर वेळ आहे. घाईचं कारण नाही. तसंच काळजीचंही. चल, बुद्धिबळाचा पट काढ. सोंगट्या मांड. एक दोन डाव खेळू." नोटीशीचा नकोसा विषय एकदाचा संपवावा,

निदान तात्पुरता तरी, म्हणून वामनरावांनी घाई केली. पण तो विषय असा चेंगट की संपायलाच तयार नव्हता.

"अरे हो, पण उत्तर पाठवल्यावर पुढे काय? पुढची कारवाई काय? एकंदर प्रोसिजर काय?" अंगदरावांच्या शब्दात उत्सुकता काठोकाठ होती.

"प्रोसिजर सोपं आहे. किचकट, कंटाळवाणं, लांबलचक पण सोपं. आपलं उत्तर गेल्यानंतर विरुद्ध पार्टी म्हणजे वादी किंवा फिर्यादी हे दावा दाखल करतील कोर्टात. जज्ज एकतर पोलीसांकडून दाव्यातील आरोपांची चौकशी करतील, नाहीतर त्यांना दाव्यात तथ्य वाटलं तर दावा दाखल करून प्रतिवादीला म्हणजे आरोपीला समन्स बजावतील. त्यानंतर कोर्टात खटला चालेल. साक्षीदारांचे पुरावे, वादी-प्रतिवादींच्या वकिलांचे युक्तिवाद झाल्यानंतर आरोपीला आपली बाजू मांडण्याची संधी मिळेल आणि शेवटी जज्ज दाव्याचा निकाल देतील."

वामनरावांनी न्यायदानाच्या प्रक्रियेची तपशीलवार माहिती साळसूद चेहऱ्याने निवेदन केली. पण ती बहुतांशी अंगदरावांना माहीत होतीच. नवीन काहीच न कळल्याने अंगदरावांचे पूर्ण समाधान झाले नाही. सगळे प्रकरण इतके सहज आणि सरळ घडत असेल यावर त्यांचा विश्वास बसला नाही. तरी त्यांनी थोडे हायसे होत विचारले,

"म्हणजे खटल्याचा निकाल मिळाला की सगळं संपलं ना?"

"हो. पण निकाल मिळाला तरी न्याय मिळेलच असं नाही." वामनरावांनी अंगदरावांना नकळत डुबकी दिली. तसे अंगदराव चपापले. वामनरावांचे म्हणणे त्यांना उमगलेच नाही. खरे तर ते हादरलेच.

"म्हणजे? वामन, काय सांगतोस काय तू हे?"

"खरे तेच सांगतो आहे. खटल्याचा निर्णय होईल. निकाल मिळेल, पण दरवेळी न्याय मिळेलच असं नाही."

वामनरावांचे ते कठोर आणि कडवट शब्द ऐकताच अंगदराव स्तंभित झाले. वामनरावांचे ते विधान म्हणजे त्यांच्या आयुष्यभराच्या न्यायालयीन अनुभवाचा अर्क होता. शेकडो कज्जे जिंकलेल्या त्यांच्यासारख्या यशस्वी विधिज्ञाचे ते निडर निदान, शेकडो लढाया जिंकलेल्या विजयी योद्ध्याच्या 'युद्ध हे व्यर्थ आहे' या निष्कर्षाइतके चमत्कारिक आणि धक्कादायक होते. ते ऐकताच अंगदरावांची मति गुंग झाली. काय बोलावे हे त्यांना कळेना.

त्याचवेळी सुनंदाबाई कॉफीचे कप घेऊन आल्या. दोघांना मूक बसलेले बघून त्या थोड्या थबकल्या. कॉफीचे कप देत त्यांनी विचारले,

"काय एवढं गुफ्तगू चाललं होतं दोन मित्रांचं?"

"काही नाही वहिनी. नोटीशीबद्दल बोलत होतो." वामनराव म्हणाले.

दोघांनीही न बोलता कॉफी संपवली. वामनरावांच्या शब्दांच्या हादऱ्यांनी अंगदरावांच्या शरीरमनात उठलेल्या झिणझिण्या कॉफीचे गरम घोट आत गेल्यावर हळूहळू निवत गेल्या. तेवढ्यात किचनमध्ये कुकरची शिट्टी वाजली, तशा कॉफीचे रिकामे कप घेऊन सुनंदाबाई आत गेल्या. तोपर्यंत अंगदराव बरेच सावरले होते. तरीसुद्धा त्यांना बसलेला तो आश्चर्याचा धक्का अजून पूर्ण ओसरला नव्हता. त्यांनी काहीशा चिंतेच्या स्वरात विचारले,

"वामन, अजब आहे! न्यायालयात न्याय मिळत नाही. हे तू म्हणतोयस?"

"हो. मीच म्हणतोय. कारण मला नेहमी कोर्टात मिळालेला आहे तो निकाल. न्याय क्वचित मिळाला आहे." वामनराव पोटतिडिकीने बोलले, पण तेवढ्याच बेपर्वाईने.

"का नाही? असं का?" अंगदरावांचा सवाल लगोलग उमटला. प्रतिध्वनीसारखा, पण वेगळ्या शब्दांत.

"कारण एकच. भ्रष्टाचार! करप्शन!" वामनराव ताडकन् म्हणाले.

"करप्शन? कोर्टात करप्शन?"

"अरे अंगद, असा दचकतोस का? तुला तर माहितीये भ्रष्टाचार हा जगातला सर्वांत जुना व्यवसाय आहे. असं काय करतोस?" साधे त्रिकालाबाधित सत्य अंगदरावांना माहीत नसावे, याचे नवल वामनरावांच्या प्रश्नात होते.

"नाही वामन, भ्रष्टाचार नाही, वेश्या व्यवसाय. प्रॉस्टिट्यूशन इज द ओल्डेस्ट प्रोफेशन, असं म्हटलं जातं." अंगदरावांनी, तेवढ्यातही वामनरावांना दुरुस्त केले. पण ती दुरुस्ती वामनरावांनी लगेच सुधारली.

"पण अंगद, वेश्या व्यवसाय हा सुद्धा भ्रष्टाचारच नाही का? भ्रष्टाचार हा एक सर्वत्र पसरलेला सामाजिक रोग आहे. राजकारणापासून तर शिक्षणापर्यंत समाजाच्या सर्व क्षेत्रांत भ्रष्टाचाराची कीड लागली आहे. सगळी समाजव्यवस्था, सोशल सिस्टिम, ही मोअर ऑर लेस करप्ट आहे, हे कॉमन नॉलेज आहे. अखेरीला ज्युडीशिअरी, न्यायव्यवस्था हा सुद्धा सोशल सिस्टिमचाच एक भाग

आहे. त्यामुळे तिथेही कमी-जास्त प्रमाणात भ्रष्टाचाराची लागण झाली असणार, यात आश्चर्य नाही." न्यायदानाची ही लाजिरवाणी बाजू वामनरावांनी काहीशा तटस्थ निर्दयपणे उघड केल्यावर अंगदरावांच्या तोंडाची चवच गेली. तरीही त्यांनी अविश्वासाने विचारले,

"म्हणजे न्यायाधीश लाच घेतात? पैसे खाऊन निर्णय घेतात?"

"सगळेच न्यायाधीश लाचखाऊ आहेत, असं मी म्हणत नाही. पण रामशास्त्री प्रभुणे आता इतिहासजमा झाले आहेत. न्यायमूर्ती गोकर्ण यांच्यासारखे त्यांचे वंशज अजूनही इथे तिथे शिल्लक आहेत, पण फार थोड्या प्रमाणात. निःस्पृहता आता दुर्मिळ झाली आहे. न्यायदानाचे पवित्र कर्तव्य अजूनही बजावले जाते, पण ते अपवादाने." वामनरावांनी स्वानुभवाच्या जोरावर न्यायव्यवस्थेचे परखड परीक्षण केले, तसे अंगदरावांनी खेदजनक कुतुहलाने विचारले,

"न्यायाधीशांची ही कथा तर वकिलांचं काय? ते सुद्धा या पैसे देण्याघेण्याच्या व्यवहारात पटाईत असतील?"

"वकिलांचं तू काही विचारूच नकोस. यथा राजा तथा प्रजा. वेशाने वकील आणि पेशाने दलाल, हाच प्रकार फार. वकिली कमी पण दलाली जास्त." वामनरावांनी ताशेरे मारताच अंगदरावांनी गंभीर चर्चेला गमतीदार फोडणी दिली.

"मग तू कोणत्या प्रकारात मोडतोस वामन? वकील की दलाल?"

"तो अनुभव तुला या केसमध्ये येईलच." वामनरावांनी तोडीस तोड मजेदार जबाब दिला.

"तुझं सोड. तुझा वकिली बाणा मला माहिती आहे. पण हे नोटीस पाठवणारे गंडभीर, त्यांचं काय? त्यांच्याबद्दल तुझं काय मत आहे?" अंगदरावांनी आतुरतेने विचारले.

"हे बघ अंगद, गंडभीरांशी माझी फक्त तोंडओळख आहे. जास्त ओळख असती तरी त्यांच्याबद्दल मत व्यक्त करणं हे प्रोफेशनल एथिक्सला धरून होणार नाही. एका वकिलानं दुसऱ्या वकिलाबद्दल बरं-वाईट बोलणं हे व्यावसायिक नीतीमत्तेत बसत नाही." वामनरावांनी पुढे बोलण्यास नकार दिल्यावर अंगदराव थोडेसे वरमले. पण सगळा विषय हसण्यावारी नेत त्यांनी विचारले,

"मानतो बाबा वामन, तू मोठा नैतिक दंडक पाळणारा नीतिमान वकील आहेस. तुझ्या नैतिकतेचा मी आदर करतो. - आय रिस्पेक्ट यू फॉर दॅट. पण तुझे मत तू

जाहीररित्या कुठे सांगतो आहेस? खासगी माझ्यापाशी बोलायला काय हरकत आहे?"

यावर वामनरावांचा चेहरा विचारमग्न झाला. ते थोडे निवळून म्हणाले, "हे बघ मित्रा, साधारण तीन प्रकारचे वकील मी पाहिले आहेत. एक, न्यायासाठी, म्हणजे अशीलाची बाजू न्यायाची असेल तर, त्याला न्याय मिळावा म्हणून प्रामाणिकपणे झगडणारे. दुसरे, प्रसिद्धीसाठी खटले लढवणारे, जसे गुलाबराव झेंडे. त्यांनी शब्दकोशावरील बंदीचा दावा केवळ पेपरात प्रसिद्धीसाठी केला होता." वामनराव थांबले. तसे अंगदरावांनी विचारले,

"आणि तिसरा प्रकार?"

"तिसरा प्रकार म्हणजे मी मघाशी सांगितला तो. दलाली करणाऱ्या वकिलांचा! दलाल वकिलांचा."

"म्हणजे?"

"म्हणजे हे वकील प्रसिद्धीपेक्षाही पैशासाठी दावे ठोकतात."

"पण वामन, म्हणजे फीसाठीच ना? यात गैर काय?" अंगदरावांनी शंका काढली.

"फी तर ते चांगली घेतातच, पण दुसऱ्या विरुद्ध पार्टीकडून सुद्धा पैसे खातात. त्यासाठी तारखा घेत राहणे, आपल्या अशीलाला लटकत ठेवणे वगैरे प्रकार करतात. कोर्टात, खऱ्याचं खोटं करणं आणि खोट्याचं खरं करणं हा त्यांच्या हातचा मळ असतो. त्यासाठी ते साक्षीदारापासून विरुद्ध पार्टीच्या वकिलापर्यंत इतकेच नव्हे तर जज्जापर्यंतही संधान बांधून पैसे चारायला मागे-पुढे पाहत नाहीत. 'मनी मेक्स द मेअर गो', हा त्यांचा मोटो असतो." वामनरावांनी वकिलांच्या तिसऱ्या वर्गाचे विस्तारपूर्वक सर्वेक्षण करून वकिलांच्या पृथक्करणाची इतिश्री केली.

"पण हा गंडभीर कुठल्या प्रकारात बसेल असा तुझा अंदाज आहे?" मघाशी टाळलेले प्रश्नाचे उत्तर काढण्यासाठी अंगदरावांनी चतुराईने चौकशी केली.

"हे बघ अंगद, तू मला चकवू शकत नाहीस. मी ॲड.गंडभीर यांच्याबद्दल काही सांगणार नाही. पण तुझी केस ही पब्लिक इंटरेस्टची सेन्सिटिव्ह केस आहे. तरीपण अजूनपर्यंत पत्रकारांनी तुझी मुलाखत वगैरे घेऊन केसची प्रसिद्धी केलेली नाही. पेपरात अजूनतरी केसबद्दल कुठे काही छापून आलेलं नाही. तेव्हा ॲड.

गंडभीर हे एकतर न्यायासाठी केस करत असणार किंवा पैशासाठी. प्रसिद्धीसाठी नाही. तुझी बाजू न्यायाची आहे असे तुला वाटत असेल तर ते कशासाठी केस लढताहेत हा निष्कर्ष तुझा तुलाच काढता येईल. मला इतकेच सांगता येईल की, ते खालच्या कोर्टात काम करतात आणि त्यांची रेप्युटेशन चांगली असल्याचे माझ्या तरी कानावर आलेले नाही." वामनरावांनी दुप्पट चतुराईने अंगदरावांनी टाकलेल्या पेचातून आपली सुटका करून घेतली.

दोन मित्रांचा हा शाब्दिक बुद्धिबळाचा डाव रंगत असताना फोन वाजला. प्रमोद शिरसाटचा फोन होता. त्याने अंगदरावांना सांगितले की तो वेगळा वकील बघणार नसून वामनरावांनाच वकीलपत्र देणार आहे. अंगदरावांनी विचारले, की 'वामनराव इथे आहेत, त्यांना फोन देऊ का?' तर म्हणाला, 'नको मला माहीत आहे ते तुमच्याकडे बुद्धिबळ खेळायला आले आहेत. पण सर, माझे एकच म्हणणे आहे की, शब्दकोश हा फार चांगला खपतो आहे. प्रत्येक शाळा-कॉलेजात तो जातो आहे. त्यात कुठे विघ्न येऊ नये. त्यासाठी मग थोडे कॉम्प्रमाइझ केले तरी चालेल.' त्यावर अंगदराव चमकून म्हणाले,

"कॉम्प्रमाइझ? शिरसाट, कॉम्प्रमाइझ करून प्रश्न सुटतात. पण न्याय मिळत नाही. आपली बाजू न्यायाची आहे. शब्दकोश वाचवण्यासाठी कॉम्प्रमाइझ करणं हा शब्दकोशावरच अन्याय आहे!" अंगदरावांनी स्पष्ट शब्दांत रोखठोक बजावल्यावर प्रमोद शिरसाट नाराजीने एवढेच पुटपुटला, "बराय सर, जशी तुमची इच्छा. यू नो बेटर. गुडनाईट सर."

वामनरावांनी अंगदरावांचे बोलणे कान देऊन ऐकलेच होते. पण ते काहीच म्हणाले नाहीत. तसे अंगदरावांनी सांगितले की प्रमोद शिरसाटचा फोन आला होता. तो दुसरा वकील बघणार नाही. तुलाच वकीलपत्र देणार आहे.

"चला बरं झालं. आता दोघांच्या नोटीशीला एकच उत्तर मला तयार करता येईल." वामनराव सुस्कारा टाकत उठलेच.

"हो. वामन तुझी चांगलीच सोय झाली. आता एकाच दगडात दोन पक्षी मारणार तू." अंगदरावांनी तेवढ्यात टोमणा मारला.

"मी पक्षी मारणार नाही. ते तारण्याचा प्रयत्न करणार, हे निश्चित. पण मी आता चलतो. उद्या दोन केसेस आहेत. त्यांची तयारी करायची आहे. तुझ्या या ॲट्रोसिटीच्या केसचाही मला अभ्यास सुरू करायला हवा. शेड्युल्ड कास्टस्

आणि शेड्युल्ड ट्राईब्ज प्रिव्हेन्शन ऑफ अॅट्रोसिटीच्या अॅक्टखाली ही माझ्या उभ्या चाळीस पंचेचाळीस वर्षांच्या वकिलीच्या आयुष्यात पहिलीच केस माझ्याकडे आली आहे. ती सुद्धा तुझी. मला सर्व कलमे बारकाईने स्टडी करायला हवीत. बाय अंगद. उद्या भेटू. गुडनाईट." वामनराव निरोप घेऊन दाराबाहेर पडले. त्यांच्या हातात नोटिशीचे पाकीट होते आणि छातीवर त्या नोटिशीचे ओझे.

"गुडनाईट वामन. बेस्ट ऑफ लक. अॅज ऑलवेज यू वील विन. डोन्ट वरी."

"वुई ऑल शुड विन, नॉट ओन्ली मी." वामनरावांनी जाता जाता प्रत्युत्तर दिले.

अंगदराव दार लावून आत वळले तर टीपॉयवर बुद्धिबळाचा पट तसाच पडलेला होता. मिटलेला. सोंगट्यांचा डबाही तसाच, न उघडलेला. ते दोघे संध्याकाळी भेटले असताना पहिल्यांदाच बुद्धिबळाचा डाव खेळायचा राहिला होता. आता वेगळाच डाव सुरू होणार होता. तो सुद्धा पटावर नाही, तर कोर्टात.

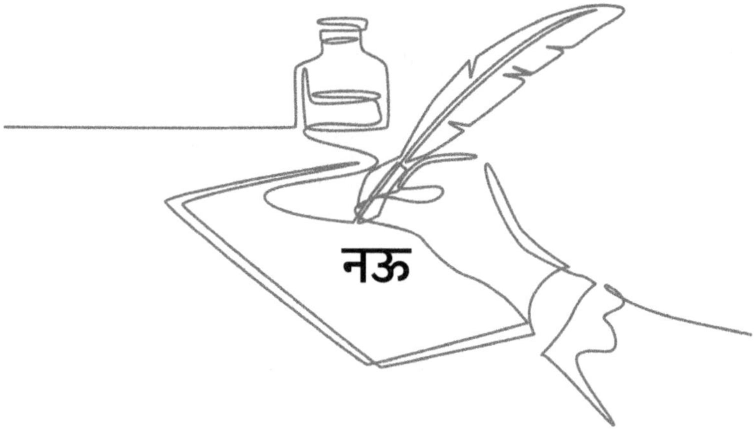

नऊ

अंगदरावांच्या मराठी-इंग्रजी शब्दकोशाच्या रूपाने नोटा छापण्याचे यंत्रच प्रमोद शिरसाटला गवसले होते. ते यंत्र कुठल्याही परिस्थितीत बंद पडू नये, इतकेच नव्हे तर त्यात कुठलाही बिघाड होऊ नये, ही दक्षता प्रमोद साहजिकच परोपरीने घेत होता. शब्दकोशाच्या गाड्याला कुठेही खीळ बसू नये, या इच्छेने तो विलक्षण झपाटला होता. त्यामुळे शब्दकोशावर दावा करण्याची नोटीस मिळाल्यापासून तो कमालीचा अस्वस्थ झाला होता. या दाव्यातून शब्दकोश जराही धक्का न लागता सहीसलामत तावूनसुलाखून कसा बाहेर पडेल, या चिंतेने त्याला सळो की पळो करून सोडले होते. शब्दकोशाच्या विक्रीवर कोर्टाकडून बंदी येण्याची शक्यता आहे, या आशंकेने त्याने कोशाच्या पुढील आवृत्तीची छपाई स्थगित केली होती.

एके दिवशी सकाळी 'चिंता ज्वाला जाळती मन्मनासी' अशा अवस्थेत तो अलजेब्राचे छापलेले फर्मे न्याहाळत ऑफिसात बसला होता. पण त्याच्या डोळ्यांसमोर अलजेब्रा दिसत नव्हता. दिसत होता तो मराठी-इंग्रजी शब्दकोश.

"येऊ का साहेब ?" असे विचारत, प्रमोदने हो-नाही काही म्हणायच्या आतच, त्याचा बाईंडिंग इनचार्ज बळवंत साबळे समोर येऊन उभा राहिला. साबळे बसकट, पीळदार हाडापेराचा, बटबटीत डोळ्यांचा, उलटे केस फिरवलेला, जाड ओठांचा,

परखड पण बोलका, पायजमा शर्टातला, गुटगुटीत इसम होता. गेली पंधरा वर्षे तो प्रमोदच्या मुद्रणालयात पुस्तक बांधणीचा विभाग शिताफीने नि वक्तशीरपणे सांभाळत होता. त्यामुळे तो प्रमोदच्या विश्वासातला माणूस होता.

साबळे टेबलासमोर उभा राहताच प्रमोदने त्याच्याकडे प्रश्नार्थक नजर टाकली.

"साहेब, माझी फोल्डिंग आणि जुंपणीची माणसे नुसती बसून आहेत." साबळेने तक्रारीचा सूर लावला.

"का बरं? हा अलजेब्रा घ्या ना फोल्डिंगला." प्रमोदने हातातले अलजेब्राचे छापील फर्मे दाखवले.

"साहेब, अलजेब्रा काय हजाराची आवृत्ती. ते काम पुरेसे नाही होत."

"मग 'चंद्र आहे साक्षीला'ची छपाई चालू आहे. त्याचे फर्मे घ्या." प्रमोदने दुसरा पर्याय सुचवला.

"ती तर कादंबरी, पाचशे प्रती. बारा फर्मे. ते काम किती वेळ चालणार?" साबळेच्या घोगऱ्या शब्दांत नाखुशी स्पष्ट होती.

"अरे, आणखी 'ही माझी पृथ्वी'ची छपाई चालू आहे ना, मशीन नंबर दोन वर. चांगले चाळीस फर्मे आहेत. बॅककडून कापडी पुठ्ठा बाईंडिंग करायचं आहे." प्रमोदने तिसरा पर्याय दिला. पण साबळेने तो चुटकीसरशी उडवून लावला, चक्क चुटकी वाजवूनच.

"अहो साहेब, फर्मे जास्त आहेत पण कॉपी अडीचशे. फर्मा छापून आला की त्याची चटणी उडते."

यावेळी प्रमोदच्या समोर पर्याय शिल्लक नव्हता. समोरचे अलजेब्राचे फर्मे नि:शब्दपणे चाळताना त्याच्या कपाळावर आठ्यांचे जाळे उमटले. प्रमोद निरुत्तर झाला, हे बघताच साबळेने आघाडी घेतली व रोखठोक प्रश्न केला.

"पण साहेब, शब्दकोशाची छपाई का थांबवली आहे? दहा हजाराची एडिशन मशिनवर चालू होती."

प्रमोदला हा प्रश्न अपेक्षित होता. पण त्याचे उत्तर तयार नव्हते. तो घुटमळला. तसा साबळेने फटाका फोडला.

"नोटीस आली म्हणून?"

"नोटीस? कसली नोटीस?" प्रमोदने चमकून साबळेकडे बघितले.

"वकिलाची."

"वकिलाची? तुला कसं कळलं?" प्रमोद आश्चर्याच्या डोहात खोल बुडाला. आत चाललेल्या छपाई मशीनचा लयबद्ध 'सुईंग सट्' आवाज त्याला ऐकू येईनासा झाला. हे काय वीज गेली काय? पण समोरच्या भिंतीवरची ट्यूब भगभगीत जळत होती.

"शांतूमामानं सांगितलं."

साबळेचे उत्तर ऐकताच प्रमोदच्या काळजाचा ठोका चुकला. तो आश्चर्याने नव्हे तर धडकीने. दाव्याची बातमी फुटली काय? पेपरात तर त्याने काही वाचले नव्हते.

"कोण शांतूमामा?"

"ॲडव्होकेट शांतनू गंडभीर." प्रमोदची तारांबळ उडालेली बघून साबळेने शेवटची धडक दिली.

प्रमोद गोंधळला. त्याला हे नाव वाचल्याचे आठवले. पण कुठे? मग एकदम त्याच्या डोक्यात उजेड पडला. याच वकिलाने नोटीस पाठवली होती.

"हे वकील तुझे मामा लागतात?" प्रमोद चकित चौकसतेने साबळेकडे बघत राहिला. जणू साबळे नव्या गूढ स्वरूपात त्याच्यासमोर प्रकटला होता.

"हो साहेब, माझ्या आईच्या भावाच्या सुनेचे ते चुलतमामा." साबळेने सफाईने नातेवर्णन करताच प्रमोदने ते जोडण्याचा प्रयत्न भुवया एकवटून केला. पण त्याला ते जमेना, तसा त्याने तो नाद सोडला. मात्र त्याचा चिंतातुर चेहरा आशाळभूत उत्सुकतेने उजळला. प्रमोद कह्यात आला हे बघताच कोळी जसा जाळ्यात अडकलेल्या कीटकाला सपासप हातपाय मारत काबीज करून गुंडाळतो, तसे साबळेने भराभर बोलण्याचा सपाटा लावत प्रमोदला पूर्णपणे वेढा घातला.

"साहेब, शांतूमामा हा फार कामाचा माणूस आहे. कोर्टात तर क्लार्कपासून वर पार जजेसपर्यंत सगळीकडे त्याचे लागेबांधे आहेत. गेल्या महिन्यात नगरसेवक सूर्यकांत चांडक यांचा भाऊ तो कॉंट्रॅक्टर सुजीतकुमार, त्याला शांतूमामाने सोडवला."

"सोडवला? कशातून?"

"त्या सुजीतकुमारनं मोटारसायकलने एका म्हाताऱ्याला उडवला. म्हातारा जागच्या जागी खलास झाला. सुजीतकुमार चार दिवस पोलीस लॉकअपमध्ये

होता. पुढे फौजदारी होऊन तो खडी फोडायला गेला असता. पण या आमच्या शांतूमामाने बरोबर चाव्या फिरवल्या. सुजीतकुमार लॉकअपमधून तर सुटलाच पण फौजदारी खटल्यातूनही निसटला. आता पुन्हा मोटारसायकल हाणत गावभर भटकतो आहे. आता बोला!"

प्रमोद काय बोलणार? सुजीतकुमारची साबळेने हावभावासहित रंगवून सांगितलेली थरारक कहाणी ऐकून तो पुरताच घायाळ झाला होता. अधाशीपणे तो फक्त एवढेच म्हणाला, "कमाल आहे या तुझ्या मामाची, साबळे!"

"कमाल म्हणजे साहेब धमाल आहे! खालच्या कोर्टात 'मॅनेजर' म्हणून सगळे ओळखतात मामाला. सगळ्यांना मॅनेज करणारा मॅनेजर! तुम्ही माझं ऐका साहेब, तुम्ही त्याला भेटा. तुमच्या शब्दकोशाची गाडी रखडली आहे, ती तो बरोबर रुळावर आणेल बघा. अहो, त्याचा धंदाच आहे तो. भानगडीची प्रकरणे मिटवण्यात एक्सपर्ट आहे तो. हे घ्या त्याचं कार्ड. त्यावर फोन नंबर आहे. त्याला फोन करा. त्याची अपॉईंटमेंट घ्या. मी त्याला सांगून ठेवतो. आमचे साहेब भेटायला येतील. पुन्हा शब्दकोशाची छपाई धडाक्यानं चालू होईल की नाही बघा." शेवटी परत एकदा मधाचे बोट लावत शांतूमामाचे व्हिजिटींग कार्ड साबळेने प्रमोदला दिले. साबळे पूर्ण तयारीनिशी आला होता, हे प्रमोदच्या लक्षात आले. "मामाला फोन करून भेटायला विसरू नका. त्यात गैर काहीच नाही. सगळं जग ज्या रस्त्यानं चाललं आहे, त्याच रस्त्यानं आपल्याला जायला हवं." मोठेपणाचा आव आणून चक्क उपदेशाचा डोस पाजल्यानंतर खोलीबाहेर जाताना साबळे प्रमोदला दिलासा द्यायला विसरला नाही. "साहेब, सध्या मग मी अलजेब्रा फोल्डिंगला घेतो."

साबळेने अलजेब्रा फोल्डिंगला घेतल्यामुळे प्रमोदला फारसा दिलासा मिळाला नाही. पण ज्या रस्त्याने जायचा सल्ला साबळेने त्याला दिला होता त्या रस्त्याने जायचा अनावर मोह मात्र त्याला पडला. त्या दिवशी नाही, कारण दुपारी प्रमोदला सेल्स टॅक्सची केस होती. पण दुसऱ्या दिवशी सकाळी ऑफिसात आल्यावर प्रमोदने शांतनूमामाला फोन लावला.

तीनदा रिंग वाजल्यावर फोन उचलला गेला. पलीकडून स्त्रीचा नाजूक आवाज आला.

"हॅलोऽऽ"

बायकी आवाज येताच प्रमोद थोडं थांबला. चुकीचा तर नंबर लागला नाही

ना. वकिलाच्या ऑफिसमधून जनानी आवाज? पण दुसऱ्याच क्षणी पलीकडून अधिकच मंजुळ शब्द आले- "ॲड.गंडभीर लीगल ॲडव्हायझर."

"मला ॲड. शांतनू गंडभीर यांना भेटायचे आहे." प्रमोद गडबडीने गांगरून बोलला.

"हू इज स्पीकिंग प्लीज?" पुन्हा तेच लाडिक शब्द.

"मी प्रमोद शिरसाट बोलतोय."

"प्लीज होल्ड ऑन."

काही क्षणातच तोच आवाज, फोनवरून बांगड्यांची सळसळ व्हावी तसा किणकिणला.

"आज दुपारी चार वाजता आपण येऊ शकाल?"

"चालेल."

"ओके देन, मिस्टर प्रमोद शिरसाट. दुपारी चार. थँक्यू."

फोन ठेवल्याचा आवाज न येताच फोन बंद झाला, इतक्या अलगद रिसीव्हर ठेवला गेला होता.

प्रमोद नाही म्हटले तरी थोडा दबकला होता. वकिलाच्या ऑफिसात स्वागतिका? त्याने डॉक्टर्स, हॉटेल्स, मोठी दुकाने यात स्वागतिका किंवा स्त्री-विक्रेत्या पाहिल्या होत्या. सरकारी किंवा खासगी कार्यालयामधेही स्त्री-कारकून त्याला दिसल्या होत्या. पण कोर्टाच्या वकिलाच्या कार्यालयातल्या रुक्ष आणि रखरखीत धबडग्यात स्त्री-स्वागतिकेची त्याला अपेक्षा नव्हती. वामनरावांच्या कार्यालयात अनेकदा तो गेला होता. तेथे एका गबाळ्या ऑफिस बॉय शिवाय त्याला कोणी कर्मचारी आढळला नव्हता. ॲड.गंडभीर हे अपेक्षेपेक्षा वेगळे प्रस्थ दिसते आहे. आश्चर्य म्हणजे दुपारी चार वाजता कोर्टाच्या आवारातल्या वकिलांच्या नवीन इमारतीत तो गेला तेव्हा ॲड.गंडभीर हे प्रकरण अपेक्षेपेक्षाही कितीतरी वेगळे होते, असे त्याला आढळले.

कोर्टाच्या आवारात शिरताच प्रमोदने हाताचे घड्याळ पाहिले. चारला दहा मिनिटे होती. त्याला कल्पना सुचली की, अगोदर वामनरावांची भेट घ्यावी. ते मोकळे असले तर त्यांच्या सोबतच ॲड.गंडभीर यांच्याकडे जावे. वकिलाशी भिडताना वकील साथीला असलेला बरा. वामनरावांचे ऑफिस वकिलांच्या जुन्या इमारतीत होते. प्रमोदने तिकडे मोर्चा वळवला. इमारतीच्या तळमजल्यावरील वामनरावांच्या खोलीचे दार लोटलेले होते. प्रमोदने ते ढकलले तसे अनेकदा

पाहिलेले खोलीचे नेहमीचे चिरपरिचित चित्र त्याला दिसले. जुनाट खोली, अर्धवट उघड्या खिडक्या. अंधारलेला उजेड. ठायी-ठायी रंग उडालेल्या भिंती. एका खिडकिशी वामनरावांचे बाबा आदमच्या जमान्यातले प्राचीन अवजड टेबल, त्यावरचे जीर्ण हिरवट मळके रेक्झीन. त्यावर पसरलेले कागदपत्रे आणि बंदांच्या फाईल्स यांचे ढिगारे. टेबलामागे वामनरावांची ती गाद्यागिरद्यांची बसताच कुरकुरणारी पुरातन फिरती खुर्ची. टेबलासमोर तीन-चार डगमगणाऱ्या लाकडी खुर्च्या. दोन हातांच्या तर दोन बिनहातांच्या ताठ. समोरच्या भिंतीशी टेकलेल्या शेल्फामध्ये कायद्याचे लठ्ठ ग्रंथराज धुळीचे पांघरुण लपेटून विश्रांती घेत पडलेले, काही उभे, काही आडवे. दाराशी भिंतीला खेटलेला बिनपाठीचा बाक. त्यावर पेंगणारा वामनरावांचा पिकल्या केसांचा नि दाढीचे खुंट वाढलेला समवयस्क ऑफिसबॉय किसनराव. वर छताशी आचके देत फिरू की नको अशा संभ्रमात पडलेला पंखा. एका ज्येष्ठ आणि व्यस्त वकिलाच्या त्या अस्ताव्यस्त खोलीचे ते स्तब्ध दृश्य प्रमोदच्या स्मरणात कोरले गेले होते.

फक्त वामनराव तिथे नव्हते. ते कोर्टात केससाठी गेले होते. त्यामुळे ती खोली नायकाविना दिसणाऱ्या चित्रपटासारखी उजाड, उदास आणि बेवारशी दिसत होती. प्रमोद आत डोकावताच किसनची डुलकी मोडली. त्याने उठून प्रमोदला सलाम केला. प्रमोदने त्याच्या हातावर दहा रुपये ठेवले. आल्यापावलीच तो परतला आणि वकिलांच्या नव्या इमारतीकडे झपाट्याने जाऊ लागला. त्यावेळी चारला पाच मिनिटे शिल्लक होती. ॲड.गंडभीर यांची भेट चार वाजता ठरली होती.

ॲड.गंडभीर यांचे ऑफिस वकिलांच्या तीन मजली नवीन इमारतीच्या तिसऱ्या मजल्यावर कोपऱ्यात होते. प्रमोद लिफ्टने ऑफिसपाशी जाऊन पोहोचला. दाराशी परीटघडीच्या गर्द हिरव्या गणवेशातला तल्लख चपराशी स्टुलावर बसला होता. प्रमोद दाराशी येताच त्याने उठून सॅल्युट ठोकला आणि नाव विचारले. प्रमोदने नाव सांगताच त्याने, वरच्या बाजूला मध्यभागी ॲडव्होकेट शांतनू गंडभीर हे नाव वळणदार अक्षरात कोरलेली चंदेरी पाटी लावलेला, चकचकीत पॉलिश केलेला, काळाशार सागवानी दरवाजा उघडला, तसा प्रमोदने आत प्रवेश केला. ऑफिसची प्रशस्त खोली स्वच्छ नीटनेटकी आणि वातानुकूलित होती. आत पाऊल टाकताच उन्हातून आलेल्या प्रमोदला सुखद गारवा गोंजारू लागला. पण त्याचवेळी त्याच्यावरचे दडपण वाढले. त्याने थोडे बिचकत खोलीभर नजर फिरवली.

संपूर्ण खोलीला मोहक गुलाबी रंग दिलेला होता. वरच्या फॉल्स सिलिंग मधील छुप्या दिव्यांचा निळसर मंद उजेड पडल्यामुळे तो रंग अधिकच खुलून दिसत होता. खोलीच्या एका भागात एक सागवानी केबिन होते. त्याच्या नाजूक झुलत्या दारावरील दुधी काचेवर ॲड.शांतनू गंडभीर अशी अक्षरे काळ्या शाईत रंगविलेली होती. खोलीच्या दुसऱ्या भागात अशीलांना बसण्यासाठी दोन गुबगुबीत सोफे आणि तशाच मऊशार खुर्च्या मांडलेल्या होत्या. भिंतीमध्ये काचेच्या एक चकाकत्या नक्षीदार कपाटात काळ्या कापडी बांधणीच्या बॅकवर नावांची सोनेरी जरतारी असलेल्या, कायद्याच्या रुंद ग्रंथांची पलटण शिस्तीत उभी होती. तर दुसऱ्या कपाटात गलेलठ्ठ ईरा फाईलींची फौज खडी ताजीम देत होती. कुठल्यातरी गुप्त जागेतून हळूवार वाद्यसंगीताचे मुलायम सूर खोलीतली थंड शांतता जराही भंग न करता कळत नकळत खोलीभर उठत होते. खोलीतल्या त्या मंतरलेल्या धुंद देखाव्याने प्रमोद भारला गेला. तोच दाराशी उजवीकडे छोटेखानी टुमदार टेबलाशी बसलेल्या स्वागतिकेचे घोटीव आपुलकीचे गोड शब्द त्याच्या कानावर पडले,

"वेलकम सर. येस प्लीज?"

"प्रमोद शिरसाट." खोलीतल्या थाटामाटाने शहारून प्रमोद चाचरला.

स्वागतिकेने प्रमोदचे ठसठशीत व्यक्तिमत्त्व पसंतीदर्शक नजरेने न्याहाळत टेबलावरच्या डायरीत टिक केली. दुसऱ्या क्षणी तिच्या हिरव्यागार सन्मायकाच्या टेबलावरचा लालभडक फोन उचलून लालचुटूक ओठांनी ती हलकेच पुटपुटली,

"मिस्टर प्रमोद शिरसाट सर." प्रमोदकडे सस्मित नजरेने बघत स्वागतिकेने सोफ्याकडे अंगुली निर्देश केला, "प्लीज हॅव अ सीट. बी कम्फर्टेबल."

स्वागतिकेच्या आवाजाइतकेच तिचे स्वरूप गोड होते. तिचा रंग पिकलेल्या हापूस आंब्यासारखा लोभस आणि तिचा सुडौल बांधा त्या आंब्यासारखाच रसरशीत होता. तिने अंगासरशी घातलेला नाजूक जांभळ्या फुलांची पखरण असलेला केशरी पंजाबी वेश तिचे सौंदर्य खुलवीत होता. त्या ड्रेसवर शिंपडलेल्या कुठल्यातरी अज्ञात सेंटचा मादक सुगंध आणि भोवतालची सुबक सुबत्ता यांचा संयुक्त दरवळ खोलीत पसरला होता. त्या दरवळात तरंगत फरशीच्या गुळगुळीत आणि चमकदार पांढऱ्याफेक व्हेट्रिफाइड टाईल्सवरून जपून पावले टाकत प्रमोद सोफ्यावर जाऊन बसला, तसा तो आत खोलवर रुतलाच, इतका तो सोफा मऊ दुलदुलीत होता. खोलीतील भपकेबाज सजावट बघून तो वकिलाच्या ऑफिसमध्ये आहे की एखाद्या

पंचतारांकित हॉटेलातील सुसज्ज, सुशोभित खोलीत आहे, याचा त्याला भ्रम पडला.

प्रमोद त्या भ्रमात असतानाच समोरच्या भिंतीवरच्या जर्मन घड्याळातील चिमुकला पक्षी बाहेर आला आणि त्याने चार वेळा 'कूक, कूक' असा निनाद केला. तत्क्षणी स्वागतिकेच्या टेबलावरील फोनवर एकदाच घंटी वाजली. त्याबरोबर तिने सुहास्य वदनाने प्रमोदकडे बघितले.

"तुम्ही आत जाऊ शकता. यू मे गो इन सर."

प्रमोद ॲड.गंडभीर यांच्या केबिनचे दार उघडून आत गेला. पांढऱ्या सफेद निष्कलंक फार्मायकावर स्वच्छ नितळ काच असलेल्या अंडाकृती टेबलाशी ॲड. गंडभीर बसले होते. टेबलावर किंवा केबिनमध्ये एकही फाईल, पुस्तक किंवा कागदपत्र यांचा मागमूस नव्हता. टेबलावर फक्त चपटा काळा कॉर्डलेस फोन पालथा ठेवलेला होता.

टेबलामागे ॲड.गंडभीर यांची उंच, किडकिडित, काटक आकृती शांत बसली होती. अंगात काळाभोर कोट आणि पांढरी शुभ्र फुलपँट त्यांनी घातली होती. त्यांची मान जिराफासारखी उंच आणि डोके जिराफासारखेच निमुळते आणि लहान होते. त्यांचा रंग ठार काळा, अगदी पॉलिश करावे तसा पक्का तुकतुकीत होता. डोळे बारीक मण्यांसारखे लुकलुकते पण नजर स्थिर आणि तीक्ष्ण होती. नाक टोकदार, ओठ पातळ, कान मोठे फाकलेले नि पसरट होते. डोक्यावर पांढरा कलप लावावा तशा पांढऱ्या सफेद केसांची झालर काळ्याकुट्ट कपाळाशी विंचरून बसवली होती. चेहरा कोरा पण ओठाशी पुसट हसू होते. नागाने फणा उभारावा तसे ते उंच झुलत्या फिरत्या खुर्चीत ताठ नि स्तब्ध बसले होते.

प्रमोद आत येताच उठून त्यांनी हस्तांदोलनासाठी हात पुढे केला. काटकुळ्या हाताची लांबसडक बोटे प्रमोदच्या पंजाला टोचली.

"या मि. शिरसाट. बसा."

ॲड.गंडभीर यांचा स्वर कमालीचा गोड होता. स्वागतिकेपेक्षाही गोड. पण त्यातली पुरुषी गुर्मी लपत नव्हती.

प्रमोद खुर्चीत बसला. ॲड.गंडभीर यांच्याकडे येण्यापूर्वीच त्याने ठरवले होते की, त्यांची फक्त भेट घ्यायची. ते काय म्हणतात ते फक्त ऐकायचे. काहीही कबुली द्यायची नाही. काही मान्य करायचे नाही. 'हो' ला नाही म्हणायचे नाही, 'नाही' ला हो म्हणायचे नाही. फक्त श्रोत्याची भूमिका करायची, ही भूमिका त्याने

घेतली होती. कारण त्याशिवाय वेगळे तो काही करूच शकत नव्हता. कुठलीही तडजोड करू शकत नव्हता. आणि कबुलीही देऊ शकत नव्हता. सगळ्या चाव्या अंगदरावांच्या हातात होत्या, हे त्याला माहीत होते. तरीही तो आला होता ते केवळ शब्दकोशाला कुठलीही हानी पोहोचू नये, यासाठी! नवल म्हणजे, हे त्याचं मनोगत ॲड.गंडभीर यांना नेमके माहीत होते, कारण प्रमोद समोर बसताच पापणीही न लवता, त्याच्या डोळ्यांत थेट बघत ते म्हणाले,

"हे बघा मि. शिरसाट, तुम्ही काहीच बोलू नका. कमिट करू नका. प्रॉमिस करू नका. कारण तुम्ही ते करू शकत नाही. तुम्ही फक्त मी बोलतो ते ऐका. जस्ट बी अ लिसनर."

प्रमोद काहीच बोलला नाही. मात्र आपले हात बांधले आहेत ही असहाय स्थिती या गुलामाने नेमकी ओळखली याचे प्रमोदला वैषम्य वाटले आणि तो काहीसा अस्वस्थ झाला.

"तुम्हाला ही नोटीस दिली आहे ती ॲट्रोसिटी ॲक्टखाली केलेल्या गुन्ह्याबद्दल. या ॲक्टप्रमाणे तुम्हाला तीन महिने आणि शब्दकोशकाराला सहा महिने सजा होऊ शकते. ती साधी की सश्रम हे जज्ज ठरवतील. शब्दकोशाच्या छपाईवर कायमची बंदीही येऊ शकते. पण आपण जर कॉम्प्रमाइझ केलं तर हे टळू शकेल. तुम्ही शब्दकोशाचा बिझनेस निर्धास्तपणे करू शकाल."

जणू स्वत:च्या आवाजाची गोडी चाखण्यासाठी ओठांवर जीभ फिरवत ॲड. गंडभीर थांबले. त्यांनी कॉम्प्रमाइझ सुचवले होते. पण त्यामागे गर्भित धमकी होती. पाठीमागे हातात सुरा धरून ते तडजोडीची भाषा करीत होते. त्यांच्या शब्दांत कठोर कडवटपणा होता तर त्यांच्या आवाजात लाघवी मिठास होती. प्रमोदकडे एकटक बघत ते आपल्या बोलण्याचा परिणाम जोखत होते. चेहऱ्यावरची रेषाही सरकत नव्हती. नजरेत जराही चलबिचल नव्हती. तिचा झोत प्रमोदच्या चेहऱ्यावरून जराही हलत नव्हता. काळारोम चमकदार चेहरा. पांढऱ्याफेक भरघोस केसांची कपाळावरील रेखीव आरास, मधुर आवाज. कटू शब्द. पुतळ्यासारखे स्तब्ध, नि:शब्द बसले असूनही ॲड.गंडभीर यांच्या देहबोलीत एकप्रकारचे विचित्र आकर्षण होते. समोरच्याला खिळवून बंदिस्त करणारे, जबर पण अशुभ!

ॲड.गंडभीर यांनी भेटीसाठी वेळ दिली त्याअर्थी ते कॉम्प्रमाइझ सुचवणार हे प्रमोदने ओळखले होते. तरीसुद्धा त्यांचे बोलणे ऐकताना आणि त्यांच्याकडे

बघताना त्याच्या पोटात नकळत गोळा उठला. जिभेला आपोआप कोरड पडली. त्याच्या तोंडून पहिला शब्द बाहेर पडला. उगाच नि निरर्थक.

"कॉम्प्रमाइझ?"

"येस. कॉम्प्रमाइझ, तडजोड. हे बघा मि.शिरसाट, यू आर ए बिझनेसमन. आय एम ए बिझनेसमन. प्रिंटींग, पब्लिशिंग तुमचा व्यवसाय, वकिली हा माझा व्यवसाय. तेव्हा लेट अस टॉक बिझनेस. तुमच्या वकिलसाहेबांनी, माननीय वामनराव सपकाळ यांनी आमच्या नोटीशीला अपेक्षेप्रमाणे नकारार्थी उत्तर पाठवले आहे. आमच्या नोटीशीतील सगळ्या मागण्या त्यांनी रिजेक्ट केल्या आहेत, म्हणून आम्ही अॅट्रोसिटी अॅक्ट खालील खटल्यांसाठी नियुक्त केलेल्या स्पेशल डिस्ट्रिक्ट अॅण्ड सेशन्स कोर्टात दावा दाखल केला आहे." अॅड.गंडभीर यांनी कुठलाही विरोधी सूर न लावता आणि जराही नाराजी न दर्शवता वस्तुस्थिती वर्णन केली. त्यांचे शब्द मधाळ आवाजात असूनही कोरडे होते. त्यात ना खेद ना खंत.

"मग पुढे?" प्रमोदने खरे तर अनावश्यक प्रश्न केला.

"पुढे काय? पुढे दाव्याच्या तक्रारीची एकतर जज्ज पोलिसांकडून चौकशी करतील, नाहीतर दावा त्यांना योग्य वाटला तर तसाच अॅडमिट करतील. दावा कोर्टात येईल, खटला चालू होईल, तारखा पडतील, सुनावणी होईल, साक्षी-जबान्या-आर्ग्युमेंटस् सगळे प्रकार होतील. शेवटी निकाल लागेल. तो निकाल मात्र आपल्या कॉम्प्रमाइझवर अवलंबून असेल. आपण कॉम्प्रमाइझ करू तसा निकाल लागेल." मधाचे थेंब सावकाश टपकावेत तसे अॅड.गंडभीर यांचे शब्द प्रमोदच्या कानावर पडत होते.

"पण तुमच्या अटी काय?" प्रमोदच्या आतुर शब्दांना अॅड.गंडभीर यांनी तितकाच थंड आणि संथ प्रतिसाद दिला.

"अटी वगैरे कडक शब्द वापरू नका. सगळं अगदी साधं, सरळ, सोपं आहे. आमच्या तीन मागण्या आहेत. एक, जाती आणि धर्माचा अपमान करणारे शब्द आणि शब्दार्थ दिल्याबद्दल माफी मागणे. दोन, बाजारात विक्रीसाठी दिलेल्या प्रती परत मागवणे आणि शब्दकोशाची विक्री बंद करणे. तीन, आक्षेपार्ह शब्द शब्दकोशाच्या पुढील आवृत्त्यांमधून काढून टाकणे आणि उपलब्ध प्रतींची शुद्धिपत्र जोडून विक्री करणे. यापैकी पहिल्या दोन मागण्या आम्ही सोडून द्यायला तयार आहोत. तिसरी मागणी तुम्हाला पूर्ण करावी लागेल. हे कॉम्प्रमाइझ तुम्हाला

मान्य असेल तर तसा खटल्याचा निकाल लागेल. ही जबाबदारी आमची आहे.”

अॅड.गंडभीर प्रमोदच्या चेहऱ्याकडे बघत थांबले. त्यांनी स्पष्ट केलेल्या प्रस्तावावर प्रमोद लगेच काहीच बोलला नाही. उघडउघड भ्रष्ट प्रस्तावाची त्यांनी केलेली सफाईदार मांडणी ऐकून प्रमोदला काहीशी शिसारी आल्यासारखे झाले. त्यामुळे त्याचा चेहरा थोडासा कसनुसा आणि बेचैन झालेला दिसला. अॅड. गंडभीर यांच्या डोळ्यांतली नजर काढून त्याने टेबलावरच्या इटुकल्या काळ्या फोनवर रोवली. प्रमोदला गप्प बसलेला बघून अॅड.गंडभीर सावध झाले. नैसर्गिक नैतिकतेच्या सर्वसामान्य दडपणाखाली प्रमोद माघार घेणार काय, आयते हाती आलेले सावज सहज निसटून जाणार काय या आशंकेने त्यांनी आपल्या भ्रष्ट प्रस्तावाचे शिताफीने समर्थन करण्यात वेळ दवडला नाही.

“हे बघा मि.शिरसाट, हे समझोत्याचे प्रपोजल वकिलीच्या नैतिकतेला धरून नाही, कायद्यालाही धरून नाही. पण ते आपल्या दोघांच्याही फायद्याचे आहे. ही तडजोड जर झाली नाही तर गोहत्या होईल.” अॅड.गंडभीर हे अकल्पितपणे वेगळीच चाल खेळले आणि ती खेळल्याच्या खुशीत स्वत:शी हलकेच हसले.

“गोहत्या?” प्रमोद दचकला.

“अहो, तुमच्या हातात आलेली शब्दकोशाची दुभती गाय नाहक मारली जाईल.” अॅड.गंडभीर यांचे शब्द नाटकी पण नेमके आणि भेदक होते. ते ऐकताच प्रमोदच्या अंगावर काटा आला. तो काहीसा घाईत अस्फुट बोलला,

“विचार करावा लागेल.”

सावज पुन्हा जाळ्यात येते आहे, हे बघून अॅड.गंडभीर यांनी केवळ आर्जवी स्वरातच नव्हे तर थोड्याशा लघळपणेही संयमी समंजस शब्दांचे मोहजाल विणण्याची त्वरा केली.

“प्रश्नच नाही. नॅचरली. तुम्हाला तुमचे वकील, तुमचे शब्दकोशकार प्रो. माणकेश्वर यांच्याशी विचारविनिमय करावा लागेल, हे उघड आहे. प्रो.माणकेश्वर हे तर प्रमुख आरोपी आहेत. त्यांची कन्सेन्ट आवश्यक आहे. तुमची भूमिका दुय्यम आहे, हे मी जाणतो. पण तुम्ही शब्दकोशाचे पब्लिशर आणि प्रिंटर आहात. म्हणजे फायनान्सर. मच इज अॅट स्टेक फॉर यू, म्हणून या तडजोडींची किंमत तुम्हालाच द्यावी लागणार आहे. तो तुमचा मुख्य रोल आहे. म्हणून तर तुम्हाला मी भेटतो आहे. तुम्ही अॅक्सेप्ट केलं तरच हे डील होईल.”

अॅड.गंडभीर चतुराईने भेटीच्या मुख्य उद्देशाकडे वळले होते. त्यांनी किंमत हा शब्द उच्चारताच प्रमोदमधला व्यापारी सजग झाला. अॅड.गंडभीर शेवटी पैसे मागणार याची कल्पना प्रमोदला होती. तरी त्याने चपापल्यासारखे दाखवले,

"किंमत?"

"मि.शिरसाट तुम्ही स्वतः बिझनेसमन आहात. यू नो जगात कुठलीही गोष्ट फुकट मिळत नाही."

"हो. पण किती?" प्रमोदने सरळ प्रश्न केला.

"वीस हजार."

"वीऽऽस?" प्रमोदला नाही म्हटले तरी धक्का बसला.

"येस. माझे दहा. इतरांचे दहा." अॅड.गंडभीर यांनी हिशेब दिला.

"फार होतात." प्रमोदमधला व्यापारी आता पूर्ण जागृत झाला होता आणि चलाखही.

"हे काम एकट्याचं नाही. निकाल आपल्याला हवा तसा करायचा यासाठी सगळ्यांचे सहकार्य लागेल. एव्हरीबडी विल डिमांड हिज पाऊंड ऑफ फ्लेश. हा सारा पैशाचा खेळ आहे. आपल्याला हवा तसा न्याय फुकटात मिळत नाही." अॅड.गंडभीर यांचे न्यायाबद्दलचे प्रवचन ऐकून प्रमोद उपहासाने हसला. न्याय जर विकतच घ्यायचा असेल तर महागात का घ्यावा? इथे या मालाला आपल्याशिवाय दुसरे कोणी गिऱ्हाईक नाही. आपण एकमेव गिऱ्हाईक आहोत, याची प्रमोदला पुरेपूर जाणीव होती. न्याय जितका स्वस्तात मिळेल तितका पदरात पाडून घ्यावा या इराद्याने काहीशा नाखुशीच्या सुरात प्रमोद म्हणाला,

"तरीसुद्धा वीस फार होतात."

आपल्या मालाला प्रमोद एकमेव गिऱ्हाईक आहे, हाती आलेलं हे गिऱ्हाईक निसटले तर दुसरे गिऱ्हाईक नाही हे अॅड.गंडभीरही पूर्णपणे जाणून होते.

"हे बघा मि. शिरसाट, नाराज होऊ नका. हिअरिंग सुरू होण्यापूर्वी म्हणजे आरोपीला कोर्टाचे समन्स येण्यापूर्वी जर डील झाले तर किंमत कमी होऊ शकते. तुमच्या धंद्यात प्रकाशनपूर्व सवलत असते तशी."

"किती?"

"पाच हजार." अॅड. गंडभीर यांनी हाताची पाच बोटे दाखवली.

"ठीक आहे, बघतो."

काही कबूल न करता ॲड.गंडभीर यांचा निरोप घेण्यासाठी उठत प्रमोदने तिरकस शेरा मारला, "ॲडव्होकेटसाहेब, तुम्ही मुख्य डिशकडे वळण्यासाठी फार वेळ घेतलात, कानामागून हात घालून घास घेण्याचा प्रयत्न केला."

"ती माझी स्टाईल आहे. आय एन्जॉय इट. मला नेहमी लाँगकट घ्यायला आवडतो. शॉर्टकट मी घेत नाही. कारण देअर इज नो शॉर्टकट टू सक्सेस. म्हणून आय एन्जॉय लाँगकट." ॲड.गंडभीर यांनी पहिल्यांदाच मोकळेपणे आनंदाने हसत प्रमोदला प्रतिउत्तर दिले.

"पण तुमच्या या लाँगकटमध्ये एक अडचण आहे." प्रमोदने त्यांच्या आनंदावर विरजण घालण्याचा प्रयत्न केला.

"अडचण? कसली?"

"तुमची तिसरी अट, शब्द गाळण्याची, ती मान्य होणे शक्य नाही. प्रो. माणकेश्वर कधीही संमती देणार नाहीत." प्रमोदने सगळ्याच प्रस्तावावर प्रश्नचिन्ह उभे केले.

पण ॲड.गंडभीर प्रमोदचे बारसे जेवलेले होते. तो तयार गडी होता. अनेकांना त्याने माती चारली होती. त्यांच्याकडे प्रत्येक प्रश्नाचे उत्तर होते. जराही विचलित न होता त्यांनी टेबलाच्या ड्रॉवरमधून शब्दकोशाची प्रत काढली. दुसरे पान उघडून प्रमोद समोर धरले.

"इथे तुमच्या अडचणीचे सोल्यूशन आहे."

प्रमोदने पान बघितले. त्यावर मुद्रक, प्रकाशक यांची नावे, पुस्तकाच्या आवृत्तीची तारीख आणि क्रमांक, पुस्तकाची किंमत वगैरे मजकूर होता. त्याने अविश्वासाने विचारले,

"यात काय सोल्यूशन आहे?"

"अहो, हे काय! कॉपीराइट - सौ.सुनंदा माणकेश्वर."

प्रमोदच्या डोक्यात एकदम वीज चमकली, तसे ॲड.गंडभीर पुढे म्हणाले, "सौ.सुनंदा माणकेश्वर. त्यांच्याकडे मजकुराचे सर्व हक्क आहेत. त्यांच्याकडून संमती मिळाली म्हणजे संपलं. मॅटर एण्डस्. हा संमतीपत्राचा ड्राफ्ट आहे. त्यावर त्यांची सही आणा. आता ती कशी आणायची ते तुम्ही पहा. दॅट इज युवर जॉब." ॲड.गंडभीर यांनी शब्दकोशात ठेवलेला संमतीपत्राचा कागद प्रमोदला दिला आणि शब्दकोश फाडकन मिटला. ॲड.गंडभीर यांची तयारी परिपूर्ण होती. प्रमोद

त्यांच्याकडे बघतच राहिला. त्या दृष्टिक्षेपात, अनिच्छेने का होईना, प्रशंसा होती तसेच थोडी असूयाही.

त्याचवेळी टेबलावरच्या फोनची घंटी वाजली.

"येस? तापडिया आले आहेत? बसायला सांग दोन मिनिटे." ॲड.गंडभीर यांनी फोन ठेवला. तसा संमतीपत्राचा ड्राफ्ट वाचून प्रमोदने खिशात घातला आणि हस्तांदोलनासाठी हात पुढे करत तो एवढेच म्हणू शकला,

"ठीक आहे. मी प्रयत्न करतो."

"करा. जरूर. आणि रिमेंबर द लाँग कट, वीस हजार. हार्डकॅश. हिअरिंग सुरू होण्यापूर्वी सर्व सेटल व्हायला हवं. दॅट इज समन्स इश्यू होण्यापूर्वी. संमतीपत्र अलाँग विथ फी, अँड द डील विल बी फायनल. गुड इव्हिनिंग. गुड लक." ॲड. गंडभीर यांनी प्रमोदचा मांसल हात गच्च दाबला.

प्रमोद केबिनमधून बाहेर पडला. बाहेर सोफ्यावर धोतर कोट टोपीतले तापडिया बसले होते. ॲड.गंडभीर यांचा दिवसातला पुढचा बकरा. कसायाकडे बकऱ्याशिवाय दुसरं कोण असणार?

ॲड.गंडभीर यांच्या ऑफिसच्या खोलीत कोंडलेल्या गर्द बंदिस्त गारव्यातून बाहेरच्या उतरत्या उन्हाच्या उकाड्यात येताच प्रमोदने पहिला दीर्घ मोकळा श्वास घेतला. तेव्हा त्याच्यावरचे दडपण वाढले होते की, कमी झाले होते, हेच त्याला कळत नव्हते.

वामनराव कोर्टातून आले असले तर त्यांची गाठ घ्यावी म्हणून प्रमोद जुन्या इमारतीकडे निघाला. वामनरावांच्या खोलीत प्रमोद शिरला तेव्हा ते नुकतेच कोर्टातून आले होते. घरी जायच्या तयारीत होते. जुनाट विटक्या ओघळलेल्या कातडी हँडबॅगमध्ये, घरी काम करण्यासाठी केसेसच्या फाईली ते कोंबत होते. प्रमोदला बघताच त्यांनी विचारले,

"अरे प्रमोद, तू इथे कसा?"

प्रमोद समोरच्या डगमगत्या खुर्चीवर बसला.

"ॲड.गंडभीर यांच्याकडे आलो होतो."

"ॲड.गंडभीर!" वामनराव बॅग भरताना थांबले.

"त्यांनी भेटायला बोलावले होते." प्रमोदच्या तोंडून सहज अर्धसत्य बाहेर पडले, त्यामुळे तोच चकित झाला.

वामनरावांना ते कळले असणार. त्यांनी मुकाट्याने बॅग भरणे चालू केले. तसा प्रमोदच त्यांना खिजवण्यासाठी पुढे म्हणाला, "वामनकाका, तुमचं ऑफिस आणि त्यांचं ऑफिस यात जमीन अस्मानाचा फरक आहे. त्यांचं फारच आलिशान आहे."

"असणारच. अरे, तो सचोटी आणि लबाडी यातला फरक आहे." वामनरावांनी बॅग बंद केली. उठण्याच्या तयारीत त्यांनी सहज विचारले,

"काय म्हणतायेत गंडभीर?"

"कॉम्प्रमाइझ करा म्हणतात."

"कॉम्प्रमाइझ?" वामनराव एकदम हिसका बसावा तसे थबकले.

"हो. त्यांचं म्हणणं की पहिल्या दोन मागण्या आम्ही सोडून देतो. तिसरी तेवढी मान्य करा." प्रमोदने भराभर शब्द फेकले.

"म्हणजे?"

"माफी मागू नका. प्रती बाजारातून परत बोलावू नका. विक्री बंद करू नका, फक्त आक्षेपार्ह शब्द वगळा, तसे शुद्धिपत्र जोडा. प्रकरण मिटवून टाकू." प्रमोदने घाईघाईने खुलासा केला.

"पण प्रमोद, आपण त्यांना मागण्या रिजेक्ट करणारं उत्तर पाठवलं आहे. त्यांनी दावा दाखल केला आहे. आता कसं कॉम्प्रमाइझ होईल? वेळ आता गेलेली आहे. धनुष्यातून बाण सुटला आहे. आता खटला चालेल. साक्षी, पुरावे, आर्ग्युमेंट होईल, निकाल लागेल. आता कॉम्प्रमाइझचा प्रश्न येतोच कुठे?" वामनरावांनी काहीसे उत्तेजित होऊन बेफिकिरपणे प्रमोदचे म्हणणे उडवून लावले. ते खुर्चीतून अर्धवट उठलेच. तसे प्रमोदने त्यांना हातानेच थोपवत घाई केली.

"ॲड.गंडभीर म्हणाले, खटला चालू दे. साक्षी, जबान्या, आर्ग्युमेंट सगळं होऊ दे. निकाल आपल्या कॉम्प्रमाइझ प्रमाणेच होईल. वामनकाका, कॉम्प्रमाइझ जितक्या लवकर होईल तितके आपल्या फायद्याचे आहे. हिअरिंगच्या तारखेपूर्वी म्हणजे समन्स येण्यापूर्वीच कॉम्प्रमाइझ झाले तर ते दावाच काढून घेतील. मग सगळाच त्रास संपला. तुमचा, माझा, सर्वांचा. सगळं पूर्वीप्रमाणे सुरळीत चालू राहील." प्रमोदचे उतावीळ शब्द ऐकताच वामनराव एकदम शांत, थंड झाले. सावकाश खुर्चीत बसून प्रमोदकडे रोखून बघत त्यांनी इतकेच विचारले,

"किती पैसे मागितले त्यांनी?"

“अजून तरी काही नाही.” यावेळी प्रमोद धडधडीत पूर्ण खोटे बोलला. जराही न कचरता. पण त्याचे डोळे खाली वळले, तशीच मानही.

वामनरावांनी काय ओळखायचे ते ओळखले. करकरत्या फिरत्या खुर्चीत मागे रेलून बसत त्यांनी दीर्घ सुस्कारा टाकला. थोडावेळ ते काहीच बोलले नाहीत. त्यांच्या कपाळावर आठ्या उमटल्या. प्रमोद खुर्चीच्या काठावर ताटकळत ताठ बसून होता. त्याच्या कानावर वामनरावांचे काहीचे घोगरे शब्द आले,

“पण प्रमोद हे कॉम्प्रमाइझ शक्य नाही.”

“का बरं वामनकाका? का नाही?”

“अंगद कधीही शब्द गाळण्याची परवानगी देणार नाही. तो शब्दांवर अतोनात प्रेम करणारा शब्दवेडा आहे, तुला माहितीये.” वामनरावांनी प्रमोदला जाणीव करून दिली.

“पण वामनकाका, त्यांच्या परवानगीची किंवा संमतीची जरूरच नाही.” यावेळी प्रमोदने वामनरावांना हिसका नव्हे तर धक्काच दिला.

“काय म्हणतोस काय तू?” वामनरावांनी डोळे बारीक करत प्रमोदकडे बघितले. याचे डोके तर फिरले नाही?

“शब्दकोशाचा कॉपीराइट सुनंदाकाकूंकडे आहे. त्यांची संमती पुरेशी होईल.” प्रमोदने सरळ वामनरावांशी नजर भिडवली. त्याचे शब्द निश्चित आणि चेहरा निगरगट्ट होता.

“कुणी शिकवली अक्कल तुला? गंडभीरांनी?” वामनरावांनी खडसावून विचारले.

“कुणी शिकवायला कशाला हवं? मी इतकी पुस्तकं आत्तापर्यंत पब्लिश केली आहेत. एवढी साधी गोष्ट मला कळू नये.” प्रमोद पोकळ आवेशाने म्हणाला. सफाईने खोटे बोलणे त्याला आता सहज जमू लागले होते.

“अरे पण वहिनींची संमती मिळणार कशी? अंगदला विचारल्याशिवाय त्या कधीही संमती देणार नाहीत.” वामनरावांनी खरी अडचण सांगितली.

“देतील. सरांना विचारल्याशिवाय त्या ज्याला संमती देतील, असा फक्त एकच माणूस आहे.” प्रमोदने जाणूनबुजून नाट्यपूर्ण रीतीने तोडगा सुचवला.

प्रमोदचा रोख कोणाकडे आहे हे न कळण्याइतके वामनराव दुधखुळे नव्हते. तरी त्यांनी विचारले,

"आहे? कोण?"

"तुम्ही! वामनकाका, तुम्ही."

"मी? नाही प्रमोद हे शक्य नाही. अंगदचा विश्वासघात मी कुठल्याही परिस्थितीत करू शकत नाही." वामनरावांनी स्पष्ट नकार दिला.

"पण वामनकाका, यात विश्वासघात कुठे आहे? उलट सरांना आपण वाचवतो आहोत. मोठ्या संकटातून." प्रमोद यावेळी तळमळीने कुजबुजत्या स्वरात बोलला.

"संकटातून? कुठल्या? काय बोलतोस?"

"अहो वामनकाका, तुम्ही अॅट्रॉसिटी अॅक्ट पाहिलात ना? सरांच्या आणि माझ्या केसमध्ये? त्यात सहा महिन्यांच्या शिक्षेची शक्यता आहे. जज्जनी ती दिली तर, साधी देतील की सक्तमजुरी, हे सांगता येत नाही. पण शिक्षेची तरतूद आहे." प्रमोद वादळासारखा बोलत सुटला. पण वामनरावांनी त्याला मध्येच अडवले.

"हो माहीत आहे मला, पण..."

"मग माहीत असूनही आपण तो धोका पत्करायचा? या वयात प्रोफेसरांसारख्या प्रतिष्ठित माणसावर तुरुंगात चक्की पिसायची पाळी आणायची?" प्रमोदने रोकडा सवाल केला.

"अरे पण आपण केस लढणार आहोत ना? केस आपण जिंकूही शकतो. हरणारच कशावरून?" वामनरावांनी दबावाखाली पण उलट प्रश्न केला.

"नाही वामनकाका. जमाना आता फार बदललेला आहे. सगळा बाजार माजला आहे. सौदेबाजी हा नियम झालाय. तुमच्या वेळचे वकील, जज्ज ही मंडळी आता फारशी राहिलेली नाहीत. आता न्यायाची व्याख्या बदललेली आहे. तुम्ही तर इतके अनुभवी आहात. तुम्हाला मी काय सांगू?" प्रमोदच्या शब्दांतली कळकळ आणि तथ्य वामनरावांना जाणवले. ते थोडे अंतर्मुख होऊन म्हणाले,

"तू म्हणतोस ते बरोबर आहे, पण प्रमोद, मला अजूनही आशा आहे. चांगुलपणा, खरेपणा, सत्याची चाड, न्याय अजूनही जगात शिल्लक आहे." पण त्यांच्या शब्दांत शक्ती नव्हती.

"हो. पण वामनकाका, त्यावर विसंबणं ही फार मोठी रिस्क होईल. सरांच्या बाबतीत ती आपल्याला फार महागात पडेल. नोटीशीतल्या फक्त सहा शब्दांचा प्रश्न आहे. ते गाळले की संपलं. सगळा शब्दकोश मोकळा, त्यासाठी काकूंची फक्त संमती हवी. ती आणणं केवळ तुमच्या हातात आहे." प्रमोदचे आग्रही शब्द

वामनरावांच्या कानावर एकामागून एक आदळत होते.

"ते शक्य नाही प्रमोद, वहिनी ऐकणार नाहीत माझं." वामनरावांनी जोरजोरात नकारार्थी मान हलवली.

"ऐकतील. फक्त तुमचंच ऐकतील. त्यांचा-तुमचा इतक्या वर्षांचा घरोबा आहे, तोही इतक्या जवळचा. वामनकाका! तुम्हीच त्यांना पटवू शकाल." प्रमोदच्या बोलण्यात हट्टी आर्जव ओतप्रोत होते.

"कसं पटवू? कठीण आहे प्रमोद. मोठमोठे खटले मी लढलो आहे. कोर्टात आर्ग्युमेंटस् करून जज्जेसना पटवलं आहे. पण हे कोर्ट वेगळं आहे. इथे डाळ शिजणार नाही." वामनरावांचा नकार कायम होता.

"शिजेल. जरा आग लावा. जाळ मोठा करा. डाळ शिजेल." प्रमोदचा आग्रहही कायम होता.

"कशी आग लावू? नवऱ्याविरुद्ध बायकोला कसं पटवू? त्यांचं नातं तर इतकं घट्ट आहे, जिवाशिवाच्या नात्यासारखं." वामनरावांचा स्वर हळवा झाला.

"त्यांना सांगा वामनकाका, सहा शब्द गाळले नाहीत तर सरांना सहा महिने जेल होईल." प्रमोदच्या परोपरीच्या आग्रहापुढेही वामनरावांचा नकार अढळ राहिला होता. पण त्याच्या या शेवटच्या धमकीवजा रामबाण धमाक्यामुळे, अंगदरावांवर कोसळणाऱ्या अनाठायी अनर्थाला आपणच जबाबदार आहोत ही वामनरावांच्या अंतर्यामी सदैव वळवळणारी दोषभावना उफाळून इतकी प्रबळ झाली की, त्यांच्या तोंडून दुबळा होकार आपोआप बाहेर पडला.

"ठीक आहे प्रमोद. प्रयत्न करतो."

"थँक्यू वामनकाका. हा संमतीपत्राचा ड्राफ्ट आहे. यावर काकूंची सही हवी. बस एवढं करा. मी चलतो. तुम्हाला रात्री फोन करीन. काम झालं की पुढचं सगळं मी पाहतो. बेस्ट ऑफ लक." वामनरावांच्या नकाराप्रमाणेच त्यांचा होकारही पुन्हा डळमळीत होण्यापूर्वी प्रमोद घाईघाईने त्यांचा निरोप घेऊन बाहेर पडला.

वामनरावांनी संमतीपत्राचा कागद वाचून बॅगेत ठेवला. प्रमोद गेला खरा, पण तो वामनरावांना धर्मसंकटात टाकून गेला होता. घरी जाण्यासाठी निघालेले वामनराव पायातले बळ गेल्यासारखे, खोलीत साचणाऱ्या अंधारात खुर्चीत बसून राहिले. एकाकी नि असहाय.

शेवटी वामनराव घरी पोचले तेव्हा त्यांचे खांदे पडलेले होते. चेहरा उतरलेला

होता. त्यांचे वयस्क पण भरदार शरीर वाकलेले होते. त्या दिवशी रात्री त्यांना जेवण गेले नाही. अनघाला दिसले की वामनराव ताटात नुसती चिवडाचिवड करत बसले होते. तिने विचारले,

"काका, आज तुमचे जेवणात लक्ष नाही. बरं वाटत नाही का?"

"बरं आहे गं, आज जरा भूक नाही." वामनरावांनी वेळ मारून नेली.

वामनरावांची अबोल व्यग्रता कौशिकच्याही लक्षात आली. त्याने चौकशी केली, "काका, कसल्या एवढ्या विचारात गढला आहात?"

"काही नाही रे, उद्याच्या केसचा विचार. दुसरं काय?"

पण कौशिकने तरीही अनघाला सांगितले, "मला काकांची तब्येत ठीक दिसत नाही. जरा लक्ष ठेव. काही लागलं तर कळव. लगेच येईन." कौशिकची त्या दिवशी नाईट ड्यूटी होती. अनघाला सूचना देऊन तो ड्युटीवर रवाना झाला. अनघा रात्रीची आवराआवर करु लागली. वामनराव नेहमीप्रमाणे रात्री आपल्या ऑफिसच्या खोलीत टेबलाशी येऊन बसले. त्यांनी दुसऱ्या दिवशीच्या केसची फाईल उघडली. पण समोरची अक्षरे त्यांना दिसेनात. त्यांच्या टेबलावर नेहमीच्या ठिकाणी त्यांचे आवडते ५५५ सिगारेटचे पाकीट आणि लायटर ठेवला होता. खरे म्हणजे, रात्री जेवण करून काम करण्यासाठी खोलीत आल्यावर सिगरेट ओढण्याची त्यांची जन्माची सवय होती. पण त्या दिवशी ती सवयही ते विसरले होते. समोरच्या पाकिटाकडे त्यांची नजरही गेली. पण ते पाकीट त्यांना दिसलेच नाही. त्यांच्या डोळ्यासमोर दिसत होते, सुनंदाबाईंची सही आणण्यासाठी बॅगेत ठेवलेले संमतीपत्र!

माणसे स्वतःच्या पायावर धोंडा पाडून घेतात. ते संमतीपत्र आणायचे प्रमोदला कबूल करून वामनरावांनी जणू स्वतःच्या उरावर धोंडा ठेवला होता. अंगदरावांचे शब्द त्यांना आठवले, 'तू माझ्या भल्यासाठी माझ्या मनाविरुद्ध काहीतरी करशील अशी मला भीती वाटते'. ती त्यांची भीती खरी ठरणार होती. अंगदच्या पश्चात् वहिनींकडून ते संमतीपत्र आणणे, म्हणजे त्याच्या कल्याणासाठी का होईना पण त्याच्या पाठीत खंजीर खुपसणे होते. तो मित्रद्रोह होता. एक प्रकारचे पाप होते. अंगदरावांच्या कल्याणासाठी ते पाप त्यांना खुणावत होते, तसेच ते केल्याने अंगदरावांशी प्रतारणा होणार म्हणून दूरही ढकलत होते.

विलक्षण छळवादी घालमेलीत वामनरावांचे दिवस लोटत होते. तसा त्यांच्या

मनावरचा दबाव वाढत होता, तसाच तिकडे ॲड.गंडभीरांचा फोन आला की प्रमोदचा तणावही. तो रोज सकाळी वामनरावांना फोन करत होता. संमतीपत्र आणण्याची घाई करत होता. कारण खटला दाखल झाला होता. सुनावणीच्या तारखेचे कोर्टाचे समन्स येण्यापूर्वी जर संमतीपत्र मिळाले तर ॲड.गंडभीरांशी तडजोड पक्की होऊन प्रमोदचे पाच हजार रुपये वाचणार होते. पण वामनराव रोज उद्याचा वायदा करत होते. मात्र तो उद्या कधी उगवणार हे कळत नव्हते. प्रमोदला तर नाहीच, पण त्यांना स्वत:लाही.

वामनराव वास्तविक समोर अंगदरावांकडे रोजच्या परिपाठाप्रमाणे बुद्धिबळ खेळण्यासाठी जात होते. पण रोजच ते हरत होते. अंगदरावांनी त्यांना समजावले सुद्धा, "अरे वामन, तू प्रत्येक डाव हरतो आहेस. तुझं खेळात लक्ष नाही. चित्त ठिकाणावर नाही. माझ्या केसचा फार विचार करू नकोस. आपलं उत्तर ठरलेलं आहे, तसाच विजयही. शेवटी आपण जिंकणार आहोत. सत्य नेहमी जिंकत असते."

अंगदरावांचा अढळ विश्वास बघून वामनराव मनोमन खजिल होत, पण वरकरणी उसने हसून अंगदरावांच्या हो ला हो मिळवत, "तुझ्या केसचं काही विशेष नाही रे अंगद. सध्या कोर्टाचं काम जरा जास्तच आहे. बऱ्याच केसेस पेंडिंग आहेत." पण वामनरावांच्या शब्दात जीव नसायचा. सुनंदाबाईही रोजच्यासारखी कॉफी आणून देत होत्या. नेहमीसारख्या हास्यविनोद करत होत्या, पण त्यांच्याशी थेट नजर भिडवण्यासाठी वामनरावांचे डोळे धजत नव्हते. रोजच्याप्रमाणेच दिवस सरत होता. पण उदास, जीवघेणी उलघाल संपत नव्हती. उलट दिवसेंदिवस प्रमोदच्या प्रत्येक फोनबरोबर वाढत चालली होती. तशातच अंगदराव बुद्धिबळ खेळताना एक दिवस म्हणाले, "अरे वामन, आज दुपारी कोर्टाचं समन्स आलं आहे."

वामनरावांचा हात कुठलीतरी आंधळी चाल खेळताना थबकला. छातीत धडधड झाली. ते फक्त म्हणाले, "बघू."

अंगदरावांनी सुनंदाबाईंना समन्स आणायला सांगितले.

समन्स बघताना वामनरावांचा हात थरथरत होता. जणू जळता निखारा त्यांनी हातात धरला होता. ते काहीसे चाचरत बोलले,

"अंगद, आठ दिवसानंतरची तारीख आहे. आपलं सगळं ठरलेलंच आहे. तुझी जबानी होईल. कदाचित उलट तपासणीही. पण आपण दोन दिवस आधी मी आलो

की बोलू."

"ठीक आहे वामन. तू म्हणशील तसं. यू आर द बॉस. पण तुझं ऑफिस घरीच आहे. मीच तुझ्याकडे येईन, तू सांगशील तेव्हा. मी तुझा अशील आहे. तू माझा वकील. अशिलाने वकिलाकडे जायचं!" अंगदराव गंमतीने म्हणाले.

"अरे नाही, अशील नाही आणि वकील नाही. वुई आर फ्रेन्डस्. दॅटस् ऑल. नो फॉरमॅलिटीज." कसेनुसे हसत वामनराव जाण्यासाठी उठले. पण त्यांच्या उठण्यात जितकी तत्परता होती, तितकाच त्यांच्या बोलण्यात निरुत्साह होता.

त्या दिवशी वामनराव घरी पोहोचले तेव्हा फोन वाजतच होता. प्रमोदचा फोन सकाळी येई. तो संध्याकाळीच आला होता. फोनवर प्रमोद तडकलाच. कधी नव्हे ते तो दात-ओठ खाऊन वामनरावांना बोलला, "वामनकाका, समन्स आलं बघा आज. तरी तुम्ही गेला नाहीत, तुम्ही का जात नाही? दोन मिनिटांच्या अंतरावर सरांचं घर आहे. तुमच्या घरातून देखील बोलता येईल इतक्या जवळ. तरी इतके दिवस वाया गेले. उद्या जातो, उद्या जातो म्हणता, पण समन्स आलं तरी तुमचा उद्या उगवला नाही. वामनकाका, माझं ऐका अजून वेळ गेलेली नाही. सुनावणी सुरू होण्यापूर्वी तरी कॉम्प्रमाइझ व्हायला हवं. मी तुमच्या घरी येऊन थांबतो. तुम्ही उद्या जाऊन या. इतक्या जवळ जाण्यासाठी दिवसेंदिवस लागतात? व्हॉट इज रॉंग विथ यू वामनकाका?"

प्रमोदच्या चौफेर शाब्दिक फटकेबाजीतून त्याची वामनरावांच्या निष्क्रीयतेबद्दलची चीड उसळत होती. तसेच पाच हजार रुपये गमावल्याची खंतही खदखदत होती. त्याच्या शब्दांची तडतडती लड संपताच वामनराव थंडपणे तीनच शब्द बोलले.

"उद्या जातो. नक्की."

"ओके वामनकाका. उद्या मात्र जाच. धिस इज अवर लास्ट चान्स. काम फत्ते करून या. मी सकाळीच संमतीपत्र न्यायला येतो." प्रमोद थोडा नरमाईने म्हणाला.

वामनराव काही बोलले नाहीत. त्यांनी फोन ठेवला. प्रमोदच्या बोलण्याने ते घायाळ झाले होते. पण त्यांनी निश्चय केला. उद्या जायचेच, काय वाट्टेल ते होवो. मग वहिनी घरातून हाकलून देवोत, अंगदशी कायमचे वैर होवो, शेंडी तुटो वा पारंबी तुटो, उद्या जायचेच. उद्याचा परवा करायचा नाही.

आश्चर्य म्हणजे वामनरावांचा हा निर्धार रात्रभराच्या तळमळीने आणि

घालमेलीने ढळला नाही. रात्रभर त्यांच्या डोळ्याला डोळा लागला नाही. या कुशीवरून त्या कुशीवर अशी त्यांची चळवळ चालू होती. सुनंदाबाईंची शब्द गाळण्यासाठी संमती कशी मिळवायची, त्यांचे मन कसे वळवायचे, शब्द गाळणे हे अंगदरावांना अजिबात मंजूर नसले तरी ते त्यांच्या कसे हिताचे आणि सुखाचे आहे, सुनंदाबाईंच्या मनावरची अंगदरावांची धास्ती कशी घालवायची, त्यांच्याशी कुठल्या शब्दांत कसे बोलायचे याची तालीम वामनरावांनी अजाणता असंख्य वेळा मनातल्या मनात केली. तोपर्यंत कुठल्याही कठिणातल्या कठिण केसमध्ये आर्ग्युमेंटसाठी केली नसेल इतक्या परोपरीने आणि कसोशीने त्यांनी सुनंदाबाईंसमोर करायच्या युक्तिवादाची चिरेबंदी तयारी केली. शब्दांची जुळवाजुळव, ते उच्चारताना करायचे हावभाव आणि स्वरांचे चढउतार हे सगळे तंत्र कधी नव्हे इतके घोटून त्यांनी पक्के केले. रात्रभराच्या तगमगीने त्यांना जे अनिमिष जागरण घडले त्यामुळे सकाळी त्यांना उठवेना, इतके त्यांचे डोके भणभणत होते. पण त्यांना उठणे भाग होते. प्रमोद सकाळीच त्यांच्या दाराशी पठाणासारखा येऊन उभा राहणार होता.

सकाळी त्यांनी व्हरांड्यात येऊन पाहिले. बरोबर सातच्या ठोक्याला अंगदराव रोजच्या नियमानुसार फिरायला बाहेर पडले. ते आता तासभर परतणार नव्हते. वामनरावांच्या हातात एक तास होता आणि अंगदरावांच्या घरी जायचे अंतर, खरेच प्रमोद म्हणाला तसे, दोन मिनिटांचे होते. वामनरावांच्या घरापासून फाटकापर्यंत दहा पाऊले, नंतर सोसायटीची गल्ली दहा पावले आणि अंगदरावांच्या फाटकापासून घरापर्यंत दहा पावले. केवळ तीस पाऊले! तोपर्यंत लाखोवेळा वेळी-अवेळी ते अंतर त्यांनी सहज पार केले होते. ते डोळे मिटून पार करता येईल इतके त्यांना पाठ झाले होते. आदल्या दिवशी सुद्धा संध्याकाळी बुद्धिबळ संपल्यावर अंधारात वामनराव सहज सवयीने ते अंतर नकळत चालून आले होते. हे सगळे खरे होते तरी वामनरावांचा पाय उचलेना, हे ही तितकेच खरे होते. त्यांच्या खिशात त्यांनी संमतीपत्राचा कागद ठेवला होता. त्यामुळे त्यांच्या पायात जणू मणामणाच्या बेड्या पडल्या होत्या. ज्या कारणासाठी ते जात होते त्या कारणाच्याच त्या अतूट बेड्या होत्या. ज्या कामासाठी ते जात होते त्या कामाचीच अभेद्य भिंत त्यांना अडवत होती.

वामनराव व्हरांड्यात ताटकळत खिळले असल्याचे अनघाने पाहिले. 'काय काका काही हवंय का?' तिने त्यांना आश्चर्याने विचारले, कारण वामनराव रात्री

जागून कोर्टाचे काम करत असल्याने असे व्हरांड्यात सकाळच्या प्रहरी रिकामे उभे असल्याचे तिने कधी बघितले नव्हते. 'नाही जरा पाच मिनिटं अंगदकडे जाऊन येतो.' वामनरावांच्या तोंडून नकळत सत्य बाहेर पडले. आता त्यांना जाणे भाग होते. त्यांनी स्वत:ला ढकलले आणि दाराबाहेर पाऊल टाकले.

वामनरावांच्या फाटकाशी सिक्युरिटी गार्डचा पहारा होता. अंगदरावांचे फाटक बंद होते, तसेच घराचे दारही. वामनराव त्यांच्या फाटकातून रस्त्यावर आले. सिक्युरीटी गार्डने त्यांना सलाम ठोकला, हे त्यांच्या लक्षात आले नाही. रस्ता ओलांडून जड पावलांनी ते अंगदरावांच्या दाराशी पोचले. त्यांनी मोजून फक्त तीस पावले टाकली होती. पण तरीही त्यांना दम लागला होता. श्वास छातीत कोंडला होता. जरा थांबून त्यांनी मन आणि शरीर घट्ट केले. दाराची बेल दाबली.

तत्क्षणी ढकलावे तसे दार उघडले. दाराशीच सुनंदाबाई उभ्या होत्या. हसतमुख चेहरा. सुस्नात, सुघड, सुडौल आकृती. 'प्रसन्न होऊन सुपुष्प ठेले' असे आकर्षक दर्शन. वामनरावांना बघताच त्यांच्या चेहऱ्यावर हायसे स्मित आले. जणू ते येणार हे त्यांना माहीत होते आणि त्या त्यांची वाटच बघत होत्या.

"या भाऊजी."

वामनराव जरा बावचळले. काहीतरी अनपेक्षित घडत होते किंवा घडणार होते. त्यांनी आत पाऊल टाकले. कसलेले निष्णात वकील असूनही ते अडखळत बोलले, "मी...वहिनी, मी... माझं थोडं महत्त्वाचं काम..."

वामनरावांची मान खाली होती. त्यांच्या कानावर सुनंदाबाईंचा आतुर प्रश्न पडला.

"वामनभाऊजी, संमतीपत्र कुठे आहे?"

वामनरावांची मान दोरीने ओढावी तशी झटक्यासरशी वर झाली. त्यांना बसलेला हादरा अशक्य होता.

"संमतीपत्र? तुम्ही... तुम्हाला..."

"भाऊजी मला सगळं कळलं आहे. शिरसाटांचा फोन आला होता. द्या ते संमतीपत्र. मी सही करते." सुनंदाबाईंच्या हातात पेन होते आणि बोलण्यात निश्चय.

वामनरावांनी यांत्रिकपणे खिशातला कागद पुढे केला. सुनंदाबाई टिपॉयपाशी गेल्या. त्यांनी संमतीपत्र वाचले. सही करून वामनरावांना परत दिले.

वामनरावांनी कापऱ्या हाताने घडी करून कागद खिशात ठेवला. फुग्यातून हवा एकदम निघून जावी तसे वामनराव रिकामे झाले. हलके आणि मोकळे. इतके की उभ्या-उभ्या त्यांचा तोलच गेला. त्यांचा सुटकारा कल्पनातीत होता. त्यांच्या तोंडून शब्द फुटेना.

"वहिनी, तुमचे उपका..."

"उपकार? काय बोलताय भाऊजी! हे तुरुंगात जाणार ही कल्पनाच मी सहन करू शकत नाही. ते सुद्धा सहा शब्दांसाठी?" सुनंदाबाईंच्या शब्दात कडवा निर्धार होता.

"तरीसुद्धा अंगद..."

सुनंदाबाईंनी वामनरावांना मधेच तोडले.

"त्यांना काहीही वाटू दे. ते काहीही म्हणू देत, मी त्यांची धर्मपत्नी आहे. मी पत्नीचं कर्तव्य केलं. पत्नीचा धर्म पाळला. जास्त काही नाही. भाऊजी, तुम्ही निर्धास्त राहा."

सुनंदाबाईंचे सौम्य, सोज्वळ, शालीन रूप वामनराव नेहमी पाहत आले होते. हे तेजस्वी तडफदार रौद्ररुप ते पहिल्यांदाच बघत होते. त्या पवित्र पतिव्रता रुपापुढे ते नकळत नतमस्तक झाले!

●

वामनराव जेमतेम घरी परतत आहेत तोपर्यंत प्रमोदची गाडी त्यांच्या फाटकाशी येऊन उभी राहिलीच.

काहीशा चिंतामग्न पण उत्सुक चेहऱ्याचा प्रमोद आत येताच वामनरावांनी त्याला धारेवर धरले.

"अरे, तू मला काही बोलला नाहीस?"

"कशाबद्दल वामनकाका?"

"तू वहिनींना फोन केला होतास ते. केवढं टेन्शन आलं होतं माझ्यावर!" वामनराव संतापले होते.

"वामनकाका, रागावू नका. मी मुद्दामच तुम्हाला सांगितले नाही. नाहीतर तुम्ही गेला नसता काकूंकडे."

प्रमोदने खरे ते सांगितले. तो पुढे म्हणाला, "वामनकाका, तुमच्या घनिष्ट संबंधांमुळे तुम्हाला ते काम करणं सोपं जाईल, असं मला वाटलं होतं. पण तुम्ही आठ दिवस गेला नाहीत. वेळ तर निघून चालला होता. तेवढ्यात समन्सही आलं कोर्टाचं. तेव्हा

माझ्या लक्षात आलं की माझा अंदाज चुकीचा आहे. इतक्या दाट आणि जवळच्या घरोब्यामुळेच तुम्हाला ते काम करणं जास्त अवघड आहे. कारण संकोच तुमच्या आड येत होता. तिऱ्हाईताकडून ते काम सुलभपणे होईल आणि वामनकाका तसंच झालं.”

प्रमोदच्या तपशीलवार मनमोकळ्या खुलाशाने वामनराव एकदम शांत झाले. त्यांच्या संतापाची जागा कौतुकाने घेतली, त्यांनी फक्त एवढेच विचारले,

“अरे प्रमोद, मग तूच का नाही आणलंस संमतीपत्र?”

त्यावर प्रमोद उत्तरला, “काकूंनी मला ते दिलं नाही. मी त्यांना सगळा तिढा सांगितल्यावर त्या एवढेच म्हणाल्या, ‘मी सरांसाठी वाटेल ते करीन.’ मी त्यांना संमतीपत्र मागितलं, पण त्यांनी स्पष्ट नकार दिला. तुम्ही येऊ नका. ते मी फक्त आमच्या वकिलांना देईन. धन्य आहे त्या साध्वीची!” प्रमोद त्रयस्थ धंदेवाईक असूनही विरघळला होता. प्रमोदच्या बोलण्याने वामनरावांनाही पुन्हा दाटून आले. त्यांनी काही न बोलता संमतीपत्र प्रमोदच्या हातात दिले.

•

संमतीपत्र घेऊन प्रमोद त्या दिवशी दुपारी ॲड.गंडभीर यांना भेटला. त्याने ठरलेल्या फीसह संमतीपत्र त्यांच्या स्वाधीन केले. ॲड.गंडभीरांनी त्याला शब्द दिला. ते भ्रष्ट होते, पण इमानदार होते. त्यांची इमानदारी फक्त पैशाशी होती.

प्रमोदशी हस्तांदोलन करीत ॲड.गंडभीर म्हणाले, “मि.शिरसाट, तुम्ही माझी फी दिलीत. आपलं डील पक्कं समजा. आपल्या तडजोडीप्रमाणेच खटल्याचा निकाल होईल. हा माझा शब्द आहे. इतकी वर्षं माझा हा वकिलीचा धंदा जोरात चालू आहे, तो प्रतिवादी पार्टीने दिलेल्या पैशांवर आणि मी त्यांना दिलेल्या शब्दावर. तुम्ही निश्चिंत राहा. आता आपली भेट कोर्टात.”

ॲड.गंडभीरांनी वचन दिले असले तरी प्रमोद त्यांच्या भपकेदार ऑफिसातून बाहेर पडला तेव्हा त्याच्या एका डोळ्यात संतोष होता नि दुसऱ्यात संशय.

•

इकडे अंगदराव सकाळच्या फेरफटक्यावरून परतले तेव्हा त्यांना प्रमोदची गाडी पाठमोरी जाताना दिसली. ते वामनरावांच्या फाटकाशी थांबले. सिक्युरिटी गार्डचा सलाम स्वीकारत त्यांनी बाहेरूनच हाक मारली. वामनराव व्हरांड्यात आले तसे अंगदरावांनी विचारले, “अरे वामन, शिरसाट आले होते का? त्यांची गाडी जाताना दिसली. काय विशेष?”

“काही नाही, केसबद्दल बोलायला आला होता.”

“अरे, आपल्यालाही बोलायचं आहे एकदा.” अंगदरावांनी आठवण केली.

“बोलू ना. संध्याकाळी येतो, त्यावेळी बोलू.” वामनराव म्हणाले.

तेवढ्यावरच सकाळी क्वचित होणारा तो दोघांमधला संवाद संपला. दोघे घरात गेले.

सूर्य आता वर आला होता. सकाळ शुभ्र सोनेरी चमकत होती.

वामनराव आत जाताना स्वत:शीच पुटपुटले, “आता काय बोलायचं शिल्लक राहिलंय!”

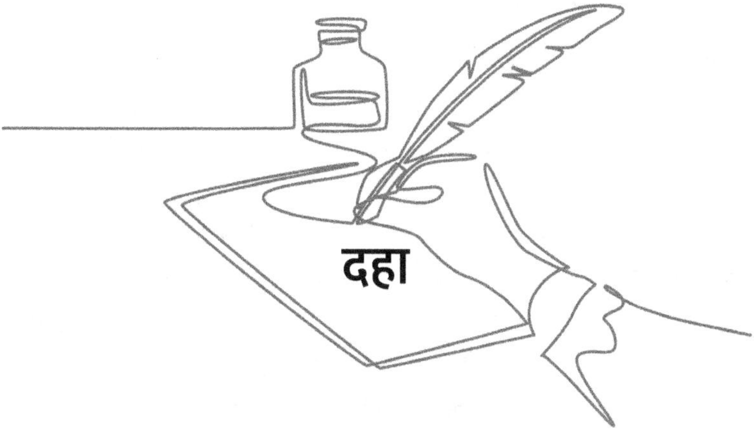

दहा

कोर्टाच्या हुकुमानुसार शब्दकोशावरच्या खटल्याची सुनावणी ठरलेल्या तारखेला झाली. ही सुनावणी ॲट्रोसिटी ॲक्टखालील खटल्यांसाठी नियुक्त केलेल्या स्पेशल डिस्ट्रीक्ट ॲण्ड सेशन्स कोर्टाचे न्यायाधीश राजाराम सगदेव यांच्यापुढे होणार होती. या कोर्टात नुकतेच बदलून नव्याने आलेले न्या.सगदेव हे निवृत्तीकडे झुकलेले होते. गव्हाळी वर्णाचे, सतत घाईत असल्यासारखे दिसणारे हे गृहस्थ, बाह्यत: तरी, किंचित विनोदी चेहऱ्याचे दिसत होते. त्यांचे वरचे मधले दोन दात पुढे येऊन खालच्या ओठांवर रुतले होते. त्यांच्या डोळ्यांवरचा चष्मा इतका जाड काचांचा होता की ते कुठे बघत आहेत ते समजत नव्हते. शिरोभागी पौर्णिमेचा तुळतुळीत पूर्णचंद्र चकाकत होता. फक्त भोवताली दोन्ही कानांवर काळ्या पांढऱ्या केसांची महिरप होती. त्यांच्या शुभ्र भुवया कपाळात उंचावलेल्या होत्या. त्यामुळे 'मी इथे का आलो आहे' असा आश्चर्याचा भाव त्यांच्या चेहऱ्यावर सतत कायम राहत होता. थोडक्यात, त्यांचे एकंदर स्वरूप आर. के. लक्ष्मणच्या 'कॉमन मॅन'ची आठवण करून देणारे होते. 'कॉमन मॅन'ने सूट-बूट-टाय चढवला तर तो जसा दिसेल तसे ते भासत होते. 'कॉमन मॅन'चा आवाज कसा होता ते माहीत नाही. कारण तो कार्टूनमधे कधीच 'ब्र' सुद्धा उच्चारत नाही. पण न्या.सगदेव कोर्टाचे

न्यायाधीश असल्याने त्यांना बोलणे भाग होते. किंबहुना ते त्यांचे कामच होते. म्हणून कोर्टात खुर्चीवर बस्तान ठोकताच, त्यांनी सभोवार मान फिरवली, म्हणजे नजर टाकली आणि कामकाजास सुरुवात करण्याचा हुकूम दिला, तेव्हा त्यांचा आवाज हा बराचसा किनरा पण टोकदार असल्याचे कोर्टातील उपस्थितांच्या लक्षात आले.

न्या.सगदेव नुकतेच नव्याने बदलून आले होते, म्हणून असेल कदाचित, पण त्यांची कोर्टरुम मोठी आणि ऐसपैस असली तरी ती तात्पुरती, जुजबी तयार केली होती. पूर्णपणे सज्ज व्हायची होती. न्या.सगदेव हे थोड्याशा उच्चासनावर आयताकृती टेबलाशी बसले होते. त्यांच्या टेबलावर शाई, पेन, पॅड, खटल्याची फाईल, 'नवभारत मराठी-इंग्रजी शब्दकोशा'ची कागदी खुणा घातलेली प्रत, हातोडा, शपथ घेण्यासाठी गीता, कुराण आदी धर्मग्रंथ अशी नेहमीची आवश्यक सामग्री होती. पण न्यायाधीशांना कोर्टरुम पासून विभाजित करणारा लांबलचक कठडा, तसेच आरोपी, साक्षीदार यांना उभे राहण्यासाठी गोल-चौकोनी लाकडी कठडे किंवा पिंजरे हे फर्निचर अद्याप उपलब्ध झाले नव्हते. त्यामुळे खटल्याचे फिर्यादी बाळाराम तुंगेवार, फिर्यादी तर्फेचे साक्षीदार क्रमांक एक अब्दुल वहीद, साक्षीदार क्रमांक दोन महादू झिरपे, साक्षीदार क्रमांक तीन यमाजी वल्हार, फिर्यादीचे वकील अॅड.शांतनू गंडभीर, त्याचप्रमाणे आरोपी नंबर एक अंगद माणकेश्वर, आरोपी नंबर दोन प्रमोद शिरसाट आणि आरोपीचे वकील अॅड.वामनराव सपकाळ ही सर्व मंडळी न्यायाधीशांसमोर कोर्टरुममध्ये मांडलेल्या बिनहाताच्या लाकडी खुर्च्यांवर बसलेली होती. त्याशिवाय, न्यायाधीशांच्या डावीकडे बसलेले कोर्टाचे कारकून कुंडलिक नाफडे, उजवीकडे बसलेले लघुलेखक उत्तम धरकर, चपराशी सखाराम शिंदे आणि खुद्द न्यायाधीश सगदेव अशी एकूण अकरा पात्रे कोर्टरुममध्ये हजर होती.

कोर्टरुममध्ये पाच खुर्च्यांची एक, अशा तीन रांगांत पंधरा बिनहाताच्या खुर्च्या ठेवलेल्या होत्या. त्यावर फिर्यादी, त्याचे वकील, त्याचे साक्षीदार तसेच आरोपी आणि त्यांचे वकील असे आठ जण बसलेले होते. न्यायाधीशांच्या समोर डाव्या आणि उजव्या बाजूला पिंजऱ्याऐवजी फिर्यादी आणि साक्षीदार तसेच आरोपी यांच्यासाठी एक एक लाकडी खुर्ची ठेवलेली होती. आरोपीचे नातेवाईक आणि इतर प्रेक्षक श्रोते यांच्यासाठी सात खुर्च्या उरल्या होत्या.

त्यातील फक्त एका खुर्चीवर आरोपी क्रमांक एकच्या पत्नी सुनंदाबाई माणकेश्वर या उपस्थित होत्या.

चित्रपटातील कोर्टाच्या देखाव्यात नेहमीचे दिसणारे लाकडी कठडे आणि प्रेक्षक यांचा अभाव असल्याने त्या प्रशस्त कोर्टरुमचे दृश्य अंमळ अळणी आणि भकास दिसत होते.

वास्तविक ॲट्रोसिटी कायद्यान्वये त्या कोर्टात होणारा हा पहिलाच खटला होता. तरीसुद्धा खटल्याशी संबंधित आठ व्यक्ती सोडल्या तर तिऱ्हाईत श्रोते किंवा प्रेक्षक कोणीही उपस्थित नव्हते, ही वस्तुस्थिती नवलाईची होती. पण प्रेक्षक-श्रोत्यांची अनुपस्थिती हा ॲड.गंडभीर यांच्या करामतीचा परिणाम होता. खटला त्यांनी 'फिक्स्ड' केला होता, असा संशय येऊन त्याचा बभ्रा होऊ नये, याची खबरदारी म्हणून त्यांनी पत्रकारांना ॲट्रोसिटीच्या या अपूर्व खटल्याचा सुगावा लागणार नाही याची पुरेपूर दक्षता घेतली होती. त्यामुळे वृत्तपत्रात या खटल्याच्या वार्तेचा कुठेही थांगपत्ता नव्हता आणि जनसामान्यांना या ॲट्रोसिटीच्या अद्वितीय खटल्याची गंधवार्ताही नव्हती. तसेच कोर्टातल्या वकील मंडळींनासुद्धा खटल्याची खबर लागली नव्हती.

कोर्टाच्या इमारतीच्या व्हरांड्यामधून, कोर्टात इतर कामासाठी आलेल्या लोकांची वर्दळ चालू होती. तसेच कोर्टातले कर्मचारी, वकील, अशील मंडळी ही देखील व्हरांड्यामधून जा-ये करीत होती. काही रिकामटेकडे बघेसुद्धा उगाच इकडे-तिकडे हिंडत होते. त्यातील काही जण न्या.सगदेव यांच्या कोर्टरुममध्ये काही सनसनाटी ऐकायला मिळेल या फुकटच्या आशेने आत डोकावून बघत होते. पण शब्दकोशासारखा रुक्ष विषय अन् त्यातील शब्दार्थांचा चाललेला रटाळ काथ्याकूट ऐकल्यावर ते तिथे थांबण्याचे धैर्य करत नव्हते. नाही म्हणायला दोन-चार नवखे शिकाऊ उमेदवार वकील मात्र मागील रांगेतील रिकाम्या खुर्च्यांवर जिज्ञासेने तिष्ठत होते. पण तेसुद्धा मधून मधून जांभया देत होते, तसेच डुलकीही घेत होते.

कोर्टरुममधल्या एकंदर नीरस माहोलात, पडेल नाटकासारखे खटल्याचे कामकाज सुरू झाले. कोर्टाच्या आदेशानुसार चपराशाने आरोपी क्रमांक एक व आरोपी क्रमांक दोन यांचे नाव पुकारले. त्याबरोबर वर्गातले विद्यार्थी जसे हजेरीच्या वेळी उठून उभे राहतात तसे अंगदराव आणि प्रमोद आपापल्या जागी

उभे राहिल्यावर ते उपस्थित असल्याची नोंद झाली. ॲड.शांतनू गंडभीर यांनी फिर्यादीतर्फे आणि ॲड.वामनराव सपकाळ यांनी आरोपींतर्फे वकीलपत्र सादर केले. त्यावर नजर टाकत न्या.सगदेव यांनी त्यांच्या उंच आवाजात इशारा दिला.

"जंटलमेन, हा दावा ॲट्रोसिटीच्या कायद्यान्वये 'नवभारत मराठी-इंग्रजी शब्दकोशा'संबंधी करण्यात आला आहे. शब्दकोशात आक्षेपार्ह शब्द आणि त्याचे शब्दार्थ आरोपी क्रमांक एक यांनी दिल्यामुळे आणि आरोपी क्रमांक दोन यांनी ते छापून प्रकाशित केल्यामुळे फिर्यादी श्री.बाळाराम तुंगेवार यांनी हा दावा भारतीय दंडविधान संहितेच्या अनुसूचित जाती-जमाती अत्याचार प्रतिबंधक कायदा १९८९ आणि अनुसूचित जाती-जमाती अत्याचार प्रतिबंधक अधिनियम १९९५ अन्वये केलेला असला तरी त्याचे स्वरूप हे मूलतः ॲकॅडेमिक आहे. तेव्हा त्याचे हे गंभीर स्वरूप लक्षात ठेऊन धर्म किंवा जाती-जमाती विषयीच्या भावना भडकावण्याचा प्रयत्न न करता ॲकॅडेमिक पातळीवर या दाव्याची सुनावणी व्हावी, अशी माझी अपेक्षा आहे. ही सूचना ध्यानात ठेवून कारवाईस सुरुवात करावी. मि.गंडभीर तुम्ही फिर्यादीचे म्हणणे थोडक्यात मांडू शकता."

न्या.सगदेव यांचा आदेश मिळताच त्यांना वाकून वंदन करून ॲड.गंडभीर उठले आणि त्रयस्थ चेहऱ्याने पण मधुर आवाजात बोलू लागले.

"युवर ऑनर, आरोपी क्रमांक एक प्रा.अंगद माणकेश्वर यांनी 'नवभारत मराठी-इंग्रजी शब्दकोश' तयार केला असून, आरोपी क्रमांक दोन श्री.प्रमोद शिरसाट यांनी तो त्यांच्या मालकीच्या सुरेखा मुद्रणालयात छापून त्यांच्या मालकीच्या नवभारत प्रकाशन संस्थेतर्फे प्रकाशित केला आहे. या शब्दकोशाची प्रत आपल्याला संबंधित पानात खुणा घालून सादर केली आहे. प्रस्तुत शब्दकोशात दिलेले 'लांडा', 'महार', 'मांग', 'भंगी', 'ढोर' आणि 'होलार' या धर्म आणि जातीजमातींशी संबंधित शब्दांचे अर्थ आपण वाचले तर ते शब्दार्थ विशिष्ट धर्म आणि अनुसूचित जाती-जमाती यांच्या भावना दुखावणारे आणि अपमान करणारे आहेत, हे आपल्या निदर्शनास येईल.

"माझे अशील फिर्यादी श्री.बाळाराम तुंगेवार हे तयार कपड्याचे कारखानदार आहेत. त्यांच्या कारखान्यात विशिष्ट धर्माचे आणि अनुसूचित जाती-जमातींचे कामगार काम करतात. त्या कामगारांच्या भावना प्रस्तुत शब्दकोशात दिलेल्या

लांडा, महार, मांग, भंगी, ढोर, होलार या धर्म आणि जाती-जमातीविषयक शब्दांच्या अर्थामुळे दुखावल्या गेल्या असून त्यांचा अपमान झाला आहे. कारखान्यातील कामगारांच्या भावना दुखावल्या जाऊन त्यांचा अपमान, शब्दकोशात दिलेल्या उपरोल्लेखित शब्दांच्या शब्दार्थामुळे झाला, याचा मनस्ताप व दुःख होऊन माझे अशील श्री.बाळाराम तुंगेवार यांनी हा दावा केला आहे."

वरील सर्व भाषण अत्यंत संथ, आवेशरहित पण लाघवी स्वरात करून ॲड. गंडभीर थांबले. त्यांच्या खुर्चीपाशी ठेवलेल्या बॅगमधून कायद्याचे पुस्तक काढून ते कुठलेही नाट्यमय हावभाव किंवा हातवारे न करता बोलू लागले,

"युवर ऑनर, उपरोल्लेखीत विशिष्ट धर्म आणि जाती-जमातींच्या लोकांच्या भावना दुखावून अपमान करणारे आक्षेपार्ह शब्द आणि त्यांचे आक्षेपार्ह शब्दार्थ आरोपी क्रमांक एक यांनी प्रस्तुत शब्दकोशात दिल्यामुळे आणि आरोपी क्रमांक दोन यांनी सदर शब्द आणि शब्दार्थ प्रस्तुत शब्दकोशात छापून तो प्रकाशित करून त्याची विक्री केल्यामुळे भारतीय दंडविधान संहितेच्या कलम ५००, ५०१, ५०२, ५०४ आणि २९५(अ) सह ३४ भारतीय दंडविधान संहिता आणि कलम ३(१०) अनुसूचित जाती-जमाती अत्याचार प्रतिबंधक कायद्यानुसार गंभीर स्वरूपाचा सामाजिक अपराध सामायिकरित्या केलेला आहे. आणि त्यासाठी आरोपी क्रमांक १ आणि आरोपी क्रमांक २ हे दोघेही शिक्षेस पात्र आहेत. वादीने आरोपी क्रमांक १ आणि आरोपी क्रमांक २ यांना रीतसर कायदेशीर नोटीस पाठवून सदर वादग्रस्त शब्द आणि त्याचे आक्षेपार्ह शब्दार्थ वगळल्याचे शुद्धिपत्र जोडून शब्दकोशाच्या उपलब्ध प्रती विकण्याची आणि शब्दकोशाच्या यापुढे छापल्या जाणाऱ्या प्रती सदर आक्षेपार्ह शब्द आणि त्यांचे आक्षेपार्ह शब्दार्थ गाळून छापण्याची आणि मगच त्या प्रतींची विक्री करण्याची मागणी केली होती. पण ती आरोपी क्रमांक १ आणि आरोपी क्रमांक २ यांनी नोटीशीच्या उत्तरात धुडकावून लावली आहे. म्हणून माझे अशील श्री.बाळाराम तुंगेवार यांनी नाईलाजाने हा दावा दाखल केला आहे आणि त्यात सदर शब्दकोशाच्या उरलेल्या प्रतींना शब्दकोशातील आक्षेपार्ह वरील सहा शब्द व त्यांचे आक्षेपार्ह सहा शब्दार्थ गाळलेले शुद्धिपत्र जोडावे, तसेच सदर शब्दकोशाच्या यापुढील प्रकाशित होणाऱ्या आवृत्त्यांत प्रस्तुत आक्षेपार्ह सहा शब्द आणि त्यांचे आक्षेपार्ह शब्दार्थ आरोपी क्रमांक १ यांनी संपूर्ण वगळावे आणि मगच आरोपी क्रमांक २

यांनी सदर शब्दकोश छापून प्रकाशित करून त्याची विक्री करावी, अशी मागणी केली आहे. दॅट्स ऑल युवर ऑनर."

ॲड. गंडभीर खाली बसले. फिर्यादीची भूमिका स्पष्ट करणारे त्यांचे वक्तव्य तपशीलवार आणि सडेतोड तसेच संयमित, सयुक्तिक आणि मुद्देसूद होते. त्यामुळे त्याचा सकारात्मक परिणाम श्रोत्यांवर होणे साहजिक होते. ॲड.गंडभीर यांचे प्रतिपादन संपल्यावर न्या.सगदेव यांनी समोरची दाव्याची फाईल लक्षपूर्वक पाहिली आणि ॲड.गंडभीर यांना प्रश्न केला.

"ॲड.गंडभीर, तुमच्या या दाव्यामध्ये आरोपींनी माफी मागावी, शब्दकोशाच्या प्रती बाजारातून परत मागवाव्यात आणि शब्दकोशाची विक्री कोर्टाचा निकाल येईपर्यंत बंद ठेवावी, अशा आणखी तीन मागण्या फिर्यादीने केल्या आहेत. त्याबद्दल तुम्ही काहीच बोलला नाही?"

"युवर ऑनर, त्या तीनही मागण्या आमचे अशील फिर्यादी श्री.बाळाराम तुंगेवार यांनी, उगाच कज्जेदलाली करावी लागू नये म्हणून, मागे घेतल्या आहेत आणि तडजोडीची तीन पावले पुढे टाकली आहेत. आता पुढचे पाऊल आरोपींनी टाकायचे आहे आणि ते टाकून शब्दकोशातील आक्षेपार्ह सहा शब्द आणि त्यांचे आक्षेपार्ह शब्दार्थ यापुढे छापण्यात येणाऱ्या शब्दकोशाच्या प्रतींतून वगळण्याची आणि तसे शुद्धिपत्र जोडून शब्दकोशाच्या शिल्लक प्रती विकण्याची आमची चौथी मागणी मान्य केली तर दावा मागे घेण्यास माझे क्लायंट फिर्यादी तयार आहेत." ॲड.गंडभीर यांच्या आविर्भावात औदार्याचा आव होता. काळ्या चेहऱ्यावर समंजस सोशिकतेचे रुंद स्मित होते. कपाळावर झेपावणाऱ्या त्यांच्या पांढऱ्या केसांपेक्षाही त्यांचे दात शुभ्र चमकत होते.

ॲड.गंडभीर यांची समझोत्याची आणि समजुतीची भाषा ऐकल्यावर न्या. सगदेव यांनी ॲड.वामनराव सपकाळ आणि अंगदराव माणकेश्वर यांच्याकडे आळीपाळीने साभिप्राय आशेने बघितले.

"ॲड.सपकाळ, विल युवर क्लायंट ॲक्सेप्ट प्लेंटिफ्स रिझनेबल ऑफर? तेवढी त्यांची सहा शब्द आणि त्यांचे अर्थ वगळण्याची आणि शुद्धिपत्र जोडण्याची मागणी मान्य करा. ॲण्ड फिनीश द मॅटर हिअर ॲण्ड नाऊ."

न्या.सगदेवांची सूचना अंगदराव फेटाळणार हे वामनरावांना माहीत होतेच, तरीसुद्धा त्यांनी अंगदरावांकडे सापेक्ष नजर टाकली. पण अंगदरावांनी त्यांची

दृष्टिभेट घेतली नाही. त्यांच्याकडे संपूर्ण दुर्लक्ष करून ते ओठ घट्ट मिटून विचारमग्न मुद्रेने खाली जमिनीकडे एकाग्र बघत राहिले. त्यांचा विरोधी आणि थंड प्रतिसाद कायम असलेला पाहून वामनराव काहीशा हताश चेहऱ्याने न्या.सगदेव यांच्याकडे दृष्टिक्षेप करत थोड्या संकोची स्वरात उत्तरले,

"नो युवर ऑनर, वुई कान्ट ॲक्सेप्ट द ऑफर. शब्द गाळण्याची तसे शुद्धिपत्र शब्दकोशाला जोडण्याची मागणी आम्ही मान्य करू शकत नाही. सॉरी सर."

वामनरावांच्या शब्दांसरशी न्या.सगदेव यांच्या तोंडून निराशेचा सुस्कारा बाहेर पडला, त्यावेळी त्यांच्या पुढे आलेल्या दोन दातांच्या फटीतून बारीकशी शिट्टी वाजली, तशीच अंगदरावांच्या शेजारी बसलेल्या प्रमोद शिरसाट आणि अंगदरावांच्या मागे बसलेल्या सुनंदाबाई यांच्या चेहऱ्यावर उजळलेली आशा एकसमयावच्छेदेकरून मावळली.

न्या.सगदेव यांनी निरुत्साही शब्दांत तटस्थ आदेश दिला, "ॲड.गंडभीर, यू मे प्रोसीड. पुट ऑन युवर केस."

"येस युवर ऑनर," ॲड.गंडभीर आपल्या खुर्चीसमोर उभे राहिले.

"युवर ऑनर, मी आरोपी क्रमांक एक. प्रो.माणकेश्वर यांना काही प्रश्न विचारू इच्छितो."

"गो अहेड." अशी परवानगी देऊन न्या.सगदेव यांनी अंगदरावांना नुसत्या मानेनेच इशारा केला, तसे अंगदराव उठले. शांत, स्थिर पावले टाकत न्यायाधीशांच्या डाव्या बाजूला आरोपीसाठी, पिंजऱ्याऐवजी ठेवलेल्या, खुर्चीमागे जाऊन स्तब्ध राहिले.

अंगदरावांच्या अंगात त्यांचा नेहमीचा केशरी कुर्ता गर्द चॉकलेटी पॅन्टवर खुलून दिसत होता. सस्मित उमदा चेहरा, त्यावर दृढ आत्मविश्वास, भावदर्शी डोळे, छातीशी हात बांधून उभे राहण्याची ऐटदार नैसर्गिक ढब. एकंदर सुसंस्कृत, प्रतिष्ठित व्यक्तिमत्व अंगदरावांच्या स्वरुपात आरोपीच्या खुर्चीमागे उभे राहिलेले बघून न्या.सगदेव यांच्या डोळ्यांत काय भाव उमटला हे त्यांच्या जाड काचांच्या चष्म्यामुळे कळत नसले तरी त्यांच्या चेहऱ्यावर मात्र अंगदरावांच्या उठावदार उपस्थितीचा कुतुहलजनक प्रभाव पडला होता, हे स्पष्ट दिसत होते.

"प्रा.माणकेश्वर, तुम्ही खुर्चीत बसून उत्तर देऊ शकता." न्या.सगदेवांनी सुचवले.

“थँक्स युवर ऑनर, पण मला उभं राहून बोलायची सवय आहे.” अंगदरावांचे प्रसन्न स्वरात दिलेले उत्तर ऐकून कोर्टरुममध्ये हलकासा हशा पिकला.

ॲड.गंडभीर यांनी आदरपूर्वक थोडे पुढे वाकून इतक्या विनयशील शब्दांत अंगदरावांना प्रश्न केला की, त्यात कृत्रिमता जाणवत होती. पण ते केवळ ढोंग असून अंगदरावांची ते कसून जबानी घेणार असा वामनरावांनी कयास केला.

“प्रा.माणकेश्वर, ‘नवभारत मराठी-इंग्रजी शब्दकोश’ आपण तयार केला आहे काय?” ॲड.गंडभीर यांचा पहिला प्रश्न.

“होय सर.” अंगदरावांचे स्पष्ट उत्तर.

“त्या शब्दकोशात दिलेले लांडा, महार, मांग, भंगी, ढोर, होलार या शब्दांचे शब्दार्थ आपण लिहिले आहेत काय?” ॲड.गंडभीरांच्या बोलण्यातील नम्रता अजूनही ढळली नव्हती.

“होय सर.” अंगदरावांचा पुन्हा ठाम होकार.

“आपण शब्दकोशात दिलेल्या सदर शब्दार्थांमुळे विशिष्ट धर्म आणि जाती-जमातीच्या लोकांच्या भावना दुखावल्या जाऊन त्यांचा अपमान होईल, हे आपल्याला माहीत होते काय?” ॲड.गंडभीर यांचा थोडासा खोचक प्रश्न.

“नाही सर.” अंगदरावांचा निडर नकार.

“प्रस्तुत शब्दार्थ शब्दकोशात दिल्यामुळे आपण अनुसूचित जाती-जमाती, अत्याचार प्रतिबंधक कायदा १९८९ आणि अधिनियम १९९५ अन्वये अपराध केला असून आपण सदर कायद्यानुसार शिक्षेस पात्र आहात, हे आपल्याला मान्य आहे काय?” ॲड.गंडभीर यांनी अंगदरावांच्या डोळ्यांत बघत जसे काही एखादे खासगी गुपित जाणून घ्यावे तशा हळूवार स्वरात विचारले.

“नाही सर.” अंगदरावांच्या निडर नकाराचा अधिक नेटाने पुनरूच्चार.

अंगदरावांच्या नकाराची, सराईत सर्जनच्या सहज परंतु धारदार हाताळणीने, ॲड.गंडभीर चिरफाड करणार असा आभास अवघ्या कोर्टरुममध्ये निर्माण झाला असतानाच, ॲड.गंडभीर यांनी सगळ्या उपस्थितांना दोन वाक्यातच चकित केले.

“दॅटस् ऑल युवर ऑनर. नो फर्दर क्वेश्चन्स.”

अंगदराव धीम्या पावलांनी खुर्चीत जाऊन बसले तसा ॲड.गंडभीर यांनी पुकारा केला.

"नाऊ युवर ऑनर मला मि.प्रमोद शिरसाट यांना काही प्रश्न विचारायचे आहेत."

"मि.प्रमोद शिरसाट." न्या.सगदेव यांनी यावेळी शब्दात आदेश दिला. तसा प्रमोद काहीशा थरथरत्या चालीने आरोपीसाठी ठेवलेल्या खुर्चीमागे जाऊन उभा राहिला.

प्रमोदही चांगला उंचपुरा भरभक्कम तरुण होता. पण त्याच्या डोळ्यांत अस्थिरता होती आणि चेहऱ्यावर चलबिचल. शिवाय थोड्याच दिवसांपूर्वी आपल्याकडून वीस हजार रुपयांची रोख लाच बिनदिक्कत लाचारीने घेणाऱ्या या बहुरुपी वकिलाने आपल्याला कोर्टात उभे करून बेधडक प्रश्न विचारण्याचे धाडस करावे, या उद्वेगपूर्ण विस्मयाने त्याच्या भुवया एकवटल्या होत्या.

जणू काही समोरच्या इसमाला आपण ओळखतही नाही किंबहुना कधीही पाहिलं नाही इतक्या परकेपणाने ॲड.गंडभीर यांनी प्रमोदला तिऱ्हाईतपणे प्रश्न केला.

"मि.शिरसाट, आपण नवभारत प्रकाशन संस्थेचे मालक आहात?"

"येस. होय." प्रमोद अचंबित पुटपुटला.

"नवभारत मराठी-इंग्रजी शब्दकोशाचे आपण प्रकाशक आहात?"

"होय. येस." प्रमोदचे पुन्हा अस्फुट उत्तर.

"आपण सुरेखा मुद्रणालयाचे मालक आहात काय?"

"होय." प्रमोदने मान डोलावली.

"आपण नवभारत मराठी-इंग्रजी शब्दकोश सुरेखा मुद्रणालयात छापला आहे काय?"

"होय."

"आतापर्यंत किती प्रती आपण मुद्रक म्हणून छापल्या आहेत?"

"वीस हजार." प्रमोदचे नाखुश उत्तर. अंगदराव समोर बसलेले असल्याने त्याला खरे सांगणे भाग होते.

"प्रकाशक म्हणून आपण सदर शब्दकोशाच्या किती प्रती आतापर्यंत विकल्या आहेत?"

"सुमारे अठरा ते एकोणीस हजार." गुप्त माहिती प्रकट करावी लागल्याने, प्रमोदचा थोडा चिडखोर, पण अंगदरावांच्या उपस्थितीमुळे पुन्हा खरा जबाब.

"या प्रती आपण महाराष्ट्रात गावोगावी विकल्या आहेत?"

"होय." प्रमोदची अनिच्छेने कबुली.

"महाराष्ट्राबाहेर किती प्रती विकल्या आहेत?" ॲड.गंडभीर यांचा शोधक प्रश्न.

"नक्की आकडा सांगता येणार नाही. पण काही प्रती महाराष्ट्राबाहेर विकल्या आहेत." प्रमोदने मान वर करून बेडरपणे सांगितले. यावेळी त्याची रागीट नजर त्याने ॲड.गंडभीर यांच्यावर रोखली. जणू काही, विचारा आता आणखी काय विचारायचे ते, असे उघड आव्हान त्या नजरेत होते. पण ॲड.गंडभीरांनी त्याच्याकडे हसत बघितले. ते एवढेच म्हणाले,

"दॅटस् ऑल युवर ऑनर. नो फर्दर क्वेश्चन्स."

प्रमोद तणतणत खुर्चीवर जाऊन बसला तेव्हा शेजारच्या अंगदरावांनी त्याच्या पाठीवर हलकेच थोपटून त्याला शांत राहण्यास सुचवले.

प्रमोदच्या जळफळाटाकडे संपूर्ण दुर्लक्ष करून ॲड.गंडभीर यांनी न्या.सगदेव यांना दाव्यातील फिर्यादीची जबानी आणि त्याच्या बाजूने साक्ष देण्यासाठी आलेल्या तीन साक्षीदारांची साक्ष घेण्याची परवानगी मागितली.

"येस, गो अहेड." न्या.सगदेव यांनी होकारार्थी मान हलवत किरट्या आवाजात फर्मावले.

"श्री.बाळाराम भिकाजी तुंगेवार!"

शपथविधीचा नेहमीचा उपचार रीतसर पार पडल्यावर फिर्यादी बाळाराम तुंगेवार यांची जबानी, तसेच त्यांच्या बाजूच्या अब्दुल वहीद, महादू झिरपे आणि यमाजी वल्हार या तिघा साक्षीदारांच्या साक्षी ॲड.गंडभीर यांनी घेतल्या. श्री.बाळाराम तुंगेवार यांचा मार्केट रोडवर माणिकलाल भवन इमारतीच्या तळघरात तयार कपडे शिवण्याचा छोटेखानी कारखाना होता. तयार कपडे विकणाऱ्या दुकानदारांना कपडे पुरवण्याचा धंदा ते करीत होते. त्यांनी ॲड.गंडभीर यांच्या प्रश्नाच्या उत्तरात सांगितले की, त्यांच्या कारखान्यात वेगवेगळ्या जाती-जमाती आणि धर्माचे कामगार कामाला आहेत. सदर शब्दकोशातील जाती, जमाती, धर्माचा अपमान करणाऱ्या शब्दार्थांमुळे त्या कामगारांच्या भावना दुखावल्या गेल्या. हे कळल्यावर त्यांना फार वाईट वाटले आणि म्हणून त्यांनी शब्दकोश तयार करणाऱ्या आरोपी क्रमांक एक अंगद माणकेश्वर आणि छापून प्रकाशित करून विकणाऱ्या आरोपी

क्रमांक दोन प्रमोद शिरसाट या व्यक्तींविरुद्ध अॅट्रॉसिटी कायद्याखाली दावा दाखल केला. साक्षीदार नंबर एक अब्दुल वहिद यांनी श्री.तुंगेवार यांच्या जबानीला दुजोरा देत सांगितले की सदर शब्दकोशातील 'लांडा' या शब्दाच्या अर्थामुळे त्यांच्या धार्मिक भावनांना ठेच पोचली आहे आणि त्यांचा अपमान झाला आहे, असे त्यांनी कारखान्याचे मालक श्री.तुंगेवार यांना कळवले. महादू झिरपे आणि यमाजी वल्हार या दोघांनी अब्दुल वहीद यांची री ओढत साक्ष दिली की अनुक्रमे 'महार', 'मांग' या शब्दांच्या सदर शब्दकोशातील अर्थामुळे त्यांच्या भावना दुखावून त्यांचा अपमान झाल्याचे त्यांनी श्री.बाळाराम तुंगेवार यांना सांगितले. शब्दकोशातील शब्दार्थांमुळे मुसलमान, महार, मांग यांच्या भावना दुखावून अपमान झाल्याचे सिद्ध करण्यासाठी अॅड.गंडभीर यांनी श्री.बाळाराम तुंगेवार यांची जबानी आणि त्यांचे तीन कामगार यांच्या साक्षी घेतल्या होत्या. त्या त्यांनी इतक्या सफाईने घेतल्या होत्या की सदर 'नवभारत मराठी-इंग्रजी शब्दकोशा'तले शब्दार्थ हे खरोखरी विशिष्ट धर्माच्या आणि वेगवेगळ्या जाती-जमातींच्या लोकांचा अपमान करणारे आणि भावना दुखावणारे असून धार्मिक आणि सामाजिक शांतीला घातक आहेत, याची ऐकणाऱ्या तिऱ्हाईताची निश्चित खात्री पटावी.

अॅड.वामनराव सपकाळ यांच्या गाठीला मात्र आतापर्यंत विविध प्रकारच्या खटल्यात घेतलेल्या शेकडो साक्षीदारांच्या उलट तपासणीचा अनुभव होता. त्यामुळे बुजुर्ग, अनुभवी वामनरावांनी ताबडतोब ओळखले होते की, फिर्यादी बाळाराम तुंगेवार आणि त्यांचे तीनही साक्षीदार पढवलेले भाडोत्री पोपट होते. फक्त ते पिंजऱ्यात बंद नव्हते, इतकेच. घोकंपट्टी करून पाठ केलेली माहिती त्यांनी दिली होती. म्हणून फिर्यादी आणि साक्षीदार ही उभी केलेली नुसती बुजगावणी आहेत हे लक्षात येईल, अशा खुबीने वामनरावांनी त्यांची उलट तपासणी घेतली.

यमाजी वल्हार यांची साक्ष संपल्यावर वामनराव उठून न्या.सगदेव यांना उद्देशून म्हणाले, "सर, मला या फिर्यादीला आणि साक्षीदारांना काही प्रश्न विचारायचे आहेत.

"ओ:! यू वॉंट टू क्रॉसएक्झामिन?" न्या. सगदेव यांनी जरा आश्चर्याने पण नीरसतेने विचारले.

"जस्ट फ्यु क्वेश्चन्स, युवर ऑनर."

"वेल, गो अहेड." न्या. सगदेवांनी अनिच्छेने परवानगी दिली.

परवानगी मिळताच वामनरावांनी पहिल्यांदा फिर्यादी श्री.बाळाराम तुंगेवार यांना बोलावले. तसे रेघांचा चुरगळलेला बुशशर्ट आणि तितकीच चुरगळलेली फुलपॅन्ट या गबाळ्या वेशातले बाळाराम तुंगेवार साक्षीदारांसाठी ठेवलेल्या खुर्चीमागे येऊन उभे राहिले. त्यांचे खुर्चीच्या पाठीवर ठेवलेले केसाळ हात कापत होते. अंगापिंडाने स्थूल, बुशशर्ट पोटावर ताणलेला, त्याची एक-दोन बटणे सुटलेली, डोळे काही दिसत नसल्यासारखे मिचमिचे. बाकी दहाजणांसारखी नगण्य मध्यमवयीन असामी.

वामनरावांनी बाळारामांची एकूण भेदरलेली अवस्था बघून हसत विचारले, "बाळारामजी, तुमचं शिक्षण किती झालं आहे?"

त्यासरशी ॲड.गंडभीर यांनी उठून हात वर केला.

"युवर ऑनर आय ऑब्जेक्ट! या प्रश्नाची काही जरूर नाही. शैक्षणिक पात्रतेचा इथे काही संबंध नाही."

न्या.सगदेव यांनी दात ओठावर रोवून क्षणभर विचार केला. मग त्यांनी नकारार्थी मान हलवत ॲड.गंडभीरांचा आक्षेप फेटाळून लावला.

"बरोबर आहे. यू आर राइट. पण आय विल अलाऊ धिस वन क्वेश्चन."

"उत्तर द्या." वामनरावांनी बाळारामांकडे पाहिले.

"दहावी पास आहे." बाळाराम चाचरले.

"मग तुम्हाला इंग्रजी वाचता येत असेल?" वामनरावांचा पुढचा प्रश्न.

"हो साहेब."

"मग तुम्ही शब्दकोशातले शब्दार्थ वाचले असतीलच?"

"नाही."

"नाही?" वामनरावांनी आश्चर्याने भुवया उडवल्या. "मग बाळारामजी, तुम्ही कसं म्हणता की ते शब्दार्थ जाती-जमातीच्या आणि धर्माच्या लोकांच्या भावना दुखावणारे आहेत?"

"मला माझ्या कामगारांनी सांगितलं."

"तुम्ही त्यांच्यावर विश्वास ठेवला?"

"होय साहेब. माझ्या विश्वासातीलच ती सारी माणसं आहेत. वीस-वीस वर्षे माझ्याकडे कामाला आहेत."

बाळारामजींचा धीर थोडा चेपला होता.

"पण बाळारामजी, ज्या शब्दकोशाविरुद्ध तुम्ही हा दावा केला आहे तो शब्दकोश निदान तुम्ही पाहिला तरी असेलच?" वामनरावांनी सहज म्हणून विचारावे तसा प्रश्न केला.

"होय साहेब. मला अब्दुलभाईंनी दाखवला." बाळारामचे निरागस उत्तर.

"मग सांगा शब्दकोशाचे कव्हर कोणत्या रंगाचे आहे?" वामनरावांनी एकदम प्रश्नाचा रोख बदलला. तसे बाळाराम पुन्हा जरा गडबडले.

"कव्हर?" बाळारामांचा चेहरा संकटात.

"हो. वरचं जे रंगीत कव्हर असतं ते कोणत्या रंगाचं आहे?"

"ते... ते" बाळाराम पहिल्यांदा घुटमळले आणि मग एकदम बरळले,

"निळ्या रंगाचे आहे."

त्यावर वामनराव झटदिशी न्या.सगदेव यांच्या टेबलाशी गेले. तेथे ठेवलेली शब्दकोशाची प्रत उचलून न्या.सगदेवांना परवानगी विचारली, "Sir, may I take it for a minute?" न्या.सगदेव यांनी मान डोलवली तशी प्रत घेऊन वामनराव बाळारामांकडे वळले.

"बाळारामजी हा तो शब्दकोश आहे. याचं कव्हर कोणत्या रंगाचं आहे?" शब्दकोशाचं मुखपृष्ठ दाखवत वामनरावांनी प्रश्न केला.

"सर, लाल रंगाचं दिसतंय."

"पण तुम्ही तर निळ्या रंगाचं म्हणालात?"

"साहेब विसरलो. लक्षात नाही राहिलं."

बाळारामांनी नकळत चक्क हात जोडले. ते इतके बावरले होते की न्या. सगदेवांच्या टेबलावर ठेवलेला शब्दकोश बघण्याचेही त्यांना भान राहिले नव्हते.

वामनरावांनी शब्दकोशाच्या प्रस्तावनेचे पान उलगडले.

"बाळारामजी तुम्हाला इंग्रजी वाचता येतं, असं म्हणालात?"

"हो साहेब. दहावी पास आहे."

"मग हे वाचा बघू, या मजकुरात काय काय लिहिलं आहे?"

"साहेब," बाळारामांनी मिचमिचे डोळे अधिकच बारीक केले. "हे नाही वाचता येत. फार लहान अक्षर आहे साहेब."

वामनरावांनी शब्दकोशाची प्रत परत न्या.सगदेवांच्या टेबलावर ठेवली. न्या.

सगदेव प्रश्नार्थक नजरेने त्यांच्याकडे बघत असावेत, कारण त्यांच्या भुवया पार कपाळात पोचल्या होत्या. पण क्षणभरात त्यांनाच नव्हे तर कोर्टरुममध्ये उपस्थित सगळ्यांनाच उलगडा झाला.

वामनरावांनी त्यांच्या बॅगमधून जाडसर कागदाची एक लांबट पुंगळी काढली. ती बाळारामांच्या समोर उलगडली.

"हे मोठे इंग्रजी अक्षर आहे. हे वाचता येतंय का?"

"हो सर." काहीसे हायसे होऊन बाळारामांनी कसेतरी अडखळत त्या कागदावरचे शब्द वाचले, "आय टी it आय एस is ए a एस आय एन sin टिओ to टि इ एल एल tell ए a एल आय ई lie." बाळारामांनी सुटकेचा सुस्कारा टाकला. पण त्यांचा श्वास वरखाली चालू होता.

"याचा अर्थ तुम्हाला माहीत आहे का, बाळारामजी?"

"होय साहेब. शाळेमध्ये पाठ केला आहे."

"काय, सांगा पाहू?"

"खोटं बोलणं पाप आहे." बाळारामांनी छाती पुढे काढत अभिमानाने सांगितले.

"छान! कव्हरचा रंग तुमच्या लक्षात राहिला नाही. पण आता हे वाक्य तरी लक्षात राहील का?" वामनरावांच्या उपरोधिक प्रश्नाने कोर्टरुममध्ये हशा उसळला. प्रेक्षकगणातील मागे बसलेल्या नवोदित वकील मंडळींनी तर टाळ्या पिटल्या. तसा न्या.सगदेवांनी टेबलावर हातोडा आपटला. पण त्यांच्या चेहऱ्यावरही हास्याची झलक होती.

"दॅटस् ऑल युवर ऑनर." वामनरावांनी हातातली कागदाची पुंगळी गुंडाळून बॅगेत ठेवत अब्दुल वहिद यांचे नाव पुकारले.

अब्दुल वहिद हे आखूड पायजमा, पूर्ण बाह्यांचा कुर्ता, त्यावर चार खिशांचे काळपट तंग जाकीट घातलेले आणि कानांमागे काड्यांचे वळसे दिलेला, गोल काचेचा, तारांचा जुनाट चष्मा नाकाच्या शेंड्यावर घसरलेले, पोक आलेले, खप्पड गालांवर दाढीचे रान माजलेले, डोक्यावर चपटी गोल जाळीदार मळकी टोपी चढवलेले, साठीच्या आसपासचे चिवट हाडापेरांचे इसम होते. खुर्चीच्या पाठीचा आधार न घेताच मागे हात बांधून ते घट्ट उभे राहिले. वामनरावांनी त्यांच्याकडे चौकसपणे बघून प्रश्न केला,

"तुम्ही बाळाराम तुंगेवार यांच्या कारखान्यात कसले काम करता?"

"दर्जीचे. शिलाई, कटिंगचे." वहिद यांचे मराठी शुद्ध होते. आवाज घशात कफ अडकल्यासारखा खरखरीत.

"किती शिकला आहात?"

"चौथी पास. नंतर टेलरिंग. पण इंग्रजी वाचता येत नाही साहेब." वहिद यांच्या आगाऊ कबुलीने कोर्टरुममध्ये हशा झाला.

"मग या शब्दकोशातला 'लांडा' या शब्दाचा अर्थ तुम्हाला कसा कळला?"

"माझ्या छोकऱ्याने सांगितला."

"छोकरा?"

"उस्मान, माझा छोकरा. तो कॉलेजात पढतो. त्याला एसे लिहायचा होता. त्याने कोशाचे किताब लायब्ररीतून आणले होते." अब्दुल वहिद एका दमात बरेच बोलले तशी त्यांना खोकल्याची उबळ आली.

वामनरावांनी विचारले, "पाणी हवंय?" तेव्हा वहिद यांनी मानेनेच नकार दिला. तसा वामनरावांनी पुढे प्रश्न केला.

"पण तुम्ही स्वत: शब्दकोश पाहिला आहे?"

"होय साहेब. मुलाने मला दाखवला होता. जज साहेबांच्या टेबलावर ठेवलेली आहे तशीच कॉपी होती." अब्दुल वहिद यांनी बोटाने निर्देश केला.

"दॅटस् ऑल युवर ऑनर."

तिसरा साक्षीदार महादू झिरपे हा साधारण चाळीशीचा बुटका, गोरा पण चलाख आणि चंट चेहऱ्याचा होता. अंगातला पायजमा आणि हाफ शर्ट परीट घडीचा नसला तरी, स्वच्छ आणि साधा. मागे वळलेले दाट काळे केस, डोळ्यांत आव्हानात्मक बेफिकीर हसू आणि हालचालीत बंडखोरीचा आव होता. मुद्दाम ताडताड पावले टाकत जाऊन महादू झिरपे हात छातीवर बांधून झोकात उभे राहिले.

"महादू झिरपे," वामनरावांनी सुरुवात करताच महादू यांनी त्यांना मधेच अडवले.

"महादू नाही साहेब महादेव." तशी कोर्टरुम मधे खसखस पिकली.

"माफ करा. महादेवराव आपण किती शिकला आहात?" वामनरावांनी नकली नम्रता दाखवली.

"मॅट्रिक पास आहे सर." महादेव जवळजवळ ओरडलेच. जणू त्यांनी मोठा पराक्रम केला होता.

"छान. बाळारामांच्या कारखान्यात तुम्ही काय काम करता?"

"शिलाईचं सुपरव्हिजन करतो. हिशेब खाते ठेवतो. म्हणजे अकाऊंटस्." महादेव झिरपेंनी गर्वाने खुलासा केला.

"अरे वा! मग आपण सांगू शकाल हा शब्दकोश कोणत्या भाषेत आहे?" वामनरावांनी न्या.सगदेवांच्या टेबलावरील प्रतीकडे निर्देश करत प्रश्नाचा रोख बदलला.

"म्हणजे काय सर? एवढी साधी गोष्ट तुम्हाला माहीत नाही? इतके मोठे वकील तुम्ही? हा शब्दकोश मराठी-इंग्रजी म्हणजे मराठी शब्दांचा अर्थ इंग्रजीत देणारा आहे. क्लियर आहे." महादेवच्या उन्मत्त उत्तरात तुच्छता 'क्लियर' दिसत होती.

"हे बघा मि. झिरपे, वकिलांना उलटून बोलू नका." न्या.सगदेव यांनी मध्येच महादेव यांना दटावले. तशी महादेवच्या चेहऱ्यावर रागाने लाली चढली.

वामनरावांनी पुढचा प्रश्न अनावश्यक आदराने विचारला,

"मि.झिरपे, आपण शब्दकोश वाचला आहे?"

"नाही साहेब."

"नाही?" आश्चर्याने वामनरावांचे डोळे विस्फारले. "मग तुम्हाला 'महार' ह्या शब्दाचा अर्थ कसा कळला?"

"जावयाने सांगितला."

"जावई?"

"हो, जावई. म्हणजे पोरीचा नवरा हो."

महादेव झिरपेच्या उत्तरावर कोर्टरुममध्ये हशा पसरला.

"असं का? मला माहीत नव्हतं. तुम्ही सांगितलं त्याबद्दल धन्यवाद." वामनरावांनी उपरोधाचा उलटवार केला. तशी पुन्हा हशाची लाट उठली. आणि न्या.सगदेवांना पुन्हा हातोडा टेबलावर हाणावा लागला.

"पण जावयानं का सांगितला? तुम्ही मॅट्रिक आहात. तुम्हाला मराठी, इंग्रजी वाचता येतं ना?"वामनरावांनी झिरपे यांना कोंडीत पकडण्याचा प्रयत्न केला.

"हो सर. पण शब्दकोश जावयाकडे आहे ना?" महादेव झिरपे शिताफीने कोंडीतून सुटले.

"अहो महादेवराव, मग तो मागायचा जावयाकडून." वामनरावांनी सुचवले.

"कसा मागायचा?"

"का?"

"अहो सर, जावई अबूधाबीला आणि मी इथे." झिरपेंनी हातवारे करत सांगितले.

"अबूधाबीला? तिथे काय करतात ते?"

"जावई तिथे एका कॉन्ट्रॅक्टरकडे कारकुनाचं काम करतात, हिशेब ठिशेब ठेवतात, पगार वाटप करतात, वगैरे. त्यांना तिकडे कायम राहायचं म्हणून इंग्रजी शिकण्याची जरूर पडली. त्यांनी इथून कोश विकत नेला, इथे आले होते तेव्हा मला त्यांनी नुसता शब्दार्थ सांगितला 'महार' शब्दाचा." झिरपे यांनी लहान मुलाची समजूत घातल्यासारखे मुद्दाम सोशिकतेचा आव आणत सांगितले आणि शेवटी दोन्ही हातांनी 'आता तरी समजले ना?' असा नि:शब्द सवाल केला. पण तिकडे दुर्लक्ष करत वामनराव मूळ मुद्द्यावर आले.

"म्हणजे तुम्ही शब्दकोशात 'महार' या शब्दाचा अर्थ स्वत: वाचला नाही?"

"नाही सर. मी स्वत: नाही वाचला. खोटं कशाला बोलू? खरं बोलायची शपथ घेतली आहे." झिरपे यांनी साळसूद चेहऱ्याने शहाजोग उत्तर दिले.

"महादेवराव, पण तुम्ही तो शब्दकोश पाहिला तरी होता का?" वामनरावांनी मुळाशी घाव घातला.

"म्हणजे काय साहेब. पाहिला होता ना. जावयाने एकदा दाखवला होता. त्याच्या कव्हरचा रंग लाल होता. माझ्या चांगले लक्षात आहे." झिरपेचा तोच शहाजोग स्वर कायम होता. पुनश्च श्रोतृवर्गात खदखदाट झाला आणि न्या. सगदेव हातोडा आपटायचा सोडून त्यात सामील झाले.

"दॅटस् ऑल युवर ऑनर." वामनरावांनी झिरपेंना एकदाची रजा दिली आणि शेवटचे साक्षीदार यमाजी वल्हार यांना पाचारण केले.

यमाजी वल्हार हा खाली फुलपॅन्ट व चार खिशांचा हाफशर्ट अशा ऑफिसबॉयच्या खाकी गणवेशातला साधारण पंचविशीचा, मिसरुड फुटलेला पोरगेलासा तरुण गडी होता.

"तुम्ही बाळाराम तुंगेवार यांच्याकडे काय काम करता?" वामनरावांनी पहिला प्रश्न केला.

"मी तयार कपड्यांना काजे करून बटणे लावतो. आणि ते धोब्याकडे धुवायला टाकतो." यमाजीच्या तोंडून नुकत्याच फुटलेल्या आवाजात बुजरे शब्द आले. पण

त्याची नजर खालीच होती.

"शिक्षण किती झालं आहे तुमचं?"

"मराठी चौथीपर्यंत साहेब. आईवडील वारल्यानंतर पुढे शिकता आलं नाही. सरळ नोकरीला लागलो. बाळारामजी आमचे शेजारी होते, त्यांनी लावून घेतलं." यमाजीची कर्मकहाणी ऐकताच कोर्टरुममध्ये नुकतेच हसणारे चेहरे थोडे गंभीर झाले. पण यमाजीच्या पुढील उत्तराने पुन्हा तेच चेहरे हास्याने खुलले. कारण वामनरावांनी पुढचा प्रश्न विचारला,

"तुम्ही मराठी-इंग्रजी शब्दकोश पाहिला आहे?"

"हो पाहिला ना सर." यमाजीचे चटदिशी उत्तर.

"केव्हा? कुठे?" वामनरावांची उत्सुक विचारणा.

"हा काय, आत्ताच पाहिला तुमच्या हातात. तुम्ही बाळारामजींना दाखवला तेव्हा. मग तुम्ही तो जजसाहेबांच्या टेबलावर ठेवला, तो काय!" यमाजीने न्या. सगदेवांच्या टेबलावरच्या प्रतीकडे बोट दाखवले. तसे कोर्टरुम मध्ये हशाचे फवारे उडाले.

"पण यमाजी तुम्ही तो शब्दकोश वाचला आहे काय?"

"नाही साहेब."

"मग तुम्हाला शब्दकोशातला 'मांग' या शब्दाचा अर्थ कसा कळला?" वामनराव खोलात शिरले. तसे यमाजी नकळत खरे बोलून गेला.

"साहेब, मला महादू झिरप्यांनी सांगितला. ते म्हणाले बघ किती वाईट लिहिलंय तुझ्या जातीबद्दल. मला फार वंगाळ वाटलं."

"पण यमाजी तुम्ही स्वत: ते वाचलं नाही ना?"

'नाही साहेब. मला इंग्रजी वाचता येत नाही." यमाजीने वर केलेली मान पुन्हा शरमेने खाली घातली.

"दॅटस् ऑल युवर ऑनर."

सर्व साक्षीदारांची उलट तपासणी संपल्यावर वामनरावांनी न्या.सगदेव यांच्याकडे बघत एकाच वाक्यात समारोप केला, "युवर ऑनर, फिर्यादी आणि तीन साक्षीदार या चौघांपैकी दोघांनी 'नवभारत मराठी-इंग्रजी शब्दकोश' कधी पाहिला नाही आणि चौघांनीही तो कधी स्वत: वाचलेला नाही. धिस मे प्लीज बी नोटेड."

न्या.सगदेव यांनी मान हलवून प्रतिसाद दिला आणि ॲड.गंडभीर यांच्याकडे

अपेक्षेने बघितले.

"एनी क्वेश्चन्स ऑन रिबटल?"

"नो युवर ऑनर. नो क्वेश्चन्स, वुई रेस्ट अवर केस." ॲड.गंडभीर उठून निश्चिंत बेफिकीरपणे म्हणाले आणि स्मितहास्य करत परत खुर्चीत बसले. तसे वामनराव परत उभे राहिले,

"युवर ऑनर, मला माझे क्लायंट अंगद माणकेश्वर यांना काही प्रश्न विचारायचे आहेत. आय वाँट टू क्लियर सम मॅटर. मे आय?"

"ऑफ कोर्स! गो अहेड." न्या.सगदेव यांनी मनगटावरचे घड्याळ बघत परवानगी दिली आणि ते उत्सुकतेने मागे रेलून बसले.

'अंगद माणकेश्वर' असा पुकारा होताच अंगदराव आरोपीसाठी ठेवलेल्या खुर्चीमागे परत येऊन उभे राहिले. यावेळी त्यांच्या प्रसन्न मुद्रेवर स्मिताबरोबर थोडे आश्चर्य उमटले होते. वामन त्यांची जबानी घेईल याची त्यांना कल्पना नव्हती. दोन दिवस अगोदर केस संबंधात झालेल्या बोलण्यात ती त्यांना वामनने दिली नव्हती. फक्त ॲड.गंडभीर यांच्या प्रश्नांना कशी उत्तरे द्यायची हे ठरले होते. त्याप्रमाणे अंगदरावांनी ती दिली होती. त्यांनी काहीशा साशंक कुतुहलाने वामनरावांकडे बघितले.

वामनरावांनी न्या.सगदेव यांच्या टेबलावरील शब्दकोश त्यांच्या अनुमतीने हातात घेतला आणि त्यावर हलकेच थोपटत अंगदरावांना विचारले,

"प्रा.अंगद माणकेश्वर, फिर्यादीच्या म्हणण्यानुसार आपण या शब्दकोशातले त्यांच्या दृष्टीने आक्षेपार्ह शब्द आणि त्यांचा अर्थ गाळण्यास, फिर्यादीच्या वकिलांनी घेतलेल्या आपल्या जबानीत, स्पष्ट नकार दिला आहे, त्याचे कारण काय?"

अंगदरावांना हा प्रश्न अपेक्षित असावा. त्यांच्या चर्येवरील आशंकेचे मळभ लगेच दूर झाले. परत त्यांच्या डोळ्यांत त्यांचे नेहमीचे मजेदार कुतूहल तरळू लागले. ते सहजपणे उत्तरले,

"मी शब्द गाळण्यास नकार दिला, कारण शक्यतो प्रत्येक मराठी शब्द आणि त्याचा इंग्रजीतला अर्थ देणे हे मराठी-इंग्रजी शब्दकोशकाराचे कर्तव्य आहे. फिर्यादीच्या म्हणण्यानुसार त्यांच्या दृष्टीने विशिष्ट शब्द, विशिष्ट संदर्भात आक्षेपार्ह असले, तरी शब्दकोशकाराच्या दृष्टीने ते शब्दकोशात देणे अपरिहार्य आणि अटळ आहे. ते शब्द आणि त्यांचा अर्थ गाळला किंवा शब्दकोशात दिला

नाही तर शब्दकोशकाराच्या मुलभूत कर्तव्यास मी पारखा होईन. म्हणून ते शब्द आणि त्यांचे शब्दार्थ शब्दकोशकाराच्या नात्याने शब्दकोशात देण्यास मी बांधील आहे."

अंगदरावांचे सडेतोड उत्तर वामनरावांनाही अपेक्षित असावे कारण ते संपताच जराही वेळ न घालवता त्यांनी पुढचा प्रश्न केला.

"पण प्रा.माणकेश्वर, काही वादग्रस्त शब्द आणि त्यांचा अर्थ गाळण्यास आपली काय हरकत आहे?"

त्यावर अंगदरावांनी संयमित पण ठाम शब्दात त्यांची बाजू अभिनिवेशरहित आवेशाने मांडली,

"आपण म्हणता तसे ते विशिष्ट शब्द किंवा त्यांचा अर्थ वादग्रस्त नाही. मी दिलेला अर्थ हा सर्वांगीण विचार करून दिलेला असून तो माझ्या स्वत:च्या मतीने सर्वार्थाने अचूक आणि आवश्यक आहे. त्या अर्थाशी संबंधित नसलेल्या कुठल्याही बाह्य कारणाने तो शब्द गाळणे हा त्या शब्दावर आणि माझ्यावरच नव्हे तर मराठी भाषेवरही अन्याय होईल, असे माझे अढळ मत आहे."

अंगदरावांचे आत्मविश्वासपूर्ण प्रभावी प्रत्युत्तर ऐकल्यावर हातातली शब्दकोशाची प्रत उघडून त्यात कागदाच्या खुणा ठेवलेली पाने बघत वामनरावांनी अचानक पण हेतुपूर्वक, दाव्याच्या मूळ आक्षेपाला हात घातला.

"पण अंगद माणकेश्वर, आपण हे सांगा की लांडा, महार, ढोर, मांग, भंगी, होलार यांसारखे जे शब्द सध्या फारसे कोणी वापरत नाहीत, ते शब्द आणि त्यांचा अर्थ देण्यात काय फायदा आहे?"

यावर, आतापर्यंत पाठीमागे ठेवलेला उजवा हात हवेत फिरवत अंगदराव थोडे उसळून म्हणाले, "असे कसे म्हणता आपण? उलट ते शब्द आणि त्यांचे अर्थ देण्यात शब्दकोश वापरणाऱ्याचा खरा फायदा आहे."

"तो कसा काय?" वामनरावांनी काहीसे कोड्यात पडल्याचे नाटक करीत अंगदरावांना उत्तरास उत्तेजना देणारी विचारणा केली.

"जे शब्द सध्या प्रचलित नाहीत, वापरात नाहीत त्यांचा अर्थ देण्यातच शब्दकोश वापरणाऱ्याचा खरा फायदा आहे. कारण त्याने ते शब्द कुठे वाचले किंवा ऐकले तर त्याला त्याचा अर्थ कळणार नाही. तो कळण्यासाठी तो वाचक शब्दकोश बघेल आणि त्याला त्या शब्दाचा अर्थ कळेल आणि त्याच्या शब्दार्थाच्या

ज्ञानात नवीन भर पडेल. हा त्याचा केवढातरी मोठा फायदा आहे. म्हणून प्रचारात नसलेल्या अज्ञात शब्दांचा अर्थ शब्दकोशात देणे हे अधिक आवश्यकच नव्हे तर अटळ आहे. येणे-जाणे, उठणे-बसणे, खाणे-पिणे, झोपणे-पडणे अशा नेहमी बोलण्यात असलेल्या शब्दांचे अर्थ, अमराठी माणूस सोडला तर, सहसा कोणी शब्दकोशात बघणार नाही. कारण ते अर्थ त्याला माहीत असतात आणि कोणीही कोणाला ते सांगू शकतो. पण पूर्वीच्या, सध्या प्रचारात, बोलण्यात किंवा वापरात नसलेल्या शब्दांचे अर्थज्ञान पुष्कळांना अवगत नसते, त्यामुळे त्या शब्दांचा अर्थ शब्दकोशात पाहिल्यावर त्यांना कळतो. वापरात असलेले शब्द आणि त्यांचा शब्दार्थ यापेक्षा वापरात नसलेले शब्द आणि त्यांचा शब्दार्थ यांना प्राथमिकता दिल्याने शब्दकोशाची उपयुक्तता निश्चितच वाढते. म्हणून सध्या वापरात नसलेले शब्द आणि त्यांचा शब्दार्थ शब्दकोशात देणे हे शब्दकोशकारावर बंधनकारक आहे. कारण तोच त्या शब्दकोशाचा खरा उपयोग आहे. जे शब्द आणि त्यांचा शब्दार्थ माहीत नाही, ते शब्द आणि त्यांचा शब्दार्थ देण्यातच शब्दकोशाचे सार्थक असते.”

अंगदरावांच्या तर्कशुद्ध, तपशीलवार आणि सांगोपांग युक्तिवादाने वामनरावांचा चेहरा संतोषाने खुलला होता.

ॲड.गंडभीर यांनी घेतलेल्या जबानीतल्या प्रश्नांना अंगदरावांनी 'होय', 'नाही' अशी त्रोटक उत्तरे दिली होती. त्याचवेळी अंगदरावांची शब्दकोशकाराची भूमिका कोर्टापुढे खुलासेवार स्पष्ट होऊन तिला अनुकूल उजाळा मिळावा, या उद्देशाने वामनरावांनी अंगदरावांना कुशलतेने प्रश्न विचारायचे योजले होते. त्यांचा हा उद्देश अंगदरावांनी दिलेल्या बिनतोड, समर्पक आणि संयुक्तिक उत्तरांनी सफल झाल्याचा आनंद वामनरावांच्या चेहऱ्यावर उघड दिसत होता. त्या आनंदाच्या भरातच त्यांनी शेवटचा प्रश्न अंगदरावांना अशा खुबीने विचारला की अंगदरावांच्या शब्दकोशकाराच्या प्रतिमेला तेजस्वी वलय प्राप्त झाले. तो प्रश्न वरकरणी साधा, पण अंगदरावांना उत्स्फूर्त आणि स्फूर्तिदायक वक्तृत्वाची संधी देणारा होता.

“फिर्यादीला आक्षेपार्ह असे फक्त सहा शब्द आहेत. ते गाळायला आपला नकार आहे. सुमारे साठ हजार शब्दांच्या शब्दकोशातून फक्त सहा शब्द वगळल्याने किंवा काढल्याने काय फरक पडणार आहे? तलावातले सहा तांबे पाणी काढल्याने

तलावात काय फरक पडणार आहे?"

वामनरावांचा या प्रश्नामागचा उद्देश ओळखून त्यांच्याकडे कौतुकाने बघत किंचित हसून अंगदराव म्हणाले, "आपली उपमा चांगली आहे, पण ती इथे लागू पडत नाही. तलावातून काढलेल्या प्रत्येक तांब्यातील पाण्याचे गुणधर्म हे सारखे आहेत. पण सहा शब्दांपैकी प्रत्येक शब्दाचा अर्थ आणि गुणधर्म म्हणजेच उपयोग भिन्न भिन्न आहे. म्हणून ते सहा शब्द आणि त्यांचे शब्दार्थ काढल्याने शब्दकोशाच्या गुणवत्तेत फरक पडेल, हे निश्चित. दुसरे असे की, आपण शब्दकोशाच्या मुखपृष्ठावर दिलेले शब्दकोशाचे वर्णन वाचून पहा. काय वर्णन आहे? कॉम्प्रिहेंसिव्ह, अथॉरिटेटिव्ह, अप टू डेट."

इथे वर्गातील विद्यार्थ्यांकडे बघावे तसे कोर्टरूममधील उपस्थितांकडे आस्थेने बघत अंगदरावांनी उजव्या हाताच्या अंगुलीने 'कॉम्प्रिहेंसिव्ह' हा शब्द तोंडाने म्हणत, काल्पनिक फळ्यावर लिहावा तसा हवेत गिरवला.

" 'कॉम्प्रिहेंसिव्ह' याचा अर्थ बहुसमावेशक. हा शब्दकोश बहुसमावेशक आहे, म्हणजे जास्तीत जास्त शब्द आणि त्यांचा अर्थ यांचा समावेश या शब्दकोशात आहे. म्हणजे आणखी शब्द यात घालायला हवेत. आपण म्हणता त्याप्रमाणे जर शब्द कमी केले तर शब्दकोशाच्या 'कॉम्प्रिहेंसिव्ह' या वर्णनाला बाधा येते. म्हणून तलावातील पाणी तांब्याने कमी न करता जास्तीत जास्त तांबे पाणी त्यात ओतायला हवे. जास्तीत जास्त शब्द सगळीकडून शोधून ते शब्दकोशात घालायला हवेत. शब्द कमी करता कामा नये. तिसरी आणि सर्वांत महत्त्वाची गोष्ट अशी की मराठी भाषा ही माझ्या दृष्टीने हिऱ्यांची खाण आहे. संत ज्ञानेश्वरांनी तिला 'अमृतातेही पैजा जिंके' असे म्हटले आहे. माझ्यासाठी मराठी भाषेतील प्रत्येक शब्द हिरा आहे. त्या हिऱ्याची अर्थाच्या कसोटीवर पारख करून, त्याला विविध अर्थच्छटांचे पैलू पाडून, अधिक चमकदार करणे, हे शब्दकोशकाराचे कार्य आहे. माझ्या मते एखादा शब्द गाळला तर शब्दकोशाचे मोल घटेल. कारण प्रत्येक मराठी शब्दाला हिऱ्याचे मोल आहे."

अंगदरावांनी दिलेले उत्तर स्पष्ट, मुद्देसूद आणि धारदार शब्दांत प्रश्नाला संपूर्ण नामशेष करणारे होते. त्यात तळमळ, सच्चाई प्रकर्षाने जाणवत होती. त्यांच्या आवाजात श्रोत्यांचे मन वळवणारे विलक्षण सामर्थ्य होते. तसेच नैसर्गिक गोडवा आणि बोलण्यात अदब होती. त्यांचे धीरगंभीर शब्द त्या तुरळक भरलेल्या

कोर्टरूममध्ये गुंजत राहिले.

अंगदरावांच्या या चैतन्यमय अंत:स्फूर्त आविष्काराने वामनराव त्यांच्या अर्धशतकाच्या वकिलातीत कोर्टरुममध्ये पहिल्यांदाच अवाक झाले. अंगदरावांच्या मातृभाषेवरील प्रेमाचे सर्वस्वी नवखे आणि तेजस्वी दर्शन त्यांना तसेच श्रोत्यांना झाले होते. स्तंभित होऊन वामनरावांनी हातातल्या शब्दकोशाच्या प्रतीकडे बघितले, मग ती न्या.सगदेव यांच्या टेबलावर ठेवताना त्यांच्या तोंडून शब्द फुटले, "नो फर्दर क्वेश्चन्स युवर ऑनर."

अंगदरावांची जबानी ऐकल्यावर न्या.सगदेव यांचा चेहरा काहीसा पेचात पडल्यासारखा विचारमग्न झाला होता. पण ते कोर्टाची कार्यपद्धती विसरले नव्हते. वामनरावांनी घेतलेली अंगदरावांची जबानी संपताच त्यांनी ॲड.गंडभीर यांच्याकडे मान वळवली,

"ॲड.गंडभीर, डू यू वाँट टू क्रॉसएक्झामिन?"

"नो युवर ऑनर, नो क्वेश्चन्स."

अंगदरावांच्या अमोघ उत्तरांनी ॲड.गंडभीर हे सुद्धा कुंठित झाल्यासारखे दिसले. त्यांनी काही विचारण्यास नकार दिल्यावर अंगदराव काहीशा तृप्तीच्या धुंदीत संथ पावलांनी आपल्या खुर्चीकडे जाऊ लागले. त्यासरशी न्या.सगदेव यांनी त्यांना थांबवले.

"जस्ट अ मिनिट प्रो.माणकेश्वर, आय हॅव फ्यु क्वेश्चन्स फॉर यू."

न्या.सगदेव यांचे उंच स्वरातले शब्द ऐकताच अंगदराव परत फिरून आरोपीच्या खुर्चीमागे त्यांच्या नैसर्गिक निधडेपणे उभे राहिले. पण तोपर्यंत वामनरावांच्या प्रश्नांना दिलेल्या उत्तरांमध्ये प्रकट झालेले अंगदरावांचे प्रेरक आणि प्रभावी व्यक्तिमत्व, त्यांनी उत्तरादाखल केलेल्या भाषणातील मार्मिक आणि मौलिक विचार, आणि शब्द आणि शब्दार्थ यांसारखा नीरस विषय सुसंगत, सरस आणि समतोल सहजस्फूर्त पद्धतीने मांडणारी त्यांची अस्खलित, ओजस्वी आणि आकर्षक वक्तृत्वशैली यामुळे न्या.सगदेव यांची कोर्टरुम तर भारलेली होतीच, पण न्या.सगदेव यांच्या कोर्टात काहीतरी अजब, जगावेगळे प्रकरण गाजते आहे याची बातमी एखाद्या सुगंधासारखी कोर्टाच्या आवारात आपोआप पसरली. त्याबरोबर न्या.सगदेव यांच्या कोर्टात वकिलांची, पक्षकारांची, वेगवेगळ्या कामांसाठी कोर्टात आलेल्या लोकांची गर्दी उडाली, ती इतकी की, तेथील मोजक्या खुर्च्या

केव्हाच भरून गेल्या आणि माणसे दाटीवाटीने कोर्टरुमच्या मागच्या भागातच नव्हे, तर बाहेरच्या व्हरांड्यामध्येही उभी राहिली. त्यात बातमीचा सुगावा काढत कोर्टाच्या आसमंतात हिंडणारे तीन-चार पत्रकारही सामील होते.

प्रेक्षकांची ती अचानक झालेली झुंबड बघून न्या.सगदेव काहीसे विचलित झाले. पण आरोपीच्या खुर्चीमागे प्रशांत मुद्रेने उभ्या असलेल्या अंगदरावांना त्यांनी पहिला प्रश्न थेट मुळाशी जाणारा विचारला,

"प्रो.माणकेश्वर, तुम्ही तुमच्या शब्दकोशात दिलेला 'लांडा' हा शब्द मुस्लिमांना उद्देशून वापरता काय?"

"नाही. युवर ऑनर."

"का वापरत नाही?"

"कारण युवर ऑनर, 'लांडा' हा शब्द मुसलमानांबद्दल तिरस्काराने वापरला जात होता. त्यांचा अपमान करण्यासाठी वापरात होता. मला मुस्लिमांचा 'मुस्लीम' म्हणून पूर्वी आणि आताही तिरस्कार वाटत नाही. तसेच 'मुस्लीम' म्हणून त्यांचा अपमानदेखील करायचा नाही. म्हणून मी तो शब्द मुस्लिमांना उद्देशून वापरत नाही, वापरला नाही, वापरणार नाही." अंगदरावांनी आपली भूमिका इतकी निर्भिडपणे स्पष्ट केली की न्या.सगदेव क्षणभर किंचित घोटाळले. पण लगेच घसा खाकरून त्यांनी विचारले,

" 'लांडा' हा शब्द मुसलमानांबद्दल तिरस्कार दर्शवण्यासाठी आणि त्यांचा अपमान करण्यासाठी वापरला जातो, हे तुम्ही कबूल करता?"

"सर, 'लांडा' हा शब्द मुसलमानांविषयी तिरस्काराने आणि अपमानकारक पद्धतीने सर्रास वापरला जातो हे मला मान्य नाही. पण पूर्वी वापरला जात होता हे मला माहीत आहे." एखादी जटिल गुंतवळ सोडवावी तशी अंगुली हवेत फिरवत अंगदरावांनी उत्तर दिले.

"मग प्रो.माणकेश्वर तुम्ही लांडा हा शब्द आणि त्याचा अर्थ शब्दकोशात का दिला आहे? त्यामुळे मुस्लिमांचा अपमान होऊन त्यांच्या भावना दुखावणार नाहीत का?" आपल्याला शब्दांच्या कचाट्यात पकडण्यासाठी न्या.सगदेवांनी हा प्रश्न केला असावा हे ओळखून अंगदराव निखालस मोकळेपणे म्हणाले,

"कारण युवर ऑनर, 'लांडा' हा एकतर मराठी भाषेतील शब्द आहे. शब्दकोशकार म्हणून त्याचा अर्थ मराठी-इंग्रजी शब्दकोशात देणं, ही माझी

जबाबदारी आहे. 'लांडा' हा शब्द आणि त्याचा अर्थ शब्दकोशात देण्याचं दुसरं महत्त्वाचं कारण म्हणजे मला जसं माहीत आहे तसं वाचकांना देखील कळावं की, 'लांडा' हा शब्द मुस्लिमांचा 'मुस्लीम' म्हणून तिरस्कार आणि अपमान करणारा आहे, म्हणजे ते जाणूनबुजून किंवा अजाणताही मुसलमानांबद्दल हा शब्द वापरणार नाहीत."

अंगदरावांच्या या सुस्पष्ट आणि सुसंगत प्रत्युत्तराने निरुत्तर होण्याऐवजी न्या. सगदेव यांनी 'लांडा' या शब्दाचे जाळे अधिकच पसरून अंगदरावांना त्यात गोवण्याचा निष्फळ प्रयत्न केला.

"प्रो.माणकेश्वर, 'लांडा' शब्द वापरणे हा कायद्याने गुन्हा आहे. तरी तुम्ही तो शब्द आणि त्याचा अर्थ शब्दकोशात का दिला आहे?"

अंगदराव हे जणू या प्रश्नाची वाटच बघत होते. त्यांनी जराही न कचरता अतिशय तत्परतेने तर्कशुद्ध जबाब दिला,

"युवर ऑनर, 'लांडा' हा शब्द आणि त्याचा अर्थ शब्दकोशात देणे अटळ होते, कारण 'लांडा' या शब्दाचा केवळ 'मुस्लीम' असा एकच अर्थ नाही. आपल्याला दिसेल की शब्दकोशात ५३६व्या पानावर 'लांडा' या शब्दाचे एकूण पाच अर्थ दिलेले आहेत. त्यांपैकी पहिला अर्थ, Short – आखूड, बुटका हा आहे. दुसरा अर्थ Meagre – थोडा, कमी असा आहे. तिसरा अर्थ Insufficient – तुटपुंजा, अपुरा आणि चौथा अर्थ Tailless – बिनशेपटीचा हा दिला आहे. हे चारही अर्थ 'लांडा' हे व्याकरणदृष्ट्या विशेषण म्हणून दिले आहेत. पाचवा अर्थ 'लांडा' या शब्दाचा, व्याकरणदृष्ट्या पुल्लिंगी नाम म्हणून जो दिलेला आहे, तो पुढीलप्रमाणे आहे – Word or term formerly used to show contempt or disrespect or to insult a Muslim.

"या शब्दार्थात पूर्वी 'लांडा' या शब्दाचा अर्थ काय होई, हे स्पष्ट केले आहे. तो शब्द मुसलमानांना उद्देशून वापरणं आज किंवा सध्या कायद्यानं गुन्हा आहे. पण सर, शब्दकोश हे काही कायद्याचे माहिती देणारं पुस्तक नाही. ते शब्दाचा आताचा आणि पूर्वीचा अर्थ आणि उपयोग सांगणारं पुस्तक आहे. असंख्य शब्दांचे अर्थ हे कायद्याने गुन्हा ठरतात. उदा.चोरी, खून, दरोडा, बलात्कार, फसवणूक. या सर्व शब्दांचे अर्थ, चोरी म्हणजे Theft, खून म्हणजे Murder, दरोडा म्हणजे Decoity, बलात्कार म्हणजे Rape, फसवणूक म्हणजे Cheating, असे या

शब्दकोशात दिले आहेत. या शब्दांच्या अर्थाप्रमाणे वागणं किंवा क्रिया करणं हा कायद्याने गुन्हा आहे. पण ती माहिती देणं हे शब्दकोशाच्या आवाक्यात येत नाही. ते शब्दकोशाचे काम नाही. ती माहिती देणं हे कायद्याच्या पुस्तकाचे काम आहे. शब्दकोशाचे काम शब्द आणि त्याचे विविध अर्थ वाचकांना देण्याचं आहे. म्हणून 'लांडा' या शब्दाचे वेगवेगळे अर्थ मी माझ्या मराठी-इंग्रजी शब्दकोशात दिले आहेत. हा गुन्हा होऊ शकत नाही."

अंगदरावांच्या सविस्तर, समर्पक आणि सोदाहरण प्रतिसादाने न्या.सगदेव यांचे समाधान झाले होते की, नाही हे त्यांच्या आर्विभावावरून कळले नाही, पण 'लांडा' या धर्मवाचक शब्दाचा नाद सोडून त्यांनी जातिवाचक शब्दांची कास धरली.

"प्रो.माणकेश्वर, महार, मांग, ढोर, भंगी आणि होलार या शब्दांचा अर्थ देताना तुम्ही ही जातीजमातींची नावे असून त्यांपैकी प्रत्येक जात ही राज्यघटनेच्या परिशिष्ट १ ते १७ मध्ये समाविष्ट केलेली जात आहे, एवढाच अर्थ का दिला नाही, कारण यापैकी प्रत्येक जात ही पूर्वी हलकी, कमी दर्जाची आणि अस्पृश्य मानली जात होती, असाही अर्थ तुमच्या शब्दकोशात देऊन, तुम्ही त्या जातीच्या लोकांचा अपमान केला आहे आणि त्यांच्या भावना दुखावल्या आहेत आणि त्यामुळे तुम्ही अनुसूचित जाती-जमाती अत्याचार प्रतिबंधक कायदा १९८९ आणि अधिनियम १९९५ अन्वये गुन्हा केला आहे, असा फिर्यादीने तुमच्यावर आरोप केला आहे?"

न्या.सगदेव यांच्या लांबलचक आणि वळसेदार प्रश्नाचा तिढा अंगदरावांनी जराही न गोंधळता सुबोध भाषेत उत्तर देऊन कमालीच्या कौशल्याने सहजपणे सोडवला.

"युवर ऑनर सर, आपण म्हणता त्याप्रमाणे या जाती-जमातीतील प्रत्येक जातीचा केवळ 'राज्यघटनेच्या १ ते १७ परिशिष्टांत समाविष्ट जात' असा अर्थ दिला असता तर त्यावरून वाचकाला महार, मांग, भंगी, ढोर आणि होलार यांच्या अर्थाचा काहीच बोध झाला नसता. फक्त या आणि इतर तत्सम जातीच राज्यघटनेच्या १ ते १७ या परिशिष्टांत का समाविष्ट केल्या आहेत आणि इतर ब्राह्मणादी जाती मात्र का केल्या नाहीत, असा प्रश्न पडला असता. परंतु 'महार' या जातीला पूर्वी जातिभेदाच्या क्रूर आणि अर्थशून्य रुढीमुळे तसेच वर्णव्यवस्थेतील विषमतेमुळे अस्पृश्य आणि खालच्या जातीचे समजले जात होते. तसेच 'मांग' हे पूर्वी फाशीची शिक्षा अमलात आणण्याचे काम करत असल्यामुळे; 'भंगी' हे रस्ता

झाडण्याचे आणि शौचकूपे साफ करण्याचे काम पूर्वी करत असल्यामुळे, 'ढोर' हे कातडी रंगवण्याचे काम करीत असल्यामुळे; आणि 'होलार' हे मांग जातीचे वाजंत्रीवाले असल्यामुळे या चारही जातीच्या लोकांना कमी प्रतीचे, कमी दर्जाचे, खालच्या दर्जाच्या जातीचे आणि अस्पृश्य समजण्यात येत होते..."

न्या.सगदेवांनी मध्येच विचारले, "पण प्रा.माणकेश्वर, ही सगळी माहिती शब्दकोशात देण्याचे कारण काय?"

त्यावर अंगदराव लगेच उत्तरले, "युवर ऑनर, ही त्या शब्दांची अपमानकारक माहिती दिल्याशिवाय, हा त्या शब्दांचा दुःखदायक इतिहास दिल्याशिवाय, ही त्या शब्दांमागची वेदनामय वस्तुस्थिती वर्णन केल्याशिवाय राज्यघटनेच्या अनुसूचित जाती-जमातींच्या परिशिष्ट १ ते १७ मध्ये या जातींचा अंतर्भाव का करण्यात आला आहे, हे वाचकाला कळणार नाही आणि त्याला महार, मांग, भंगी, ढोर आणि होलार या शब्दांच्या अर्थाचे संपूर्ण ज्ञान होणार नाही. म्हणून या शब्दार्थांचे त्यांच्या शोचनीय पूर्वेतिहासासह संपूर्ण ज्ञान या शब्दकोशात दिले आहे."

याठिकाणी न्या.सगदेव यांच्यावर रोखलेली नजर काढून अंगदरावांनी भरगच्च कोर्टरुमवर फिरवली आणि पुन्हा न्या.सगदेवांकडे बघत ते उत्कटतेने बोलू लागले,

"युवर ऑनर, शब्दार्थांचे संपूर्ण ज्ञान देताना त्यांचा पूर्वेतिहास वर्णन करणे आवश्यक ठरते. म्हणून तो वर्णन करणे हा अनुसूचित जाती-जमाती अत्याचार प्रतिबंधक कायद्याद्वारे गुन्हा होत नाही. त्या पूर्वेतिहासाच्या ज्ञानात दिल्याप्रमाणे मी वर्तन केले तर तो गुन्हा झाला असता, तसा गुन्हा आजच्या वाचकांकडून होऊ नये म्हणून महार, मांग, भंगी, ढोर, होलार हे लोक समाजात शतकानुशतके अतिशय उपयुक्त आणि विधायक समाजसेवेचे कार्य करीत असतानाही केवळ जातिभेद, सामाजिक धार्मिक चालीरीती आणि रुढीग्रस्त वर्णव्यवस्थेमुळे समाजाने त्यांना सातत्याने पिढ्यान्‌पिढ्या अत्यंत अन्यायाची, निर्दय आणि निंद्य वागणूक दिली, याचे ज्ञान आजच्या वाचकांना होणे आवश्यक आहे. म्हणजेच ते अनुसूचित जाती-जमातीच्या समाजबांधवांशी असभ्यपणे आणि अन्यायाने वागणार नाहीत आणि त्यांच्यावर अत्याचार करण्याचा गुन्हा करणार नाहीत. म्हणून या जातिवाचक पाच शब्दांची अवमानकारक पार्श्वभूमी मी त्यांच्या शब्दार्थांत, माझ्या कोशात दिली आहे."

अंगदरावांच्या ओघवत्या वाणीला न्या.सगदेव यांनी मधेच अचानक अडसर

घातला.

"प्रो.माणकेश्वर, शब्दांचा अर्थ देणे हे शब्दकोशाचे काम आहे. म्हणून जातिधर्मवाचक शब्दांचा संपूर्ण इतिहास आणि हकीकत दिल्यामुळे, कायद्याचे उल्लंघन होणार नाही का?"

"नाही युवर ऑनर, महार, मांग, भंगी, ढोर, होलार या पाचही शब्दांच्या शब्दार्थांची पार्श्वभूमी दिल्यामुळे त्यांच्या शब्दार्थांचे संपूर्ण ज्ञान वाचकांना होते. 'महार' शब्दाच्या अर्थात त्या जातीच्या शौर्याचा तसेच सैन्यातील त्यांच्या महत्त्वपूर्ण पलटणीचा उल्लेखही आहे. हे ज्ञान दिल्यामुळे कुठल्याही कायद्याचे उल्लंघन होत नाही. कारण हे ज्ञान देण्यावर कुठल्याच कायद्याचे बंधन नाही. हे ज्ञान देऊ नये असे कुठलाही कायदा सांगत नाही. कायदा हा समाज, त्यातील व्यक्ती, जाती-जमाती आणि धर्म यांच्या संरक्षणार्थ असतो. शब्दार्थाच्या संपूर्ण निर्भय आणि निर्मळ ज्ञानावर बंधनकारक नसतो. कुठल्याही ज्ञात मराठी शब्दाच्या अर्थाचे संपूर्ण ज्ञान इंग्रजीत देणे, हे मराठी-इंग्रजी शब्दकोशकाराचे कर्तव्य आहे. ते या माझ्या मराठी-इंग्रजी शब्दकोशात पाळण्याचा मी प्रामाणिक प्रयत्न केला आहे. कारण शब्दकोश म्हणजे केवळ शब्दांचा अक्षरश: शाब्दिक अर्थ देणारा संग्रह नाही, तर शब्दांच्या विविध अर्थच्छटा स्पष्ट करून शब्दार्थांचे संपूर्ण, सर्वांगीण आणि सर्वस्पर्शी ज्ञान देणारा एकप्रकारचा ज्ञानकोश आहे, असे मी मानतो. अखेरीला शब्द, मग तो तोंडी असो किंवा लेखी, ज्ञानाचे एक वाहन आहे. त्या वाहनातील शब्दज्ञानाचा सर्वार्थाने संचय करणारा शब्दकोश हा ज्ञानाचा खजिना आहे, भांडार आहे. त्यातल्या शब्दार्थांच्या ज्ञानावर कायद्याच्या कलमांची, सामाजिक समजुतींची, धार्मिक धारणांची किंवा नैतिक नियमांची बंधने नसतात. कारण ज्ञान हे सदैव अमर्याद आणि म्हणूनच अनिर्बंध असते. त्यामुळेच शब्दकोशात मी दिलेल्या शब्दांचे अर्थज्ञान हे जितकं विशुद्ध आहे तितकंच विमुक्तही!"

याठिकाणी अंगदरावांनी क्षणभर नाट्यपूर्ण विराम घेतला. अचानक हात उंचावून आवाजाची पट्टी वाढवली. तसे त्यांच्या समारोपाचे खंबीर शब्द त्या खच्चून भरलेल्या कोर्टरुममध्ये घंटानादासारखे घुमत राहिले.

"म्हणून युवर ऑनर, ज्ञानावर जातिधर्मविषयक कल्पनांची आणि समजुतींची बंधने घालणे मला मान्य नाही. शब्दांचे ज्ञान हे स्वतंत्र, स्वयंभू, स्वयंपूर्ण आहे. काळानुसार त्याचे रूप बदलत असते. पण जाती, धर्म, पंथ यांच्या संकल्पनांमुळे शब्दांच्या अर्थावर

बंधन पडत नाही. शब्दाचा अर्थ म्हणजे त्याचे ज्ञान हे अंतिम सत्य आहे."

अंगदरावांच्या प्रवाही, प्रगाढ आणि प्रमाथी वाक्पटुत्वाने मंत्रमुग्ध झालेली अवघी कोर्टरुम त्यांचे भाषण संपल्यावर क्षणभर निःशब्द होती. पण दुसऱ्याच क्षणी ती टाळ्यांच्या उत्स्फूर्त कडकडाटाने निनादून उठली. त्याबरोबर काहीशा भांबावलेल्या न्या.सगदेवांनी हातोडा चारदा टेबलावर आपटला. उच्च रवाने शब्दोच्चार केला तो मात्र दोनदाच, "ऑर्डर! ऑर्डर!"

अंगदराव तसेच थोड्या रोमांचित अवस्थेत पण शांतपणे आरोपीच्या खुर्चीमागे स्वस्थ उभे होते.

"प्रो.माणकेश्वर, आय हॅव नो फर्दर क्वेश्चन्स. तुम्ही आपल्या जागेवर जाऊ शकता." न्या.सगदेव म्हणाले तसे अंगदराव संथपणे आपल्या खुर्चीकडे जाऊ लागले. त्यासरशी पुन्हा कोर्टरुममध्ये टाळ्यांचा गजर झाला. तो थांबताच निकालाच्या प्रतीक्षेत असलेल्या, खचाखच भरलेल्या कोर्टात न्यायालयीन प्रक्रियेप्रमाणे न्या.सगदेवांनी दोन्ही वकिलांना विचारले, केसची सुनावणी संपलेली आहे. तुम्हाला काही युक्तिवाद करायचा आहे काय? त्यावर दोघांनी नकार दिल्यानंतर न्या.सगदेवांनी जाहीर केले की निकाल दोन दिवसांनी देण्यात येईल. तशी तुडुंब भरलेली कोर्टरुम अनिच्छेने हळूहळू रिकामी होऊ लागली. निराशेने कुजबुजत दाटलेला समुदाय पांगू लागला. अधांतर अवस्थेत त्या दिवशी कोर्टाची कारवाई संपली. न्या.सगदेव हातोड्याचा शेवटचा टोला टेबलावर मारून उठणार तोच वामनराव जागचे पुढे आले.

"जस्ट अ मिनिट प्लीज, युवर ऑनर."

"येस?" न्या.सगदेव यांनी दाट भुवया हातोड्यासह उचलल्या.

"युवर ऑनर, माझी कोर्टाला एक रिक्वेस्ट आहे."

"गो अहेड." न्या.सगदेवांची परवानगी मिळताच वामनराव घाईघाईने म्हणाले,

"युवर ऑनर, आपण आवश्यक ते सर्व प्रश्न माझे क्लायंट रिस्पॉन्डट नंबर एक प्रा.माणकेश्वर यांना विचारले आहेत. त्यांनी त्यांची सविस्तर उत्तरेही दिली आहेत. तेव्हा If you don't have any further queries, निकालाच्या दिवशी माझे क्लायंट प्रो.माणकेश्वर यांना कोर्टात गैरहजर राहण्याची परवानगी द्यावी, अशी माझी विनंती आहे."

न्या.सगदेव यांनी वामनरावांची विनंती ऐकताच ॲड.गंडभीर यांच्याकडे नजर

टाकली. "एनी ऑब्जेक्शन, अॅड. गंडभीर?"

अॅड.गंडभीर यांनी तत्काळ उठून दोन्ही हात फैलावून उदारपणे मान डोलवली. "नो युवर ऑनर, नॉट अॅट ऑल. आफ्टर ऑल प्रो.माणकेश्वर हे एक वेलनोन स्कॉलर आहेत. जबाबदार आणि रिस्पेक्टेबल नागरिक आहेत. He is not going to abscond in any way."

"ठीक आहे. Respondent's request granted. The court is adjourned till day after tomorrow." न्या.सगदेव यांनी उभारलेला हातोडा टेबलावर आपटला.

कोर्टरुममधून बाहेर पडताच अंगदरावांभोवती लोकांनी गर्दी केली. स्वाक्षरीसाठी, फोटो घेण्यासाठी किंवा नुसते त्यांना अभिवादन करण्यासाठीही. पत्रकारांनीही त्यांना मुलाखतीसाठी घेरले. पण अंगदराव त्या सगळ्या गराड्यातून शिताफीने निसटले.

●

कोर्टाच्या आवारातून बाहेर पडल्यावर अंगदराव, वामनराव आणि सुनंदाबाई प्रमोदच्या गाडीतून घरी परत जात होते. प्रमोद समोर ड्रायव्हरशेजारी बसला होता. बाकीचे तिघे मागच्या सीटवर बसले होते.

अंगदरावांनी विचारले, "अरे वामन, तू कशाला कोर्टाला विनंती केलीस? मी आलो असतो ना."

"अरे, न्या.सगदेव निकाल केव्हा सांगतील सकाळी, दुपारी की संध्याकाळी याचा काही नेम नाही. त्यांचं शेड्यूल काय आहे, कोण जाणे. निकाल सांगायला काय पाच मिनिटे लागणार. तेवढ्यासाठी तू कशाला तुझा सबंध दिवस वाया घालवतोस? मला माहीत आहे. तुझं मराठी-मराठी शब्दकोशाचं काम चालू आहे. त्यात खंड पडला असता. अगोदरच या खटल्यात तुझा बराच वेळ गेला आहे." वामनराव म्हणाले.

"पण वामन, तू मात्र आज साक्षीदारांची आणि फिर्यादीची उलट तपासणी फार झकास केलीस हं! सगळ्या साक्षी बनावट होत्या. खोटं बोलत होते सगळेजण, हे तू बरोबर सिद्ध केलंस. कमाल आहे तुझी. अभिनंदन!" अंगदरावांनी वामनरावांच्या हातात हात मिळवला.

"अरे अंगद, माझं कसलं अभिनंदन? आजचा खरा हिरो तू आहेस. सगळ्या

कोर्टाच्या आवारात तुझं नाव गाजतं आहे. मी तर थक्कच झालो." वामनरावांची स्तुती ऐकताच अंगदराव संकोचून म्हणाले,

"अरे शहाण्या, माझं काय अभिनंदन करतोस? मी तर आरोपी नंबर एक. न्यायाधीशांनी निकाल दिल्यावर काय अभिनंदन करायचे ते कर."

"अरे अंगद, तुझ्या जबानीत आणि तू न्या.सगदेव यांच्या प्रश्नांना दिलेल्या उत्तरांत जे मौलिक विचार मांडलेस आणि जे अप्रतिम वक्तृत्व गाजवलंस त्याने सगळे जण भारावून गेले होते. एकही जण जागचा हलला नाही. तो ॲड.गंडभीर सुद्धा मोठ्या आदराने तुझ्याकडे बघत होता. त्याचीही विकेट घेतलीस तू! मग न्या. सगदेवांची काय कथा? आपण ही केस हँडस् डाऊन जिंकणार बघ." वामनरावांना कौतुकाचे भरते आले होते.

"वामन, आपण ही केस जिंकणार हे मी पहिल्यापासून सांगतोय. तू मध्यंतरी डळमळीत झाला होतास. चिंतेत पडला होतास. पण आपण जिंकणार याची मला खात्री होती. पण ती माझ्यामुळे नाही. त्याचं कारण एकच आहे." अंगदरावांना थोडा आवेश चढला होता.

"मला माहीत आहे ते कारण, तू नेहमी म्हणतोस की सत्य आपल्या बाजूला आहे. सत्याचा विजय ठरलेला आहे." वामनरावांनी कबुली दिली.

"नाही वामन, सत्याचा विजय ठरलेला आहे हे खरंच आहे. पण तू एक चुकतोस." अंगदरावांचा शेरा ऐकताच वामनराव क्षणभर चक्रावले,

"काय?"

"अरे वामन, सत्य आपल्या बाजूला नाही. आपण सत्याच्या बाजूला आहोत. त्यामुळे आपण जिकंणार!"

दोघा मित्रांचा तो जय-विजयाचा तात्त्विक पातळीवरचा संवाद चालू असताना सुनंदाबाई मूग गिळून बसल्या होत्या. तसाच प्रमोदही. अंगदरावांना जशी केस जिंकण्याची खात्री होती, तशीच प्रमोदलाही केसचा निकाल ॲड.गंडभीर यांच्याशी झालेल्या डीलप्रमाणे लागणार, याची खात्री होती. त्यामुळे त्या दोघा मित्रांचे बोलणे त्याच्या कानावर पडत होते, पण ते त्याच्या डोक्यावरून जात होते. कारण त्याच्या डोक्यात शिजत होती एकच योजना, ती म्हणजे निकालासोबत मिळणारे शुद्धिपत्र, कंपोज करून त्याचे अंतिम प्रूफ दोन दिवसात अंगदरावांना संमतीसाठी देण्याची.

●

दोन दिवसांनी न्या.सगदेव यांनी कोर्टात दिलेल्या निकालाची प्रत घेऊन सुनंदाबाई, वामनराव आणि प्रमोद हे त्रिकूट अंगदरावांच्या घरी आले तेव्हा दुपारचे दोन वाजले होते. अंगदराव त्यांच्या आतल्या खोलीत मराठी-मराठी शब्दकोशाचे झालेले हस्तलिखित तपासत बसले होते. दारावरची घंटी वाजली. अंगदरावांनी जाऊन दार उघडले. बाहेर असलेली त्रिमूर्ती आत आली. वामनरावांनी काहीही न बोलता निकालाची प्रत अंगदरावांना दिली.

निकाल जेमतेम पंधरा ओळींचा होता. फक्त एकच परिच्छेद. अंगदरावांनी उभ्या उभ्याच निकाल वाचला. निकालाचा आशय पुढीलप्रमाणे होता : 'नवभारत मराठी-इंग्रजी शब्दकोशा'तल्या जाती-जमाती आणि धर्मवाचक आक्षेपार्ह शब्दार्थांबद्दल, आरोपी नंबर एक प्रो.अंगद माणकेश्वर आणि आरोपी नंबर दोन प्रमोद शिरसाट यांनी जाहीर माफी मागावी; आरोपी नंबर दोन प्रमोद शिरसाट यांनी सदर शब्दकोशाच्या बाजारातल्या प्रती परत मागवाव्यात; आरोपी नंबर दोन प्रमोद शिरसाट यांनी शब्दकोशाची विक्री थांबवावी, या फिर्यादी श्री.बाळाराम तुंगेवार यांच्या मागण्या कोर्टाने फेटाळल्या होत्या. मात्र सदर शब्दकोशातील आक्षेपार्ह धर्म-जाती-जमातीविषयक, लांडा, मांग, महार, भंगी, ढोर आणि होलार हे सहा शब्द, आणि त्यांचे आक्षेपार्ह शब्दार्थ, शब्दकोशाच्या पुढील आवृत्त्यांच्या प्रतींमधून गाळण्यात यावेत आणि सदर शब्दकोशाच्या सध्या उपलब्ध असलेल्या प्रतींना सोबतच्या मजकुराचे शुद्धिपत्र जोडून त्यांची विक्री करावी, ही फिर्यादीची मागणी कोर्टाने न्याय्य ठरवून स्वीकारली होती आणि त्यानुसार एक महिन्याच्या आत कार्यवाही केली नाही तर आरोपी नंबर एक आणि आरोपी नंबर दोन हे अनुसूचित जाती-जमाती अत्याचार प्रतिबंधक कायदा १९८९ व अधिनियम १९९५ नुसार शिक्षेस पात्र ठरतील, अशी ताकीद निकालपत्रात देण्यात आली होती.

अंगदराव निकालपत्र वाचत असताना सुनंदाबाई, वामनराव आणि प्रमोद हे तिघेजण अपराधी मुद्रेने त्यांच्या चेहऱ्याकडे बघत होते. तिघांच्याही छातीत ठोके पडत होते. पण निकाल वाचून झाल्यावर अंगदरावांनी वर पाहिले तेव्हा त्यांचा चेहरा कोरा होता. संपूर्ण रंगहीन, विवर्ण. त्यांनी कोरडा आवंढा गिळला.

"शुद्धिपत्र कुठे आहे?"

प्रमोदने शुद्धिपत्राचा कागद पुढे केला. अंगदरावांनी चुकांची दुरुस्ती या सदरातली पहिली दुरुस्ती वाचली. "पान क्र.५३६ वरील 'लांडा' हा शब्द आणि त्याचा शब्दार्थ संपूर्ण गाळणे."

अंगदरावांनी डोळे वर करून समोर उभ्या असलेल्या त्रयीकडे बघितले. आपण बनाव केल्याचे अंगदरावांनी ओळखले होते की नाही, हे त्या तिघांनाही शेवटपर्यंत कळले नाही. पण अंगदरावांच्या नजरेत त्यांना थंड अंगार दिसला. तिघांचे चेहरे पांढरेफटक पडले. त्यांची दातखीळ बसली. अंगदरावांचे बर्फाळ शब्द त्यांच्या कानावर पडले.

"मला हा निकाल मान्य नाही. मी ते सहा शब्दच काय, पण एकही शब्द गाळणार नाही. हे शुद्धिपत्र शब्दकोशाला जोडण्यास आणि कुठलाही शब्द वगळून शब्दकोशाची विक्री करण्यास माझा कायमचा स्पष्ट नकार आहे."

प्रमोदने तरीही गयावया करण्याचे धैर्य केले.

"सर, तिसऱ्या एडिशनच्या हजारभर प्रती शिल्लक आहेत. त्या तेवढ्या हे शुद्धिपत्र लावून विकण्याची प्लीज परवानगी द्या. सर प्लीज हो म्हणा, प्लीज सर." शेवटी प्रमोदचा स्वर पिळवटला. हात आपोआप जोडले गेले.

अंगदराव गप्प राहिले, फक्त एकच क्षण. पण त्या एका क्षणात प्रमोदला छातीची धडधड कानात ऐकू येऊ लागली. दुसऱ्या क्षणी अंगदरावांनी हातातले शुद्धिपत्र टरकावून त्याचे तुकडे करून हवेत भिरकावले. त्याचवेळी त्यांच्या तोंडून गोळीबार झाला.

"शिरसाट, हे माझे उत्तर."

शुद्धिपत्राचे तुकडे हवेत तरंगत काही सुनंदाबाईंच्या, काही वामनरावांच्या तर उरलेले काही प्रमोदच्या अंगावर जाऊन पडले. त्यासरशी त्या तिघांच्या माना खाली झुकल्या. फासावर लटकल्यासारख्या, अधांतरी.

वामनरावांची मान पहिल्यांदा सरळ झाली. ते उभ्या जागचे हलले. जवळ जाऊन त्यांनी अंगदरावांच्या खांद्यावर हलकेच हात ठेवला.

"अंगद, तू शुद्धिपत्र फाडणार असं मला वाटलंच होतं. पण त्यामुळे काही सगळं संपत नाही. आता पुढे काय?"

"पुढे काय म्हणजे? अरे तू वकील ना? पुढे अपील. दुसरे काय?" अंगदरावांनी तिऱ्हाईत उत्तर दिले.

“पण अंगद, तुला तर माहीत आहे की, मला अपिलाचा अनुभव नाही. मी हायकोर्टात कधी काम केलं नाही.” वामनराव खंतावले होते.

“हो. पण तुझ्या ओळखीचा कोणी चांगला वकील असेल ना, जो आपलं अपील चालवू शकेल?” अंगदरावांनी रोकडा सवाल केला.

“ओळखीचा नाही, पण माहितीचा आहे.”

“कोण?” अंगदरावांचा उत्सुक शब्द.

“ॲड.धनंजय पागनीस.”

“ॲड.पागनीस?” अंगदरावांचे डोळे चमकले. “मी ऐकलं आहे त्यांच्याबद्दल. मोठा फर्डा वकील आहे म्हणतात.”

“हो. हायकोर्टात अपील आर्ग्यू करण्यात त्यांचा हातखंडा आहे. त्यांचे कायद्याचे ज्ञान उत्तम आहे. लंडनला त्यांनी एल.एल.एम.ची डिग्री घेतली आहे. त्यांनी अपील घेतले की, ते जिंकलेच असा त्यांचा हायकोर्टात दबदबा आहे. मोठा स्ट्रेटफॉर्वर्ड माणूस आहे असं मला कळलं आहे. पण त्याचबरोबर अत्यंत महागडा.” वामनरावांनी ॲड.पागनीसांची प्रशंसा करताना शेवटी सावधानतेचा इशारा दिला. पण तो अंगदरावांनी बेधडक उडवून लावला.

“असू दे. वामन, विजय कधी स्वस्तात मिळत नाही. व्हिक्टरी इज नेव्हर चीप.”

“मग अंगद हे घे त्यांचे कार्ड. त्यांनी तुझं अपील घेतलं तर अर्धी लढाई जिंकलीस समज.” वामनरावांनी दिलेले ॲड.पागनीसांचे कार्ड बघताच अंगदरावांच्या डोळ्यांतला विखार विझला, तसाच शब्दातला विषादही विरला. अजाणता त्यांच्या मनोवस्थेत परिवर्तन झाले. त्यांच्या निगूढ निराशेची जागा निर्धास्त निर्धाराने घेतली. ते नखशिखांत उभारून आले. त्यांनी वामनरावांच्या हातावर दिलखुलास टाळी दिली.

“वामन्या लेका, पूर्ण तयारीनिशी आला होतास ना! चांगलं नाटक केलंस.”

“हे बघ अंगद, आपली पन्नास वर्षांची दोस्ती आहे. तुझी नस न् नस मी जाणतो. निकाल हाती पडताच मी ओळखलं होतं, तू पुढे काय पावलं टाकणार ते.” वामनराव जोशात बोलले.

“चोराची पावले चोर ओळखतो, तसं ना?” अंगदरावांनी अचानक मजेचा सूर लावला. तसा सगळा रंगच पालटला. सुनंदाबाई आणि प्रमोद यांचे चेहरे पुन्हा उजळले. सुटकाऱ्याच्या भरात सुनंदाबाई न राहवून बोलून गेल्या,

"वामनभाऊजी, आज मराठीत नवीन म्हण तयार झाली आहे."

"कोणती काकू?" प्रमोदलाही कंठ फुटला.

"मित्राची पावले खरा मित्रच ओळखतो."

त्यासरशी तिथे थिजलेला नकोसा अबोला हव्याशा सामायिक हशात विरघळला.

●

अंगदरावांनी फोन केल्यावर ॲड.पागनीस यांनी दुसऱ्या दिवशी सकाळी नऊचीच भेटीची वेळ दिली. पुढे दिवसभर ते व्यस्त होते. अंगदरावांनी निघताना वामनरावांना विचारले, "येतोस का तू बरोबर?"

त्यावर वामनरावांनी नकार दिला, "नको अंगद, मी बरोबर असलो तर तुमच्या भेटीला उगाच 'कमर्शियल टच' येईल. तू आपला एकटाच जा."

ॲड.पागनीस यांचे ऑफिस कोर्टाच्या आवारात वकिलांच्या नव्या इमारतीतच होते. तेही तिसऱ्या मजल्यावरच. पण ॲड.गंडभीरांच्या ऑफिसच्या अगदी विरुद्ध टोकाला. अंगदराव ऑफिसात शिरले तेव्हा त्यांना तेथे प्रथम आढळला तो 'कमर्शियल टच' चा संपूर्ण अभाव. ॲड.गंडभीर यांच्या ऑफिसचा भपका तेथे औषधालाही नव्हता. दाराशी शिपायाची हजेरी नव्हती. आतमध्ये स्वागतिका किंवा सहायक यांचा थाट नव्हता. कदाचित ते अजून उगवायचे होते. भिंतीशी प्रत्येक वकिलाच्या ऑफिसात अपरिहार्यतेने दिसणारी कायद्याच्या ग्रंथांची कपाटे होती. पण त्या कपाटातल्या मोकळ्या जागेत एका कोपऱ्यात नर्तन करणाऱ्या गणेशाची तर दुसऱ्या कोपऱ्यात वीणावादन करणाऱ्या सरस्वतीची मूर्ती विराजमान होती. त्या शोभिवंत मूर्तींमुळे कायद्याच्या काळपट रुक्ष, गंभीर पुस्तकांनाही पवित्र लोभस रुप लाभले होते. अशीलांना बसण्यासाठी गादीच्या चार-पाच आरामदायी खुर्च्या होत्या. वातानुकुलित यंत्र भिंतीवर दिसत होते, पण त्या सकाळच्या शीतलसमयी त्याची यंत्रणा बंद होती. सगळ्या खिडक्या सताड उघड्या होत्या. त्यामधून सकाळचा कोवळा शुभ्र उजेड आत फाकला होता. सकाळची ताजी शुद्ध हवा खोलीभर खेळत होती. खोलीच्या मध्यभागी काचेच्या अंडाकृती टीपॉयवर, घाटदार निळसर फुलदाणीत निशिगंधाचा धवल गुच्छ शोभत होता. त्याचा मंद सुवास सबंध खोली अलवार स्पर्शाने सुगंधित करीत होता. ती अवघी खोली सकाळच्या निवांत प्रहरी शांत, सौम्य, आल्हादक दिसत होती. साधे, सुबक,

नीटस आकर्षक दृश्य. सगळा मनोहर माहोल.

खोलीच्या उजव्या भागात अॅड.पागनीस यांची केबिन होती. तिच्या गर्द उदी दारावर पांढरी रेखीव अक्षरे उठून दिसत होती. अॅड.धनंजय पागनीस एल.एल. एम.(लंडन).

अॅड.धनंजय पागनीस त्यांच्या प्रशस्त खोलीत एकटेच बसले होते. त्यांच्या टेबलावर एकीकडे फाइलींची रास होती, तर दुसरीकडे भारदस्त पुस्तकांचा मनोरा होता. मध्यभागी एका फाईलवर नोंद करण्यात अॅड.पागनीस गढले होते. अंगदरावांनी दारावर टकटक करताच 'येस, कम इन. आत या.' असे शब्द आले. अंगदराव आत येताच अॅड.पागनीस यांनी वर बघून हसत त्यांचे स्वागत केले.

"मी अंगद माणकेश्वर."

"बसा सर. दोनच मिनिटे."

अंगदराव समोरच्या खुर्चीवर बसून अॅड.पागनीस यांच्या कामात गर्क असलेल्या आकृतीकडे बघू लागले. त्यांच्या अपेक्षेपेक्षा अॅड.पागनीस वयाने तरुण दिसत होते. फारतर पन्नाशीतले. गोरा गुलाबी नितळ चेहरा. काहीसा उभट, पण तल्लख, तरतरीत आणि तेजस्वी. डोक्यावरचे काळेभोर केस सुरेख विंचरलेले. रेखीव नाक, डोळे. बुद्धिमत्तेचा निदर्शक भव्य रुंद भालप्रदेश. बसले असल्याने उंची कळत नव्हती. पण फारसे उंच नसावेत. देहयष्टी मात्र प्रमाणशीर नि चपळ दिसली. लिखाण करताना त्यांच्या मानेला आलेला ऐटबाज झोक आणि बोटांना मिळणारे देखणे लपेटेदार वळसे, त्यांच्या व्यवसायातील यशाने आपोआप प्राप्त झालेल्या दृढ आत्मविश्वासाचे द्योतक होते. गुलाबी रेघांच्या निळ्यागर्द सुटात आणि त्यावर गळ्याशी शोभणाऱ्या चपखल गुलाबी टायमध्ये अॅड.पागनीस यांचे एकंदर स्वरूप मोठे स्वागतशील आणि आकर्षक दिसत होते.

फाईलीतले लिखाण खरोखरीच दोन मिनिटात संपवून अॅड.पागनीस यांनी फाईल मिटून बाजूला ठेवली. झुलत्या खुर्चीवरून अर्धवट उठून ते अदबीने पुढे झुकले. अंगदरावांकडे सस्मित, शोधक पण आदरयुक्त नजरेने थेट बघत त्यांनी त्यांच्याशी उबदार हस्तांदोलन केले.

"वेलकम प्रोफेसर साहेब, I am really glad to meet you. But at the same time I am afraid that I may not be able to accept a new case at present, as my hands are already full. पण

तुमच्या या शब्दकोशावरच्या केसबद्दल मी बरेच ऐकले आहे. I feel that it is rather a strange case and also a rare one and as a lawyer I am curious to know more about it. So if you can please just tell me..."

ॲड.पागनीसांचे विनयशील बोलणे मधेच थांबवत अंगदराव काहीसे सावरून बसत म्हणाले, "पण तुम्ही जर ही अपीलाची केस घेणारच नसाल तर तुमचा किंमती वेळ घेणे योग्य होणार नाही."

"नो नो. प्रोफेसर सर. तसं नाही. डोन्ट गेट मी रॉंग. I have a lot of respect for you. मी तुमच्याकडे केवळ प्रॉस्पेक्टिव्ह क्लायंट म्हणून बघत नाही. तुम्हीसुद्धा मला एक यंग फ्रेंड किंवा कॉनफायडन्ट समजा. माझ्या आतापर्यंतच्या करियरमधे मी कधी I have never come across a case of lexicographer being tried under an Atrocity Act. तेव्हा माझ्यासाठी तुमची केस म्हणजे It is not just a unique case but it is a real challange. तुम्ही मला जर या केसची सर्व हकीकत सांगितली तर It will help me to decide की हे चॅलेंज ॲक्सेप्ट करायचे की नाही. म्हणून आय अर्नेस्टली रिक्वेस्ट यू सर की तुमचे अपीलात म्हणणे काय आहे ते सगळे तुम्ही मला सांगालच, पण त्याबरोबरच Let me please have the whole story behind it with all the facts and features."

ॲड.पागनीस यांचे बोलणे हे खणखणीत आवाजात आणि केसबद्दल कमालीची उत्सुकता दर्शवणारे तर होतेच, पण त्यात आपुलकीची आंतरिक उर्जा होती. त्यांच्या चेहऱ्यावर बोलताना उमटणारे हास्य हे माफक असले तरी मनमोकळे आणि म्हणूनच मनमिळावू होते.

ॲड.पागनीस यांनी इतके मनमुराद अगत्याचे आमंत्रण दिल्यावर अंगदरावांचा सगळा संकोच गळून पडला. ते साहजिकच मोकळे झाले, खुलले, बहरून आले. पुष्पपराग उमलावेत, तरारून यावेत तसे शब्दकोश निर्मितीचे समग्र विचारमंथन, भावना, अनुभव त्यांच्या अंतरंगात विकसित होऊन दाटीवाटीने डोळ्यांसमोर साक्षात प्रकटले. ते शब्दांत साकार करताना अंगदरावांनी मराठी भाषेवरील प्रेम, शब्दांवरील निष्ठा, शब्दार्थांचे शब्दकोशातील महत्त्व, शब्दकोशकाराचे कर्तव्य या विषयांवरील आपली भूमिका, इतकी तळमळीने सच्चेपणाने, सुरसपणे आणि

तेवढ्याच संयमाने मांडली की त्यांनी जणू शब्दकोश सिद्ध करण्याचा वस्तुपाठच घेतला. मनात साठलेल्या, उमळणाऱ्या, उसळणाऱ्या ऊर्मींचे अनावर उद्‌घाटन त्यांनी ॲड.पागनीसांसमोर जे तळपणाऱ्या विजेसारखे केले, ते इतके उदात्त, उत्कट, उन्मुक्त आणि उदंड होते की, त्यावेळी बोलताना त्यांच्या चर्येवर अद्‌भुत प्रभा फाकली होती. ती प्रभा खिडकीच्या दुधी तावदानांवरून परावर्तित झालेल्या उषाकिरणांची होती की, त्यांच्या जन्मभर जोपासलेल्या सत्त्वाची होती की त्यांच्या तपस्येची होती? की ती त्यांच्या विद्वत्तेची विभा होती, की त्यांची आत्मीय आभा होती? कसली होती ती प्रभा?

अंगदरावांच्या चेहऱ्यावर झळाळणाऱ्या त्या दिव्य दीप्तीचे त्यांना स्वत:ला भान नव्हते. पण त्या झळाळीने ॲड.पागनीसांचे भान हरपले होते. ते अंगदरावांकडे नुसते बघत राहिले. मूक आणि मंत्रमुग्ध. पण अंगदरावांना हे जाणवत होते आणि ॲड.पागनीसांना हे कळत होते की त्या दोघांमध्ये खराखुरा आंतरिक हृदयसंवाद घडत होता. तो मनोमन संवादस्पर्श ॲड.पागनीसांना इतका भिडला की अंगदरावांबद्दलच्या नि:शब्द, निरतिशय भक्तिभावाने त्यांना झपाटून टाकले.

त्या झपाटलेल्या अवस्थेत, अंगदरावांच्या आत्मनिरपेक्ष आत्मकथनातून अप्रतिम वास्तवतेने साकार झालेली त्यांच्या मराठी मातृभाषेवरील अपरंपार प्रेमाची, शब्दांवरील असीम निष्ठेमुळे शब्दांच्या अनंत अर्थच्छटा शब्दकोशात देण्याच्या त्यांच्या अनिवार आग्रहाची, शब्दब्रह्माचे रहस्य उकलण्यासाठी त्यांनी केलेल्या अपार बौद्धिक आणि मानसिक परिश्रमांची आणि त्या शब्दब्रह्माचे शब्दस्वरुप जपण्यासाठी वाटेल तो त्याग करणाऱ्या त्यांच्या नि:स्वार्थ निडरतेची रोमहर्षक कहाणी ऐकल्यावर ॲड.पागनीस यांच्यासारख्या निष्णात आणि धुरंधर वकिलाची अवस्थाही जादुगाराच्या कांडीने मोहित झालेल्या अजाण बालकासारखी झाली. स्वप्नावस्थेत बोलावे तसे आनंदातिश्चर्याने ओथंबलेले शब्द त्यांच्या तोंडून आपोआप बाहेर पडले.

"प्रोफेसर सर, It is an amazing case. Simply facinating and utterly unique. एक माणूस मातृभाषेतील शब्दांकरता इतका जीव टाकू शकतो! It is unbelievable! प्रोफेसर साहेब, खरं सांगू, मी कधी तुमचा स्टुडंट नव्हतो, हे माझं दुर्भाग्य आहे. माझं बहुतेक सर्व एज्युकेशन इंग्लंडमध्ये झालं. अगदी अप टू माय लॉ डिग्री. पण तिथे इतक्या वर्षांत मी जे शिकलो नाही, ते आज

इथे तासाभरात शिकलो. मातृभाषेबद्दलचे प्रेम! Love for Mothertongue! म्हणून व्हॉट आय फील, हे थोडं सिनेमॅटिक वाटेल, पण आज मला माझा खरा गुरू भेटला. प्रोफेसर सर, मी तुमच्या अपीलाची केस स्वीकारतो. अगदी with great pleasure. I will study relevant law points and prepare myself thoroughly for the appeal and argue it with the best of my ability and capacity and hopefully, I will save those six words for you."

ॲड.पागनीसांच्या उत्साहपूर्ण आश्वासनातील आकंठ आपुलकीने अंगदराव कधी नव्हे ते अनोख्या भावनेने हेलावले. त्यांनी टेबलावरचा ॲड.पागनीस यांचा हात उमाळ्यासरशी घट्ट धरला.

"ॲड.पागनीस. वुई मस्ट विन!"

"अर्थात. वुई विल प्रोफेसर सर, वुई विल! ॲण्ड आय टेल यू वन मोअर थिंग तुमच्या मराठी भाषेच्या प्रेमासाठी मी तुम्हाला सलाम करतो. ॲण्ड आल्सो सॅल्यूट यू, सर, फॉर युवर नेव्हर से डाय फायटिंग स्पिरिट." अंगदरावांच्या हातातला हात काढून ॲड.पागनीस यांनी त्यांना उभे राहून सलाम ठोकला.

त्यावेळी ॲड.पागनीस यांच्या डोळ्यांत ओतप्रोत प्रेमादर होता, तर अंगदरावांच्या कंठात अनावर गहिवर. पूर्वी कधी गाठभेट नसताना, ओळखदेख नसताना, पूर्वीचा कुठलाही अनुभव नसताना, दोन माणसांमध्ये इतके अनावर आकर्षण? इतकी असह्य ओढ? इतकी जवळीक? इतकी आत्मीयता? अंगदराव अचंबित होऊन अंतर्बाह्य शहारले. हे गूढ, ही किमया, हे रहस्य अगम्य होते, अतर्क्य होते. या रहस्यात एकाचवेळी भर टाकणारी आणि त्याचा उलगडाही करणारी अकल्पित कृती ॲड.पागनीस यांनी केली. अंगदरावांनी खिशातून चेकबुक काढले तसा ॲड.पागनीस यांनी त्यांचा हात अडवला.

"नो प्रोफेसर सर. आय वोन्ट चार्ज एनी फी. आपल्या अपीलाच्या कामासाठी मी एक पैसाही घेणार नाही. इट इज ऑन दी हाऊस, एन्टायरली. मला मराठीत नीट एक्सप्रेस करता येत नाही. त्याबद्दल माफ करा."

ॲड.पागनीस यांची ती अनपेक्षित उदारता जितकी अपवादात्मक होती तितकीच अव्यावसायिकही. अंगदराव विलक्षण अस्वस्थ झाले. आयुष्यात त्यांनी कधी कोणाचे उपकार घेतले नव्हते. त्या तरुण अनोळखी परक्या वकीलाच्या

सहृदयतेने त्यांचा जीव बसल्या जागी संकोचाने गोळा झाला. त्यांच्या रोमारोमातून नकार उठला. त्यांनी एकदम टेबलावर मूठ आपटली. वळलेली मूठ. त्या मुठीत निग्रहाचा नकार होता.

"नाही, ॲडव्होकेट नाही. हा क्रॉस माझ्या खांद्यावर आहे. तो मीच वाहून नेणार. Everybody has to bear his own cross. तुम्ही मला फक्त कायद्याची मदत करा. तुम्ही घेता ती वाजवी फी घ्या. मला कुणाचे उपकार नकोत."

अंगदरावांच्या निकराच्या तुटक नकाराने ॲड.पागनीस एकदम हिरमुसले झाले. त्यांच्या गोऱ्या चर्येवर लाली चढली. ते कमालीचे दुखावले गेले होते.

"नो नो सर, डोन्ट गेट मी रॉंग. तुमचा काहीतरी गैरसमज माझ्या बोलण्याने झाला असेल तर माफ करा. पण सर हे उपकार नाहीत. हा उपकार नाही. नो वे. मी तुम्हाला आताच गुरु म्हटलं ते केवळ माझे शब्द नाहीत. ती माझी खरीखुरी जेन्युइन फिलींग आहेत. तेव्हा मी फी घेणार नाही. ही माझी गुरुदक्षिणा आहे. It is my contribution to your noble cause. सर, यात कुठलीही उपकाराची भावना नाही. उलट ही तुमची अपीलाची केस तुम्ही मला दिलीत याबद्दल मी स्वत:ला फॉर्च्युनेट समजतो. प्लीज अंडरस्टॅण्ड मी सर. तुम्ही मला हे अपील फ्री ऑफ चार्ज करु दिले तर द प्लेझर विल बी एन्टायर्ली माइन. सर आय रिक्वेस्ट यू टू अलाऊ मी टू डू इट फ्री. प्लीज सर."

ॲड.पागनीस यांचा आतुर गोरामोरा चेहरा, त्यांच्या व्याकुळ नजरेतील आळवणीची आर्तता, त्यांच्या शब्दातील याचनेची सचोटी, त्यांच्या विनवणीची विनम्र निर्मळता अंगदरावांना आमूलाग्र हलवून गेली. त्यांचा नकार केव्हा ढासळला ते त्यांना कळले नाही.

दोन मोठ्या मनांची ती झुंज अखेरीला त्या दोन मनांच्या मोठेपणानेच मिटली. स्वत:ला आरशात बघावे तसे त्या दोघांनी एकमेकांत समानधर्मा बघितला होता.

अंगदरावांना बसल्या जागी भरून आले. तसे ते अजाणता जागच्या जागी उभे राहिले. त्यांनी आपले दोन्ही हात नकळत पुढे पसरले. ॲड.पागनीसांना कवटाळण्यासाठी. तसे ॲड.पागनीस टेबलाला वळसा घालून आले. पण अंगदरावांच्या कवेत गेले नाहीत. अचानक ते खाली वाकले. त्यांनी अंगदरावांचा चरणस्पर्श केला. अंगदरावांचे डोळे कधी नव्हे ते ओलावले. अश्रू आवरत त्यांनी ॲड.पागनीसांच्या पाठीवर थरथरते हात ठेवले. त्यांच्या दाटलेल्या कंठातून दोन

शब्द कसेबसे उमटले.

"यशस्वी व्हा!"

●

चार महिन्यांनी 'जनवार्ता' दैनिकात पहिल्या पानावर बातमी झळकली. शीर्षक होते -

"शब्दकोशकारांचा विजय.

कोणताही शब्द गाळण्याची जरूर नाही - उच्च न्यायालयाचा निर्णय."

प्रा.अंगद माणकेश्वर यांच्या 'नवभारत मराठी-इंग्रजी शब्दकोशा'त दिलेल्या धर्म-जाती-जमातीविषयक सहा शब्दांनी आणि त्यांच्या शब्दार्थांनी कोणत्याही धर्माच्या आणि जातीजमातीच्या लोकांच्या भावना दुखावणार नाहीत आणि कोणत्याही धर्माच्या अथवा जातीजमातीच्या लोकांचा अपमान होणार नाही. त्यामुळे 'नवभारत मराठी-इंग्रजी शब्दकोशा'तील सहा जाती-जमाती-धर्मविषयक शब्द आणि त्यांचा शब्दार्थ गाळायची जरूर नाही, असा उच्च न्यायालयाच्या तीन न्यायमूर्तींच्या खंडपीठाने आज एकमताने निर्णय दिला. सदर सहा आक्षेपार्ह शब्द आणि त्यांचे शब्दार्थ वगळून तसे शुद्धिपत्र शब्दकोशाला जोडण्याचा निकाल खालच्या कोर्टाने दिला होता. त्यावर शब्दकोशकार प्रा.अंगद माणकेश्वर यांनी हायकोर्टात अपील केले होते. उच्च न्यायालयाने त्यांचे अपील मान्य करून खालच्या कोर्टाचा निकाल फिरवला. प्रा.माणकेश्वर यांच्या वतीने ॲड.धनंजय पागनीस यांनी काम पाहिले. उच्च न्यायालयाचा हा निर्णय म्हणजे विचारस्वातंत्र्याचा विजय आहे, अशी प्रतिक्रिया अनेक विचारवंतांनी व्यक्त केली आहे. (तपशीलवार वृत्त पान ५ वर.)

दैनिकाने शब्दकोशाच्या छायाचित्रासह वरील बातमी जाड टायपात छापली होती. त्यामुळे बातमी येताच दिवसभर अंगदरावांचा फोन खणखणत होता. त्यांचे आप्तस्वकीय, परिचित, स्नेहीमंडळी यांच्याकडून अभिनंदनाचा त्यांच्यावर वर्षाव झाला. अमेरिकेतून वैभवचा आणि नागपूरहून वैजयंतीचा फोन तर सर्वप्रथम आला होता. सुनंदाबाईंना हर्षवायू व्हायचा तेवढा बाकी होता. वामनरावांच्या आनंदाला सीमा नव्हती. त्यांनी अंगदरावांना इतकी घट्ट मिठी मारली की ती सुटता सुटेना. प्रमोदला तर शब्दकोशाची कधी नव्हे एवढी प्रचंड जाहिरात आणि फुकटची प्रसिद्धी झाल्याने स्वर्ग दोन बोटे उरला होता. त्याने अंगदरावांना घरी येऊन साष्टांग

नमस्कार घातला.

पत्रकारांनी अंगदरावांना जराही विसावा घेऊ दिला नाही. मुलाखतीसाठी अंगदरावांचा पिच्छा पुरवला. पण अंगदरावांनी नकार दिला. तेव्हा पत्रकारांनी त्यांची कोर्टाच्या निकालावर प्रतिक्रिया विचारली. अंगदरावांनी दोनच वाक्ये उच्चारली.

"चुकीची दुरुस्ती झाली आहे. हे खरे शुद्धिपत्र आहे."

अंगदरावांच्या त्रोटक उत्तरावर एकाही पत्रकाराने प्रतिप्रश्न केला नाही. सगळेजण धावत सुटले. त्यांना शीर्षक सापडले होते, इतकी अंगदरावांची प्रतिक्रिया अंतिम होती. ती जितकी सूचक आणि संक्षिप्त होती तितकीच समग्रही!

लेखक परिचय

राजेन्द्र बनहट्टी

'समानधर्मा', १२८-२/२५ नवकेतन सोसायटी, पहिली गल्ली,
सोलॅरिस क्लब जवळ, कोथरूड, पुणे - ४११०३८

राजेन्द्र बनहट्टी यांनी कथा, कादंबरी, प्रवासवर्णन, स्फुटलेखन, नाटक असे विविध स्वरूपाचे लेखन केलेले असले तरी सारे मराठी रसिक त्यांना ओळखतात, ते अव्वल दर्जाचे कथालेखक व कादंबरीकार म्हणून! 'गंगार्पण', 'कृष्णजन्म', 'लांडगा', 'युद्धपर्व', 'मध्यंतर' यांसारखे त्यांचे कथासंग्रह मराठी साहित्यात उत्कृष्ट म्हणून गणले जातात. गंगार्पण, कृष्णजन्म, लांडगा यांना महाराष्ट्र राज्य शासनाचे सर्वोत्कृष्ट कथासंग्रहाचे पुरस्कार मिळाले आहेत. 'अखेरचे आत्मचरित्र' या त्यांच्या गाजलेल्या कादंबरीला राज्य शासनाने सर्वोत्कृष्ट कादंबरीचा पुरस्कार दिला आहे. त्यांच्या 'मीपण माझे...' या कादंबरीला ना. सी. फडके पुरस्कार मिळाला आहे, तर 'त्रैराशिक' या त्यांच्या कादंबरीचा महाराष्ट्र शासनाने सर्वोत्कृष्ट कादंबरीचा हरी नारायण आपटे पुरस्कार देऊन गौरव केला आहे. याशिवाय शंकर पाटील पारितोषिक, आनंदीबाई शिर्के पारितोषिक, श्री. दा. पानवलकर पुरस्कार असे अनेक वाङ्मयीन पुरस्कार राजेन्द्र बनहट्टी यांना प्राप्त झाले आहेत. त्यांच्या निवडक लघुकथा व दीर्घकथांचे संग्रह संपादित झाले आहेत. त्यांच्या कथांचे व कादंबऱ्यांचे इंग्रजी, हिंदी, गुजराथी अशा भारतीय भाषांमध्ये अनुवाद झाले आहेत.

राजेन्द्र बनहट्टी हे महाराष्ट्र साहित्य परिषद, पुणे (१९९५ ते २००६), अ. भा. मराठी साहित्य महामंडळ (१९८८ ते १९९२) या साहित्य संस्थांचे अध्यक्ष होते. त्यांनी ५० वे सुवर्ण महोत्सवी विदर्भ साहित्य संमेलन (१९९९) नागपूर आणि ७५ वे अमृतमहोत्सवी अखिल भारतीय मराठी साहित्य संमेलन (२००२) पुणे या साहित्य संमेलनांचे अध्यक्षपद भूषविलेले आहे. राजेन्द्र बनहट्टी हे सुविचार प्रकाशन मंडळ, पुणे या संस्थेचे संचालक आहेत. 'रसिक' हे दिवाळी वार्षिक त्यांनी ४० वर्षे संपादित केले आहे. त्यांचा जन्म (१९३८) नागपूरला झाला असून ते पुण्याला स्थायिक झालेले आहेत. महाराष्ट्र राज्य गुजराथी साहित्य अकादमीतर्फे २०२२- २०२३ मधील उत्कृष्ट साहित्यनिर्मितीबद्दलचा कवि नर्मद मराठी साहित्य पुरस्कार देऊन राजेन्द्र बनहट्टी यांचा गौरव करण्यात आला आहे.

राजेन्द्र बनहट्टी यांचे साहित्य

कथासंग्रह	:	समानधर्मा, खेळ, आंब्याची सावली, गंगार्पण, अवेळ, कृष्णजन्म, लांडगा, प्रेक्षक, युद्धपर्व, मध्यंतर, तिघी
निवडक दीर्घकथा	:	संपादन : डॉ. विलास खोले
निवडक लघुकथा	:	संपादन : श्रीराम शिधये
लेखसंग्रह	:	पांढऱ्यावरती काळे : संपादन : डॉ. पद्मिनी सुधीन्द्र
कादंबरी	:	अपूर्णांक, अखेरचे आत्मचरित्र, मरणानंतरचे मरण, मीपण माझे..., त्रैराशिक, शुद्धिपत्र
नाटक	:	माणूस म्हणतो माझे घर, जीवन त्यांना कळले हो!
प्रवासवर्णन	:	नवलाई
व्यक्तिरेखा	:	शंभूराव
स्मृतिचित्रे	:	गोष्टी घराकडील
ललितगद्य	:	रामप्रहर
संपादन	:	A History of Modern Marathi Literature